இசைத் தமிழும் நாடகத் தமிழும்

இசைத் தமிழும் நாடகத் தமிழும்

முனைவர் அரிமளம் சு. பத்மநாபன்

எழுத்து பிரசுரம்

Title: Esai Thamizhum Nadaga Thamizhum
Author's Name: Dr. Arimalam S. Padmanabhan

Published by Ezutthu Prachuram

Ezutthu Prachuram
(An imprint of Zero Degree Publishing)
No. 55(7), R Block, 6th Avenue,
Anna Nagar,
Chennai - 600 040

Website: www.zerodegreepublishing.com
E Mail id: zerodegreepublishing@gmail.com
Phone: 89250 61999

Ezutthu Prachuram First Edition: June 2023
ISBN: 978-93-90053-64-3
TITLE NO EP: 439

Layout: G.Selva Kumar
Cover Design: Vijayan, Creative Studio

பொருளடக்கம்

என்னுரை

"எங்கள் தமிழ் உயர்வென்று நாம் சொல்லிச் சொல்லித் தலைமுறைகள் பலகழித்தோம்; குறைகளைந் தோமில்லை"

என்று பாவேந்தர் பாரதிதாசன் அன்று பாடிய தமிழின் நிலை இன்றும் மாறாது அவ்வாறே தொடர்கின்றது என்பதை முற்றிலுமாக மறுத்துவிட இயலாது. ஒருபுறம் பல்வேறு துறைகளிலும், உயர் கல்வியிலும், ஆராய்ச்சித் துறைகளிலும் தமிழ் மொழி உச்சத்தைத் தொட்டிருக்கிறது. ஆனாலும், மறுபுறம் தமிழ் கற்க முன்வராதவர்கள், பேச, எழுத அறியாதவர்கள், பேச மட்டும் தெரிந்து எழுத அறியாதவர்கள், "எமது பிள்ளைகளுக்குத் தமிழ் தெரியாது" என்று பெருமையுடன் சொல்லிக்கொள்ளும் சில பெற்றோர்கள், தயங்காது தமிழ்க் கொலை செய்து கலப்பு மொழி பேசிவரும் ஊடகங்கள் ஆகியவற்றிற்கு இடையில் இன்றைய இளம் தமிழகம் சிக்கித் தவித்துக்கொண்டிருப்பதையும் மறுப்பதற்கில்லை. இவற்றைக் காணும்போது பாரதியின் **"நெஞ்சு பொறுக்கு தில்லையே"** பாடல் நினைவுக்கு வருகிறது. இந்நிலையில், **"செந்தமிழைச் செழுந்தமிழாய்ச் செய்வதுவும் வேண்டும்"** என்னும் பாவேந்தரின் பாடல் வரியின் தூண்டலே இந்நூல் எழுதக் காரணம்.

தொல்காப்பியர் காலத்தில் தொடங்கி இருபதாம் நூற்றாண்டு வரையிலான தமிழ் மொழியின் பல்வேறு நிலைகள் 20 தலைப்புகளில் விவரிக்கப்பட்டுள்ளன. இவற்றுள் சில வெவ்வேறு சூழலில் சொற்பொழிவுகளாக நிகழ்த்தப்பட்டு, இங்கு கட்டுரைகளாக உருப்பெற்றவை. பல நூற்றாண்டுகள் முத்தமிழாக சீருடன் திகழ்ந்த தமிழ் மொழி கடந்த நூற்றாண்டில் 'இயற்றமிழ்' என்னும் ஒரு தமிழோடு சுருங்கத் தொடங்கியது. தொலைத்துவிட்ட இசைத் தமிழ், நாடகத் தமிழ் என்னும் சொல்லாடல்களை மீட்டெடுக்கும் பணியில் தொடர்ந்து பல ஆண்டுகளாக யான் செயல்பட்டு வருவதைத் தமிழுலகு நன்கு அறியும். என் படைப்புகளும் அதனை உறுதிப்படுத்தும். இன்றைய தமிழ்ச் சூழலில் முத்தமிழ், இசைத் தமிழ், நாடகத் தமிழ் மரபுகளின் தொன்மை, செழுமை, தனிச் சிறப்பியல்புகள் பற்றியெல்லாம் நம் இன்றைய, நாளைய இளம் தலைமுறையினர்க்கு நினைவுறுத்த வேண்டிய கடமை ஒரு தமிழாய்ந்த ஆசிரியன், மூத்த குடிமகன் (Senior Citizen) என்ற முறையில் எமக்கும் உள்ளது. இக் கடமையை நிறைவேற்று முகத்தான் இந்நூலைத் தமிழ் கூறு நல்லுலகிற்குக் காணிக்கையாக்குகின்றேன். இந்நூலில் சிலவிடத்து, 'கூறியது கூறல்' தவிர்க்க இயலாதது.

இந்நூல் முயற்சியில் பல்லாற்றானும் துணைநின்ற நண்பர்களுக்கும், எம் குடும்பத்தினர்க்கும் நன்றி. நூலினை நேர்த்தியாக வடிவமைத்து, அழகுற வெளிக்கொணர்ந்துள்ள பெருமை மிக்க எழுத்து பிரசுரம் பதிப்பகத்தார்க்கு எம் நன்றியை உரித்தாக்குகின்றோம். தொடர்ந்து எம் தமிழ்ப் பணிகளுக்கு ஆதரவளித்து வரும் தமிழுலகம் இந்நூலையும் வரவேற்று எம்மை ஊக்குவிக்குமாறு வேண்டுகிறேன்.

புதுச்சேரி
14-02-2023

அன்புடன்
அரிமளம் சு. பத்மநாபன்

1. தமிழ் எனப்படுவது...

தோற்றுவாய்:

“யாமறிந்த மொழிகளிலே தமிழ் மொழி போல் இனிதாவ தெங்கும் காணோம்” *என்று பாரதியாரும்,* **“இனிமைத் தமிழ் மொழி எமது”** *என்று பாரதிதாசனும் தமிழ் என்பது இனிமை என்று போற்றிப் பாடுகிறார்கள். இம் மாபெரும் கவிஞர்கள் இவ்வாறு புகழ்ந்து பாடுவதற்கு அவர்களுடைய தாய்மொழிப் பற்று மட்டுமே காரணமா? அன்றி, வேறு அடிப்படையான காரணங்கள் உள்ளனவா என்பது குறித்து அறியவேண்டிய தேவை ஒவ்வொரு தமிழனுக்கும் உள்ளது. மேலும், மிகவும் நீண்ட நெடிய, பரந்துபட்ட தமிழ் இலக்கியப் பரப்பில் மரபுவழிப்பட்ட புலவர் பெருமக்களும் ஆண்டாண்டு காலமாகத் தம் தாய் மொழியைப் பல்வேறு அடைமொழிகளுடன் சேர்த்தே பாடியிருப்பதை இயல்பாக அமைந்ததொரு புலமை மரபு என ஒதுக்கித் தள்ளிவிட இயலாது. அமுதத்தமிழ், அருந்தமிழ், இருந்தமிழ், இன்தமிழ், ஒண்தமிழ், சங்கத்தமிழ், சந்தத்தமிழ், செந்தமிழ், தண்தமிழ், தீந்தமிழ், தென்தமிழ், பசுந்தமிழ், பைந்தமிழ், முத்தமிழ், வண்தமிழ், வண்ணத்தமிழ், கடவுள் தந்த தமிழ், தெய்வத் தமிழ் என்றெல்லாம் தமிழ்மொழியைப் பலவாறாகச் சிறப்பித்துப் பாடுதலே ஈராயிரம் ஆண்டுத் தமிழ்ப் புலவர் மரபு என்பதற்கு அனைத்து வகை இலக்கியங்களும் சான்று பகர்கின்றன.*

இத்தகைய சிறப்புமிகு புலவர் மரபின் தொடர்ச்சியாகவே நாம் பாரதியையும் பாரதிதாசனையும் அவர்கள் வழிவந்த படைப்பாளர்களையும் பார்க்க வேண்டும். மேலும், தமிழ்ச் சமூகம் தாய் மொழியை வெறும் தகவல் பரிமாற்றத்திற்கும், கலை, இலக்கியம் படைப்பதற்குமான கருவியாக மட்டும் கருதவில்லை; மாறாக, உலகிற்குத் தமிழின் வளமையையும் பெருமையையும் பறைசாற்றும் வகையிலேயே அதன் சிறப்புக் கூறுகளையும் தனித் தன்மைகளையும் தொடர்ந்து, இடையறாது தத்தம் படைப்புகளில் புலவர் பெருமக்கள் நிலைநிறுத்திவந்துள்ளனர் என்று புரிந்துகொள்ளலாம்.

இப் புலவர் மரபு தம் படைப்பு நோக்கங்களுக்கெல்லாம் தமிழை முந்நிறுத்தியிருப்பதற்கான சான்றுகள் சிலவற்றைக் காண்போம்.

பனம்பாரனார் இயற்றிய தொல்காப்பியச் சிறப்புப் பாயிரத்தில்,

வடவேங்கடந் தென்குமரி ஆயிடைத்

தமிழ்கூறும் நல்லுலகத்து

வழக்குஞ் செய்யுளும் ஆயிரு முதலின்

எழுத்துஞ் சொல்லும் பொருளும் நாடிச்

செந்தமிழ் இயற்கை சிவணிய நிலத்தொடு

என்று தமிழ் நிலம் குறிப்பிடப்படுகிறது.

சங்க நூல்களில் ஒன்றான புறநானூற்றில் காரிக்கண்ணனார் என்னும் புலவர் மதுரை நகரினை,

இமிழ் குரல் முரசம் மூன்றுடன் ஆளும்

தமிழ்கெழு கூடல் தண்கோல் வேந்தே *(புறம்.58)* என்று பாடுகிறார்.

'முரசம் மூன்றுடன்' என்றதைப் பழைய உரைகாரர்கள், "மூன்று முரசுடன் ஆளும் மூன்று தமிழ் பொருந்திய மதுரை என்க" என்று உரைத்தனர். பத்துப்பாட்டு நூல்களுள் ஒன்றான சிறுபாணாற்றுப் படை,

தமிழ்நிலை பெற்ற தாங்கரு மரபின்

மகிழ்நனை மறுகின் மதுரை *(66, 67) என்று குறிக்கிறது.*

தென்தமிழ் நாட்டுத் தீது தீர் மதுரை" *என்று சிலப்பதிகாரமும்,*

தென்தமிழ் மதுரைச் செழுங்கலைப் பாவாய்" *என்று மணிமேகலையும்,*

நெற்றியுமிழ் செங்கண் தழற்புரை கடர்க்கடவுள் தந்ததமிழ்" *(அகத்திய.41) என்று கம்பராமாயணமும், குறிப்பிடுகின்றன.*

என்னை நன்றாக இறைவன் படைத்தனன்

தன்னை நன்றாகத் தமிழ்செய்யு மாறே.

- திருமூலர் திருமந்திரம்

என்னைத் தன்னாக்கி, என்னால் தன்னை

இன் தமிழ் பாடிய ஈசனை,

- நம்மாழ்வார் திருவாய்மொழி

நான்மறைவல்ல ஞானசம்பந்தன்

ஊறும் இன்தமிழால் உயர்ந்தாருறை தில்லைதன்னுள்

- சம்பந்தர் தேவாரம்

ஏழிசைவண் தமிழ்மாலை இவனெம்மான் எனக்காட்டி

- சேக்கிழார் பெரியபுராணம்

முத்தமிழ் அடைவினை முற்படு கிரிதனில்

முற்பட எழுதிய முதல்வோனே

- அருணகிரிநாதர் திருப்புகழ்

இந்த ஆய்வின் நோக்கம் தமிழின் பெருமைகளை மீண்டும் மீண்டும் பறைசாற்றுவதற்கானதன்று. வெறித்தனமான மொழிப்பற்றும்(Language Fanatism) இத் தேடலுக்கான அடிப்படையன்று. மாறாக, இன்றைய சூழலில் உலகம் முழுதும் பரவி வாழ்ந்துகொண்டிருக்கும் கோடிக்கணக்கான தமிழர்களில் ஏறத்தாழ இரு தலைமுறை இளைஞர்களுக்கு

தமிழ் மொழியின் அடிப்படைக் கூறுகளை அறிமுகப்படுத்த வேண்டிய கடமையும் பொறுப்பும் மூத்த தலைமுறையினர்க்கு உள்ளது. ஏனெனில், இன்றைய ஒட்டுமொத்த தமிழ்ச் சமூகத்தில் பெரும்பான்மை இளைய தலைமுறையினர்க்கு தமிழ்க் கல்வி வழங்கப் பெறவில்லை. இவர்களில் ஒரு பகுதியினர் தமிழைப் பேசவும் எழுதவும் அறிந்தவர்கள்; ஒரு பகுதியினர் தமிழைப் பேச மட்டும் அறிந்தவர்கள்; இரண்டும் அறியாதவரும் உண்டு; ஒரு சிறு பகுதியினரே தமிழில் படைக்கவும், படைப்புகளை படித்து, இன்புற்று, சுவைக்கவும் அறிந்தவர்கள். இந்நிலையில் தமிழ்மொழியின் அடிப்படைக்கூறுகள், தனித்தன்மை, பரந்துபட்ட மொழி ஆற்றல், இலக்கண, இலக்கியவளம், செம்மொழிச் சிறப்பு எனப் பல்வேறு கூறுகள் பற்றிய தரவுகளையெல்லாம் திரட்டி, இத்தலைமுறையினர்க்குக் கொண்டு சேர்ப்பதே இந்த நூலின் நோக்கமாகும்.

தமிழ் எனப்படுவது – இனிமையும் நீர்மையும் :

நிகண்டுகள் :

பிங்கலந்தை என்னும் பிங்கல நிகண்டு – பிங்கல முனிவர்

(10ஆம் நூற்றாண்டு)

"இனிமையும் நீர்மையும் தமிழென லாகும்" *(3610)*

சூடாமணி நிகண்டு – மண்டல புருடர் *(16ஆம் நூற்றாண்டு)*

தமிழ் என்பது இனிமை, நீர்மை; *(11ஆம் தொகுதி : 138)*

சதுரகராதி – வீரமாமுனிவர் *(18ஆம் நூற்றாண்டு)*

தமிழ் = இனிமை, ஒரு பாடை *(ஒரு மொழி)*, **நீர்மை**

இவற்றைத் தொடர்ந்து தமிழில் வெளிவந்த சென்னைப் பல்கலைக்கழகப் பேரகராதி உள்ளிட்ட அனைத்து அகரமுதலிகளும் 'தமிழ்' என்ற சொல்லுக்கு இனிமை, நீர்மை என்ற பொருளையே தருகின்றன என்பதும் ஈண்டு நினைவுகூரத் தக்கது. தொல்காப்பிய உரையாசிரியர்கள் தொடங்கிப் பிற்கால உரையாசிரியர்களும் இதே கருத்தினை வழிமொழிந் திருப்பதற்கான சான்றுகள் பல காணப்படுகின்றன.

பிங்கல நிகண்டின் இச்சூத்திரத்தை அடிப்படையாகக் கொண்டு, 'தமிழென்னும் பெயரு'க்கு இனிமை என்பதே பொருள் என்று முதுபெரும் அறிஞர் **ரா. இராகவையங்கார்** தரும் விளக்கங்கள் ஆழ்ந்து சிந்திக்கத்தக்கவை.

"தமிழ் என்னுஞ் சொல் இனிமை பொருளில் வருதலை,

தமிழ் தழீஇய சாயலவர் *(சீவக.2026)* எனத் திருத்தக்க தேவரும்,

தமிழ்ப் பாட்டிசைக்குந் தாமரையே" *(இராமா. பம்பைப்.29)* எனக் கம்பநாடரும் கூறுவது கொண்டு எளிதிற் றெளியலாகும். சாயல்(மென்மை)தமிழ் தழீஇயதாகக் கூறினார். அங்கே பெண்பாலார் உடம்பின் மென்மை தமிழ் மொழி தழீஇயதாகக் கூறுதல் இயலாது. சாயல், கண்டார்க்கு இனிமை செய்தலான் இனிமை தழீஇய சாய லென்று நச்சினார்க் கினியர் அங்கே உரைத்தார். இவ்வாறே கம்பநாடர், கேட்டார்க்கு இனிமை செய்தலால் இனிமையுடைய பாட்டை வண்டுகள் இசைப்பனவாகக் கூறுவதே பொருந்துவதாகும். பிங்கல நிகண்டுகாரர், "இனிமையும் நீர்மையும் தமிழென லாகும்" எனக் கூறுதலால் இனிமையே யன்றி நீர்மையும் இத்தமிழ் என்னும் சொற்குப் பொருளாதல் காணலாம். இனிமையையே இம்மொழிக்கு அடையாக வைத்து "இன்றமிழ்" என வழங்குதல் பலவிடங்களிலும் காணலாம்.

மிகவும் பழைய நூலாகிய பரிபாடலின் கண், **"தமிழ் வையைத் தண்ணம் புனல்"** *(பரிபா.6, 60)* என வந்தது. இதற்குப் பரிமேலழகர், 'தமிழையுடைய வையைப் புனல்' என உரைத்தார். இங்கே இனிமையை உடையவையைப் புனல் என்று கொள்வது நேரே பொருந்தியதாகும். காவிரியைத் தமிழ்நாட்டின் ஒரு பகுதிக்குப் பெருவளஞ் சுரப்பது பற்றித், **'தண்டமிழ்ப் பாவை'** என மணிமேகலைப் பதிகத்துட்(25)கொள்ள வைத்தது போல, இங்கும் தமிழ்நாட்டு வையையெனக் கொள்ள வைத்தாரென்னாது தமிழையுடையவையையென்று அவர் கூறியதனையும் நோக்கிக் கொள்க." *(தமிழ் வரலாறு . பக்கம்-6,7)*

இவ்விடத்து உரையாசிரியர் இனிமையென்று பொருள் கொண்டபோதிலும், 'தண்ணம் புனல்', 'தண்டமிழ்ப் பாவை' என்பவை குளிர்ச்சியைக் குறிக்கும் 'நீர்மை' என்றும் பொருள்படும் என்பது இந்நூலாசிரியர் கருத்து.

இதனைத் தொடர்ந்து, மேலும் சில இலக்கியச் சான்றுகளைக் காண்போம்.

2. தமிழ் எனப்படுவது இனிமை

தமிழ் என்னும் சொல்லுக்கு இனிமை யென்னும் பொருள் உண்டென்பதற்குச் சான்றாகத் தமிழிலக்கியப் பெரும் பரப்பில் மேற்கோள் காட்டும் இடமெல்லாம் தமிழ் என்பது இனிமையை யுடையவற்றிற்கு அடையாய் அடுத்து வருதலைக் காணலாம். இவ்வாறே இனிமை உடையது என்னும் பொருளில் 'இன்றமிழ்' (இன்தமிழ்), 'தீந்தமிழ்' என்று தொன்றுதொட்டுப் புலவர்களால் செய்யுள் வழக்கில் சிறப்பாகக் குறிப்பிடப்பட்டு வருகிறது.

முத்தொள்ளாயிரம்:

பழந்தமிழ் நூல்களுள் ஒன்றான முத்தொள்ளாயிரம் சங்ககாலத் தொகை நூல்களைத் தொடர்ந்து இயற்றப்பட்ட நூல் என்று கருதப்படுகிறது. நூலாசிரியர் பெயரை அறிய இயலவில்லை என்பது அறிஞர்கள் கூற்று. இந்நூல் முழுமையும் கிடைக்கப் பெறவில்லை என்பது வருந்துதற்குரிய செய்தியாகும். இந் நூலின் முதற்பகுதி பாண்டிய மன்னன் பற்றிப் பாடுவது. பாண்டியன் புகழ் பாடும் முதல் பாடலில் தமிழின் இனிமை போற்றப்படுகிறது.

மடங்கா மயிலூர்தி மைந்தனை நாளுங்
கடம்பம்பூக் கொண்டேத்தி யற்றால் - தொடங்கமருள்

நன்றிலங்கு வென்றி நிறைகதிர்வேல் மாறனை

__இன்தமிழால்__ யாம்பாடும் பாட்டு.

இறையனார் அகப்பொருள் : நக்கீரனார் உரைசெய்த இந்நூலில் தமிழ் அறிஞர்களால் முதல் கோவை நூல் என்று கருதப்படும் **'பாண்டிக் கோவை'**யிலிருந்து *300*க்கும் மேற்பட்ட செய்யுட்கள் மேற்கோள்களாகக் காட்டப்பட்டுள்ளன. இச் செய்யுட்களில் பலவிடத்து இனிமையுடைய தமிழ் என்னும் பொருளில் **'இன்றமிழ்'** என்றும் **'தீந்தமிழ்'** என்றும் குறிக்கப்படுகிறது.

பாவணை **யின்றமிழ்** வேந்தன் பராங்குசன் பாழிவென்ற

வேவணை வெஞ்சிலை யான்வஞ்சி அன்னா

யினையலெம்மூர் *(13 :1,2)*

ஆய்கின்ற **தீந்தமிழ்** வேந்தன் அரிகே சரியணிவான்

தோய்கின்ற முத்தக் குடைமன்னன் கொல்லியஞ்

சூழ்பொழில்வாய் *(28:1,2)*

அரைதரு மேகலை அன்னமன்

னாய்பண் டகத்தியன்வாய்,

உரைதரு **தீந்தமிழ்** கேட்டோன் உசிதன் . . . . .

(93: 1,2)

பாவுற்ற **தீந்தமிழ்** வேந்தன் பராங்குசன் பாழிப்பற்றாக்

கோவுற்ற அல்லல்கண் டான்கொல்லிச் சாரலெங்

கொய்புனத்துள்

ஏவுற்ற புண்ணொடு மான்வந்த தோவென்னு

மீர்ஞ்சிலம்பா

மாவுற்ற புண்ணிற்கு இடுமருந் தோநின்கை வார்தழையே

(123)

பூநின்ற வேன்மன்னன் பூலந்தை வான்புகப் பூட்டழிந்த

வேநின்ற வெஞ்சிலை வேந்த னிரணாந் தகனறியும்
பானின்ற **இன்றமி ழன்ன**நல் லாய்நம்பைங் கானலின்வாய்த்
துநின்ற மென்சிறை யன்னமின்று ஒன்றுந் துயின்றிவே.
(140)

விளைக்கின்ற பல்புகழ் வேந்தன் விசாரிதன்
விண்டெதிர்ந்து
திளைக்கின்ற மன்னரைச் சேவூ ரழித்தவன் **தீந்தமிழ்**போல்
வளைக்கொன்று கைம்மங்கை யாய்சென்று கோடுநின்
வாயுள்வந்து
முளைக்கின்ற முள்ளெயிற்றேர் கொண்டரும்பின
முல்லைகளே. *(168)*

அகநானூறு சங்க இலக்கிய எட்டுத்தொகை நூல்களுள் ஒன்றாகும். அந் நூலின் பாயிரத்தில்,

"ஆய்ந்த கொள்கைத் **தீந்தமிழ்ப்** பாட்டுள்
நெடிய வாகி அடிநிமிர்ந் தொழுகிய
இன்பப் பகுதி இன்பொருட் பாடல்
நானூ றெடுத்து நூல் நவிற் புலவர்"

என்று தமிழின் இனிமையைப் பாடுகிறார் இப் பாயிரம் எழுதிய புலவர் இடையளநாட்டு மணக்குடியான் பால் வண்ண தேவனான **வில்லவதரையன்.**

சீவக சிந்தாமணி - திருத்தக்க தேவர் - பாடல் எண். 2063

இன்றமிழ் இயற்கை யின்பம்,
நிலைபெற நெறியில் துய்த்தார் நிகர்தமக் கிலாத நீரார்

பல்காப்பியம் புறநடைச் சூத்திரம் :

கூறிய குன்றினு முதனூல் கூட்டித்

தோமின் றுணர்தல் தொல்காப்பியன்தன்

ஆணை **யின்றமிழ்** *அறிந்தோர்க்குக் கடனே.*

தேவாரம் :

திருஞானசம்பந்தர் : பதிக எண். 22 தலம் : திருமறைக்காடு பாடல் எண். 10

இசையமர் கழுமல நகரிறை தமிழ்விர

கனதுரை இயல்வல

இசைமலி தமிழ்ஒரு *பதும்வல அவருல*

கினில் எழில் பெறுவரே. (3, 4)

பதிக எண். 56 தலம் : திருப்பாற்றுறை பாடல் எண். 11

பத்தர் மன்னிய பாற்றுறை மேவிய

பத்து நூறு பெயரனைப்

பத்தன் ஞானசம் பந்தனது **இன்தமிழ்**

பத்தும் பாடிப் பரவுமே.

பதிக எண். 114 தலம் : திருமாற்பேறு பாடல் எண். 10

அந்தமில் ஞானசம் பந்தன் சொன்ன

செந்திசை பாடல்செய் மாற்பேற் றாஇச்

*சந்தம்***இன் தமிழ்***கள் கொண்டு ஏத்தவல்லார்*

எந்தைதன் கழலடி எய்துவரே.

பதிக எண். 259 தலம் : கோயில் *(தில்லை)* **பாடல் எண். 11**

நாறு பூம்பொழில் நண்ணிய காழியுள்

நான்மறைவல்ல ஞானசம்பந்தன்

ஊறும் **இன்தமிழால்** *உயர்ந்தாருறை தில்லைதன்னுள் (1,2)*

பதிக எண். 300 தலம் : கோயில் *(தில்லை)* **பாடல் எண். 11**

கல்லில் ஓதமல்குதண் கானல்சூழ்ந்த காழியான்

நல்லவாய இன்தமிழ் நவிலுஞான சம்பந்தன் (1,2)

ஏழாம் திருமுறை - சுந்தரமூர்த்தி சுவாமிகள் :

பதிக எண். 85 தலம் : திருக்கூடலையாற்றூர் பாடல் எண்.10

நாடிய **இன்தமிழால்** *நாவல வூரன்சொல்*

பாடல்கள் பத்தும்வல்லார் தம்வினை பற்றறுமே. (3, 4)

பதிக எண். 100 தலம் : திருநொடித்தான்மலை பாடல் எண்.10

ஏழிசை **இன்தமிழால்** *இசைந்தேத்திய பத்திவையும்*

ஆழி கடல்அரையா அஞ்சையப்பர்க்கு அறிவிப்பதே

(3, 4)

எட்டாம் திருமுறை - மாணிக்கவாசகர் - திருக்கோவையார் - பாடல் எண். 20

உறைவான் உயர்மதில் கூடலின்

ஆய்ந்தஒண் **தீந்தமிழின்**

துறைவாய் நுழைந்தனை யோஅன்றி

ஏழிசைச் சூழல்புக்கோ (3, 4)

ஒன்பதாம் திருமுறை - திருவிசைப்பா.

கருவூர்த் தேவர் பாடியவை - பாடல் எண். 100

நாரணன் பரவும் திருவடி நிலைமேல்

நலமலி கலைபயில் கருவூர்

ஆரணம் மொழிந்த **பவளவாய் சுரந்த**

அமுதம்ஊ றியதமிழ் *மாலை (2,3)*

பாடல் எண். 121.

ஆலயம் பாகின் அனையசொற் கருவூர்

அமுதுறழ் தீந்தமிழ் மாலை

சீலமாப் பாடும் அடியவர் எல்லாம்

சிவபதம் குறுகிநின் றாரே. *(3, 4)*

பாடல் எண். 182.

கருங்கண்நின் றிமைக்கும் செழுஞ்சுடர் விளக்கம்

கலந்தென கலந்துணர் கருவூர்

தருங்**கரும் பனைய தீந்தமிழ்** மாலை

தடம்பொழில் மருதயாழ் உதிப்ப *(2, 3)*

திருவாலியமுதனார் பாடியது. பாடல் எண். 256

இறைவனை ஏத்துகின்ற இளையாள்மொழி **இன்றமிழால்**

மறைவல நாவலர்கள் மகிழ்ந்தேத்து சிற்றம்பலத்தை

(1, 2)

பதினோறாம் திருமுறை - திருக்கயிலாய ஞான உலா - சேரமான் பெருமாள் நாயனார்.

தீந்தமிழின் தெய்வ வடிவாள் திருந்தியசீர்

வாய்ந்த மடந்தைப் பிராயத்தாள் ……….. *(111, 112)*

நம்பியாண்டார் நம்பிகள் பாடியவை - ஆளுடைய பிள்ளையார் திருவந்தாதி

திண்ணன வார்சென்ற நாட்டிடை

இல்லைகொல் **தீந்தமிழோர்**

கண்ணென ஓங்கும் கவுணியர்

தீபன்கை போல்பொழிந்து *(27. 1, 2)*

ஆளுடைய பிள்ளையார் திருக்கலம்பகம் பாடல் எண். 21

பாவேறிய **மதுரத்தமிழ்** விரகன்புக லியர்மன்
பயில்வண்புகழ் அருகாசனி பணியன்றெனின்
நமர்காள் (3)

பன்னிரண்டாம் திருமுறை - பெரிய புராணம் - சேக்கிழார் பெருமான்

திருஞானசம்பந்த நாயனார் புராணம். பாடல் எண். 44

சேயபொருள் திருமறையும் **தீந்தமிழும்** சிறக்கவரு
நாயகனைத் தாலாட்டு நலம்பலபா ராட்டினார். (3, 4)

பாடல் எண். 364

இன்னிசைத் தமிழ்புனைந் திறைவர்சே லூருடன்
பன்னுபா வைத்துறைப் பதிபணிந் தேகினார். (3, 4)

பாடல் எண். 383

புலன்கொள் இந்தமிழ் போற்றினர் புறந்தினில் அணைந்தே
இலங்குநீர்ப் பொன்னி சூழ்திருப் பதியினில் இருந்து (1, 2)

பாடல் எண். 426

நச்சி **இன்தமிழ்** *பாடிய ஞானசம் பந்தர்*
இச்சை யேபுரிந் தருளிய இறைவரின் னருளால் (1, 2)

திருநாவுக்கரசு நாயனார் புராணம் பாடல் எண். 178

ஆழிவிடம் உண்டவரை அம்மைதிருப் பாலமுதம் உண்டபோதே
ஏழிசைவண் தமிழ்*மாலை இவனெம் மான் எனக்காட்டி*
இயம்ப வல்ல (1, 2)

பாடல் எண். 361

அன்ன தன்மையர் கயிலையை அணைவதற் கருளார்
மன்னு **தீந்தமிழ்** *புவியின்மேற் பின்னையும் வழுத்த (1, 2)*

பாடல் எண். 393

தீந்தமிழ்நாட் டிடைநின்றும் எழுந்தருளிச் செழும்பொன்னி

வாய்ந்தவளந் திருநாட்டு வந்தணைந்தார் வாக்கினுக்கு *(1, 2)*

நாலாயிர திவ்யப் பிரபந்தம் - பெரியாழ்வார் திருமொழி

மூன்றாம் பத்து - இரண்டாம் திருமொழி - பாடல் எண். 243

பொன்திகழ் மாடப் புதுவையர் கோன்பட்டன் சொல்

இன்தமிழ் மாலைகள் வல்லவர்க்கு இடரில்லையே. *(3, 4)*

நாச்சியார் திருமொழி - ஆண்டாள் நாச்சியார் - பாடல் எண். 513

பொருப்பன்ன மாடம் பொலிந்து தோன்றும்

புதுவையர்கோன் விட்டுசித்தன் கோதை,

விருப்புடை **இன்தமிழ் மாலை** வல்லார்

விண்ணவர்கோன் அடி நண்ணுவரே. *(3, 4)*

பெருமாள் திருமொழி - குலசேகர ஆழ்வார் - பாடல் எண். 667

கொல்லி காவலன் கூடல் - நாயகன்

கோழிக் கோன் குலசேகரன்

சொல்லின் **இன்தமிழ் மாலை** வல்லவர்

தொண்டர் தொண்டர்கள் ஆவரே. *(3, 4)*

பாடல் எண். 707

கொல்லி நகர்க்கு இறை கூடற்கோமான்

குலசேகரன் இன்னிசையில் மேவி

சொல்லிய **இன்தமிழ் மாலை** பத்தும்

சொல்ல வல்லார்க்கு இல்லை துன்பமே. *(3, 4)*

பெரிய திருமொழி - திருமங்கை ஆழ்வார் - பாடல் எண். 1057

கன்னி மா மதிள் மங்கையர்

கலி கன்றி **இன்தமிழால்** *உரைத்த இம்*

மன்னு பாடல் வல்லார்க் கிடமாகும் வானுலகே.
(3, 4)

ஒன்பதாம் திருவாய்மொழி - நம்மாழ்வார் - ஏழாம் பத்து -

பாடல் எண் . 3425

என்றைக்கும் என்னை உய்யக்கொண்டு போகிய

அன்றைக்கு அன்று என்னைத் தன்னாக்கி, என்னால் தன்னை

இன் தமிழ் *பாடிய ஈசனை, ஆதியாய்*

நின்ற என் சோதியை, என்சொல்லி நிற்பனோ? (2 - 4)

கல்லாடம் - கல்லாடனார் - முருகர் துதி

கடலமு தெடுத்துக் கரையில்வைத் ததுபோற்

பரப்பினின் றமிழ்ச்சுவை திரட்டிமற் றவர்க்குத்

தெளிதரக் கொடுத்த தென்றமிழ்க் கடவுள்.

‘அறத்தொடு நிற்றல்’ - பாடல் எண். 10

மீனும் கொடியும் விரிதிணை ஐந்தும்

தேனுறை தமிழும் *திருவுறை கூடலும்*

மணத்தலின் மதிக்குல மன்னவன் ஆகியும் (11 - 13)

இனிமை என்னும் பொருளில் **தேனுறை தமிழும்** *என்றது கவனத்திற்குரியது.*

கவிச்சக்கரவர்த்தி கம்பர் - கம்ப ராமாயணம்

கிஷ்கிந்தா காண்டம் - ஆறுசெல் படலம்

அனைய பொன்னிய கன்புன நாடொரீஇ
மனையின் மாட்சிகு லாமலை மண்டலம்
வினையி னீங்கிய பண்பினர் மேயினார்
இனிய தென்தமிழ் நாடு*சென் றெய்தினார் (52)*

புராணங்கள்

கந்தபுராணம் - கச்சியப்ப சிவாச்சாரியார் (14 ஆம் நூற்றாண்டு)

6. தக்ஷ காண்டம் - வள்ளியம்மை திருமணப் படலம்

வேல்சேர்ந்த செங்கைக் குமரன்வியன் காதை தன்னை
*மால்சேர்ந் துரைத்***தேன் தமிழ்***ப்பாவழு வுற்ற தேனும்*
நூல்சேர்ந்த சான்றீர் குணமேன்மை நுவன்று கொள்மின்
பால்சேர்ந் ததனாற் புனலும்பய னாவ தன்றே. 263

திருவிளையாடல் புராணம் - பரஞ்சோதி முனிவர் - சங்கத்தார் கலகம் தீர்த்த படலம்

பின்பாவல ரெல்லாம்பெரு வணிகக்குல மணியைக்
யன்பாலழைத் தேகித்தம தவையத்திடை யிருத்தா
நன்பாமலர் நறுஞ்சாந்துகொண் டருச்சித்தனர் நயந்தே
*முன்பாலிருந் தருந்***தீந்தமிழ்** *மொழிந்தாரவை கேளா.*

அருணகிரிநாதர் - திருப்புகழ்

சிவனைநிகர் பொதியவரை முனிவனக மகிழவிரு
செவிகுளிர **இனியதமிழ்** *பகர்வோனே*

கலம்பகங்கள்

மதுரைக் கலம்பகம் - குமரகுருபரர் *(17ஆம் நூற்றாண்டு)* **- பாடல் எண்.6**

பொழிந்தொழுகு முதுமறையின் சுவைகண்டும் புத்தமுதம்
வழிந்தொழுகும் **தீந்தமிழின்** மழலைசெவி மடுத்தனையே

புயவகுப்பு - நான்காமடி

தருசுவை யமுதெழ மதுரம தொழுகு
பசுந்தமிழ் *மாலை நிரம்பப் புனைந்தன (1, 2)*

திருமயிலாசலக் கலம்பகம் - தண்டபாணி சுவாமிகள் *- 19ஆம் நூற்றாண்டு*

பாடல் எண். 12 புயவகுப்பு.

மதுரசா கரத்தமிழை *யுதவுசீ ருடைப்பொதியை*
வரையின்வாணர் மெய்த்தவசி போலப் படர்ந்தன. (4 : 2, 3)

பாடல் எண். 70

பாகுநிகர் தமிழ்ப்பாடல் *பலபாடிக் களிகூறும்*
பழையோர்கள் பெற்றபயன் படிறேனும்
பெறவேண்டி (2, 3)

பிள்ளைத்தமிழ் நூல்கள் :

மீனாட்சியம்மை பிள்ளைத்தமிழ் - குமரகுருபரர் *(17ஆம் நூற்றாண்டு)*

காப்புப் பருவம் - சிவபெருமான் - பாடல் எண். 3

வழுதி யுடையகண் மணியொ டுலவுபெண்

மணியை அணிதிகழ் செல்வியைத் **தேக்கமழ்**
மதுரம் ஒழுகிய தமிழின் *இயல்பயில்*
மதுரை மரகத வல்லியைக் காக்கவே. (4 : 5, 6)

வருகைப் பருவம் - பாடல் எண். 61

தொடுக்குங் கடவுட் பழம்பாடல் தொடையின் பயனே நறைபழுத்த
துறைத் **தீந் தமிழின்** *ஒழுகுநறுஞ் சுவையே . . . . . (1)*

மணவைத் திருவேங்கடமுடையான் பிள்ளைத்தமிழ்

(நூலாசிரியர் பெயரும் காலமும் அறியப்படவில்லை.)

காப்புப் பருவம் - நம்மாழ்வார் - பாடல் எண். 1

புத்தேள் மணவை நகர் பொருந்தும்
புயலைத் திருவேங் கடமுகிலைத்
தென்னார் **அமுதத் தமிழ்ப்** *பனுவல்*
தெளிந்து பிள்ளைத் தமிழ் பாடும் (2, 3)

இராமலிங்க சுவாமிகள் பிள்ளைத்தமிழ் - பொன்னேரி சுந்தரர்

வருகைப் பருவம் - பாடல் எண். 5

திருவருட் பிரகாச வள்ளல்நீ திருநீ றணிந்துருத் ராக்கமணியால்
திருமந்திரம் நாளும் செபித்துவிழி நீர்பெருகி **தீந்தமிழ்**
எடுத்தோது நீ (1, 2)

நாடகத் தமிழ் நூல்கள்

இராம நாடகம் - சீர்காழி அருணாசலக்கவிராயர் *(18ஆம் நூற்றாண்டு)*

இராமாயண ஓரடிக் கீர்த்தனை - விருத்தம் *(தொடக்கம்)*

ஏர்கொண்ட நான்மறையின் பொருளையெல்லாம்

இனிய தமிழாற்செய்து தொண்டர்க்கீந்த

பார்கொண்ட குருகூர்வாழ் சடகோபாழ்வார் (1, 2)

நாடகத் தந்தை சங்கரதாஸ் சுவாமிகள் *(19 - 20ஆம் நூற்றாண்டு)*

நாடக இசைப் பாடல் - முருகன் துதி - 'முருகன் திருமால் மருகன் பெருமை'

சரணம் - 2

மதுரத் தமிழ் *முனிவர்க் கருள் சிவ சுப்பிர மணியப் பெயர் (4)*

குசேலோபாக்கியாநம் - வல்லூர் தேவராஜ பிள்ளை (19ஆம் நூற்றாண்டு)

பாயிரம் - பாடல் எண்.13

வாராருந் தடநிரம்ப மனப்பரம்பின் **இனியதமிழ்** *மாரி பெய்த*

பேராரு மீனாட்சி சுந்தரதே சிகமுகிலைப் பேணி வாழ்வாம். (3, 4)

நூல் வரலாறு - பாடல் எண்.15

நிறைபுகழ் பாக வதத்திலோர் கதையாய் நிலவிய

குசேலன்மாக் கதையைத்

துறைகெழு செஞ்சொல் **தீந்தமிழ்ப்** *பாவால் சொற்றிட*

லுற்றனென் மன்னோ. (3, 4)

பாஞ்சாலி சபதம் - சுப்பிரமணிய பாரதியார் - பிரம ஸ்துதி - நொண்டிச் சிந்து

இன்றமிழ் *நூலிதுதான் - புகழ்*

ஏய்ந்தினி தாயென்று மிலகிடவே. (2 : 7, 8)

'இனிமை' என்பதற்கு இங்கு மேற்கோள் தரப்பட்டிருக்கும் பாடல்கள் மிகவும் குறைவு. இன்று வரை இம்மரபு

பின்பற்றப்படுவதற்கான சில சான்றுகளாக மட்டுமே இவை இடம்பெற்றுள்ளன. நம் தமிழின் தொல் மரபையும் தொடர்ச்சியையும் நினைவூட்டவே சில பாடல்கள் மட்டும் எடுத்தாளப்பட்டுள்ளன.

3. தமிழ் எனப்படுவது நீர்மை

நீர்மை என்ற சொல் நீரின் தன்மையான தண்மையாகிய குளிர்ச்சியைக் குறிக்கும். இப் பண்பினைக் குறிக்கும் வகையில் தொன்றுதொட்டு தமிழ் இலக்கியங்களில் '**தண்டமிழ்**' (தண் + தமிழ்) என்று புலவர்களால் போற்றப்பட்டுவருவதைக் காண முடிகிறது.

புறநானூறு - ஐயூர் முடவனார் பாடல்.

நீர் மிகின் சிறையும் இல்லை; தீ மிகின்,
மன்னுயிர் நிழற்றும் நிழலும் இல்லை
வளி மிகின் வலியும் இல்லை; ஒளிமிக்கு,
அவற்றோ ரன்ன சினப்போர் வழுதி,
தண்தமிழ் *பொதுஎனப் பொறாஅன் போரெதிர்ந்து,*

(புறம்.51 : 1 - 5)

வடம வண்ணக்கன் பேரிசாத்தனார் பாடல்.

விடுத்தனென்; வாழ்க; நின் கண்ணி! தொடுத்த
தண் தமிழ் வரைப்பகம் கொண்டியாக, (புறம்.198 : 11,12)

பரிபாடல் - 9. செவ்வேள் - குன்றம்பூதனார் பாட்டு.

தள்ளாப் பொருள் இயல்பின் **தண் தமிழ்** ஆய்வந்திலார்
கொள்ளார், இக்குன்று பயன் *(25, 26)*

பரிபாடல் திரட்டு - 8. மதுரை

தாதின் அனையர், **தண் தமிழ்க்** குடிகள் ;
தாது உண் பறவை அனையர் , பரிசில் வாழ்நர்; *(5, 6)*

பாடல் - 9. மதுரை

தண் தமிழ் வேலித் தமிழ்நாட்டகம் எல்லாம்
நிலைஇப் புகழ் பூத்தல் அல்லது,
குன்றுதல் உண்டோ மதுரைக் கொடித்தேரான்
குன்றம் உண்டாகும் அளவு?

சிலப்பதிகாரம் - இளங்கோ அடிகள் - பதிகம்

அவனுழை யிருந்த **தண்டமிழ்ச்** சாத்தன்
யானறி குவனது பட்டதென் றுரைப்போன்
ஆரங் கண்ணிச் சோழன் மூதூர்ப்
பேராச் சிறப்பிற் புகார்நக ரத்துக்
கோவல னென்பானோர் வாணிக னவ்வூர் *(10 - 14)*

3.வஞ்சிக் காண்டம் - 28. நடுகற் காதை

செல்வம் நில்லா தென்பதை வெல்போர்த்
தண்டமிழ் இகழ்ந்த ஆரிய மன்னரிற்
கண்டனை யல்லையோ காவல் வேந்தே *(152 - 154)*
பெரும்பெயர்ப் பெண்டிர்க்குக் கற்புச் சிறவாதுஎனப்
பண்டையோர் உரைத்த **தண்டமிழ்** நல்லுரை
பார்தொழுது ஏத்தும் பத்தினி ஆகலின் *(208 - 210)*

மணிமேகலை - சீத்தலைச் சாத்தனார் - பதிகம்

பாடல்சால் சிறப்பின் பரதத் தோங்கிய
கோடாச் செங்கோற் சோழர்தங் குலக்கொடி
கோள்நிலை திரிந்து கோடை நீடினும்
தான்நிலை திரியாத் தண்டமிழ்ப் பாவை (22 - 25)

19. சிறைக்கோட்டம் அறக்கோட்டம் ஆக்கிய காதை

மகத வினைஞரும் மராட்டக் கம்மரும்
அவந்திக் கொல்லரும், யவனத் தச்சரும்,
***தண்டமிழ்** வினைஞர் தம்மொடும் கூடிக்*
கொண்டினி தியற்றிய கண்கவர் செய்வினை (107 - 110)

திருவள்ளுவ மாலை - நக்கீரர் - பாடல் எண். 7

*தானே முழுதுணர்ந்து **தண்டமிழின்** வெண்குரளா*
லானா வறமுதலா வந்நான்கு - மேனோருக்
கூழி னுரைத்தாற்கு மொண்ணீர் முகிலுக்கும்
வாழியுல கென்னாற்று மற்று.

தேவாரம் :

திருஞானசம்பந்தர்

பதிக எண். 51 தலம் : திருச்சோபுரம் பாடல் எண். 11

ஞாலமிக்க **தண்தமிழால்** ஞானசம்பந் தன்சொன்ன
கோலமிக்க மாலைவல்லார் கூடுவர் வான் உலகே. *(3,4)*

பதிக எண். 190 தலம் : திருப்புகலி பாடல் எண். 11

அப்பரிசிற் பதியான அணிகொள் ஞான சம்பந்தன்
செப்பரிய **தண்டமிழால்** தெரிந்த பாடல்
இவைவல்லார் *(2,3)*

பதிக எண். 225 தலம் : திருக்கொச்சைவயம் பாடல் எண். 10

அந்த ணன்னடி யேத்தும் அருமறை ஞானசம் பந்தன்
சந்தம் ஆர்ந்துஅழ காய **தண்டமிழ்** மாலைவல்
லோர்போய் *(2,3)*

பதிக எண். 228 தலம் : திருப்புகலூர் பாடல் எண். 10

தங்கு சீர்திகழ் ஞான சம்பந்தன் தண்டமிழ் பத்தும்
எங்கும் ஏத்தவல் லார்கள் எய்துவர் இமையவர்
உலகே. *(3,4)*

பதிக எண். 229 தலம் : திருத்தெங்கூர் பாடல் எண். 11

கந்தம் ஆர்பொழில் சூழ்ந்த காழியுள் ஞானசம் பந்தன்
சந்தம் ஆயின பாடல் **தண்டமிழ்** பத்தும்வல்
லார்மேல் *(2,3)*

பதிக எண். 335 தலம் : திருமாணிகுழி பாடல் எண். 11

சந்தநிறை **தண்டமிழ்** தெரிந்துணரும் ஞானசம்
பந்தனதுசொல்
முந்திசை செய்து மொழிவார்களுடை யார்கள்நெடு
வானநிலனே. *(3,4)*

பதிக எண். 365 தலம் : திருநாரையூர் பாடல் எண். 11

பாடிய லும்திரை சூழ்புகலித் திருஞான சம்பந்தன்
சேடிய லும்புகழ் ஓங்குசெம்மைத் திருநாரை யூரான்
மேல்

*பாடிய **தண்டமிழ்** மாலைபத்தும் பரவித் திரிந்தாக*

வாடிய சிந்தையி னார்க்குநீங்கும் அவலக் கடல் தானே.

சுந்தரமூர்த்தி சுவாமிகள்

பதிக எண். 4 தலம் : திரு அஞ்சைக்களம் பாடல் எண். 10

மந்தமுழ வும்குழ லும்இயம்பும்

வளர்நாவலர் கோன்நம்பி யூரன்சொன்

*சந்தம்மிகு **தண்டமிழ்** மாலைகள்கொண்டு*

அடிவீழவல் லார்தடு மாற்றிலரே. (3, 4)

பதிக எண். 70 தலம் : திருவாவடுதுறை பாடல் எண். 10

அண்ட வாணனைச் சிங்கடி யப்பன்

அணுக்க வந்தொண்டன் ஆர்வத்தால் உரைத்த

தண்ட மிழ்மலர் பத்தும்வல் லார்கள்

சாத லும்பிறப் பும்மறுப் பாரே.

பதிக எண். 96 தலம் : திருவாரூர் பாடல் எண். 6

*தம்மானே **தண்தமிழ்** நூற்பல வாணர்க்கோர்*

அம்மானே பரவையுண் மண்டளி அம்மானே. (3, 4)

பதினோறாம் திருமுறை - நம்பியாண்டார் நம்பிகள் பாடியவை

ஆளுடைய பிள்ளையார் திருவந்தாதி

அவர்சென் றணுகுவர் மீள்வதிங்(கு) அன்னை அருகர்தம்மைத்

*தவர்கின்ற **தண்டமிழ்ச்** சைவ சிகாமணி சண்பையென்ன*

(14. 1,2)

ஆளுடைய பிள்ளையார் திருச்சண்பை விருத்தம் பாடல் எண். 7

ஒண்டலைத் **தண்டமிழ்க்** குண்டா சனிஉம்பர் பம்பிமின்னும்
கொண்டலைக் கண்டுவண் டாடப் பெடையொடும்
கொக்குறங்கும் *(2, 3)*

ஆளுடைய பிள்ளையார் திருமும்மணிக்கோவை பாடல் எண். 1

ஏழிசை யாழை எண்திசை அறியத்
துண்டப் படுத்த **தண்டமிழ்** விரகன்
காழி நாடன் கவுணியர் தலைவன் *(8 - 10)*

பாடல் எண். 16

நாடொறு மறைக்கும் சேடுறு காழி
எண்டிசை நிறைந்த தண்டமிழ் விரகன் *(13, 14)*

ஆளுடைய பிள்ளையார் திருக்கலம்பகம் பாடல் எண். 43

புனை **தண் டமிழின்** இசையார் புகலிக் கரசைப் புகழ்பாடி
புலையச் சேரிக் காளை புகுந்தால் என்சொற் புதிதாக்கி *(3)*

பன்னிரண்டாம் திருமுறை - பெரிய புராணம் - சேக்கிழார் பெருமான்

திருநாவுக்கரசு நாயனார் புராணம் பாடல் எண். 117

தண்டமிழ் மாலைகள் பாடித் தம்பெரு மான்சர் ணாகக்
கொண்ட கருத்தில் இருந்து குலாவிய அன்புறு
கொள்கைத் *(1, 2)*

பாடல் எண். 384

மாதர் பிறைக்கண்ணி யானை மலையான் மகளொடும் என்னும்
கோதறு **தண்டமிழ்ச்** சொல்லால் குலவு திருப்பதி கங்கள் *(1, 2)*

திருஞானசம்பந்த நாயனார் புராணம். பாடல் எண். 218

மணிவளர் கண்டரோ மங்கையை வாடமயல்
செய்வ தோஇவர் மாண்ப தென்று
தணிவில் பிணிதவிர்க் கும்பதிகத் **தண்டமிழ்**
பாடினார் சண்பை நாதர். (2, 3)

நாலாயிர திவ்யப் பிரபந்தம் - பெரிய திருமொழி

திருமங்கை ஆழ்வார் - பாடல் எண். 1067

வண்டு பாடும் பைம்புறவின் மங்கையர் - கோன்கலியன்
கொண்ட சீரால் **தண்தமிழ்** செய்மாலை ஈரைந்தும்
வல்லார் *(2, 3)*

பாடல் எண். 1157

மேவு சோதியை வேல் வலவன் கலி கன்றி விரித்து உரைத்த
பாவு **தண்தமிழ்** பத்து இவை பாடிட பாவங்கள்
பயிலாவே. *(3, 4)*

கவிச்சக்கரவர்த்தி கம்பர்

சடகோபர் அந்தாதி - பாடல் எண். 71

பதியந்தமிழ் என்ன நான்மறை என்ன இப் பார்புரக்கும்
மதியந் தமிழ்ஒளி மாலைகள் என்ன மறை தமிழின்
அதியம் தரும் கவி ஆயிரம் செய்தளித்தான் அமுதம்
பொதியம் தரு நதியங்குருகூர் எந்தை பூசுரர்க்கே.

திருக்கை வழக்கம் - பாடல் எண். 14

தானுண்டதும் கூழே என காட்டிய கை

செம்பியனுக்காக பேறையூரான் செய்கை காணவே

தண்தமிழோன் *தன்மனத்தில் சந்தேகம் தீரக்கூழ்*

உண்ட வயிற்றை பீறி ஊற்றுங் கை.

புராணங்கள்

கந்தபுராணம் - கச்சியப்ப சிவாச்சாரியார் -
முதற் காண்டம் - கடவுள் வாழ்த்து

திருஞான சம்பந்தமூர்த்தி சுவாமிகள் *(பண்டை வல்வினை)*

பண்டைவல் வினையினாற் பாயு டுத்துழல்

குண்டரை வென்றுமுன் கூடல் வைகியே

வெண்டிரு நீற்றொளி விளங்கச் செய்திடு

தண்டமிழ் *விரகன்மெய்த் தாள்கள் போற்றுவாம். 20*

திருவிளையாடல் புராணம் - பரஞ்சோதி முனிவர் - சங்கத்தார் கலகம் தீர்த்த படலம்

இத்தன்மைய னாகிக்கலை வல்லோர்தமி ழெல்லாம்

சித்தங்கொடு தெருட்டுஞ்சிறு வணிகன்தமிழ் மூன்றும்

முத்தண்டமிழ் *கபிலன்றமிழ் பரணன்தமிழ் மூன்றும்*

அத்தன்மைய னறியுந்தொரு மறியுந்தொறு மெல்லாம்.

தொண்டர் நாதனைத் தூதிடை விடுத்தது: முதலை

உண்ட பாலனை அழைத்தது: எலும்பு பெண் உருவாகக்

கண்டதும், மறைக் கதவினைத் திறந்ததும், கன்னித்

தண்டமிழ்ச் *சொலோ மறுபுலச் சொற்களோ சாற்றீர். (பாடல்.58)*

அருணகிரிநாதர் - திருப்புகழ் - 'சிந்துர கூரம ருப்பு' - பழநி - பாடல் எண். 170

சம்ப்ரம மானகு றத்திக் கின்புறு

கொங்கையின் மேவுச மர்த்தச் சுந்தர

தண்டமிழ் *சேர்பழ நிக்குள் தங்கிய பெருமாளே. (4)*

திருவருட்பா - இராமலிங்க அடிகள் (வள்ளலார்) - விண்ணப்பக் கலிவெண்பா

பண்ணீர்மை கொண்ட தமிழ்ப் *பாமாலை யால்துதித்து*

கண்ணீர்கொண் டுன்பாற் கனிந்ததிலை . . . . . . (303)

தமிழ் இலக்கண நூல்கள்

புறப்பொருள் வெண்பாமாலை - ஐயனாரிதனார் *(9ஆம் நூற்றாண்டு)*

சிறப்புப்பாயிரம்.

மன்னிய சிறப்பின் வானோர் வேண்டத்

தென்மலை யிருந்த சீர்சால் முனிவரன்

தன்பால் **தண்டமிழ்** *தாவின் றுணர்ந்த*

துன்னருஞ் சீர்த்தித் தொல்காப் பியன்முதற்

பன்னிரு புலவரும் பாங்குறப் பகர்ந்த

பன்னிரு படலமும் பழிப்பின் றுணர்ந்தோன் (1 - 6)

தண்டியலங்காரம் *(10ஆம் நூற்றாண்டு)*

பொருளணியியல் - 12. தற்குறிப்பேற்ற அணி - மேற்கோள் பாடல். 2

கனிகொள் பொழிலருவி கைகலந்து சந்தின்
பனிவிரவிப் பாற்கதிர்கள் தோய்ந்து - தனியிருந்தோர்
சிந்தை யுடனே உயிருணக்குந் தென்மலயம்
தந்த **தமிழ் மாருதம்.**

(தென் திசையிலுள்ள பொதியமலையினால் தரப்பெற்ற தமிழோடு சார்ந்த தென்றல் காற்று. தமிழால் தென்றலுக்குக் குளிர்ச்சி கிடைத்தது என்பது இதன் பொருள்; தமிழ் = நீர்மை)

வீரசோழியம் - புத்தமித்திரனார் *(11ஆம் நூற்றாண்டு)* **- பாயிரம். 2**

ஆயுங் குணத்தவ லோகிதன் பக்கல் அகத்தியன்கேட்
டேயும் புவனிக் கியம்பிய **தண்டமிழ்** ஈங்குரைக்க

இவையன்றி இடைக்காலத்தில் இயற்றப்பட்ட **'சுத்தானந்தப் பிரகாசம்'** என்னும் நாடகத் தமிழ் நூலும் **'தண்டமிழ்'** என்று குறிப்பிடுகிறது. நிருத்தத்தின் மூவகைகளுள் ஒன்றான **சிங்களம்** என்னும் மெமைக் கூத்துக்கு விளக்கமாக அமைகிறது இப்பாடல்.

மெய்சாய் விடைநெளிவு மேற்சுழிவோ டரங்கணைத்தல்
கைதூக் கசைத்தல் கலைபறல் - கைகள்
விரித்தல் குவித்தலிவை சிங்களமா மென்று
தெரிவித்தனர் **தண்டமிழோர்** தேர்ந்து.

இப்பாடல் **'பரத சேனாபதீயம்'** என்னும் மற்றொரு பிற்காலத்து நாடகத்தமிழ் நூலின் பொதுப்பாயிரத்தில் மேற்கோளாக எடுத்தாளப்பட்டுள்ளது.(*1992. உ.வே.சா. ஐயர். ப.40.)*
தமிழ் மொழியில் பிறமொழிக் கலப்பு பரவலாக ஏற்பட்டு மணிப்ரவாளம் என்னும் மொழி நடை வளர்ந்திருந்த காலம்

17ஆம் நூற்றாண்டு. இக்காலத்தில் பக்தி இலக்கியம் படைத்துப் புகழ்பெற்ற தாயுமானவர், தம்முடைய **'ஆசையெனும்'** *என்னும் பாடற் தொகுப்பில் ஆறாவது பாடலில்,*

அடுக்கின் றோர்களுக் கிரங்கிடும்; **தண்டமிழ்** *அலங்கல்*
தொடுக்கின் றோர்களைச் சோதியா ததுபரஞ் சோதி. (3, 4)

என்று தமிழைத் தண்டமிழ் என்று சிறப்பித்திருக்கிறார்.

அருணகிரிநாதரின் சமகாலத்தவராகக் கருதப்படும் **வில்லிப்புத்தூரார்** *பாடிய பெருங் காப்பியம் மகாபாரதம். இக்காப்பியத்தின் சிறப்புப் பாயிரம் அவருடைய திருமகனார்* **வரந்தருவார்** *என்பாரால் பாடப்பட்டது. அதிலிருந்து தமிழைத் தண்டமிழெனக் குறிக்கும் ஒரு பாடல் வருமாறு.*

எங்குமிவனிசை பரப்பிவரு நாளில் யாமுரைத்த
இந்த நாட்டில்
கொங்கர்குலவர பதியாட்கொண் டானென்றொரு
வண்மைக் குரிசில்தோன்றி
வெங்கலையில் மூழ்காமல் கருநடப்பேர் வெள்ளத்தில்
விழாமல் நான்காம்
சங்கமென முச்சங்கத் **தண்டமிழ்** *நூல்கலங் காமல்தலைக்*
கண்டானே.

மதுரைக் கலம்பகம் - குமரகுருபரர் - பாடல் எண். 39

நகையே யமையுமிந்த நாகரிக நோக்கு
மிகையே யனங்கன் வினைகொளல்வீ ணன்றே
தகையே மதுரேசன் **தண்டமிழ்** *நா டன்னீர்*
பகையே துமக்கு நமக்கும் பகர்வீரே.
குமரவேள் வழுதி யுக்கிரன் எனப்பேர் கொண்டதும்
தண்டமிழ் *மதுரம் . . . . (92 : 2)*

பிள்ளைத்தமிழ் நூல்கள் :

புதுவை அருணாசலம் பிள்ளைத்தமிழ் *(பாடியவர் பெயரும் காலமும் அறியப்படவில்லை.)*

காப்புப் பருவம் - திருச்செந்தில் முருகன் - பாடல் எண். 4

தகரக்கு ழற்பெணார் மதன்னரு ணாசல

தயாபரன் வாசுபுத்திரன்

சரச்சர வணமுத்து ராசேந்திரன் மதலைபெறு

தண்டமிழ் *தழைவதற்கே.*

நாடகத் தமிழ் நூல்கள் : குறவஞ்சி நாடகங்கள்

அர்த்தநாரிசர் குறவஞ்சி என்னும் **திருச்செங்கோட்டுக் குறவஞ்சி** *(17ஆம் நூற்றாண்டு)*

பூங்கோதை இயற்றியது - அவையடக்கம்.

அண்டர்புகழ் கொடிமாடச் செங்குன் றூருக்(கு)

ஆதியாய் அர்த்தநா ரீசர் தம்மேல்

தண்டமிழால் *குறவஞ்சி நாட்டியம் தன்னைச்*

சபையதனில் யான்புகழும் தகைமை கூறில் (1, 2)

கும்பேசர் குறவஞ்சி நாடகம் - பாபநாச முதலியார் *(18ஆம் நூற்றாண்டு)*

குறத்தி வருகை - அகவல் - பாடல் எண். 35

தெளிவிலா துழலும் செகன்மோ கினியைக்

கண்டன்ன் புனைவர் கருணையால் வந்த

தண்டமிழ் *ஞானம் தழைத்தபொற் குறத்தி (100 - 102)*

செகன்மோகினி அண்டகோளத்தின் அதிசயங்கள் வினாதல் - பாடல் எண். 54

தண்டமிழ்க்காத் தூது சென்ற
தற்பரர்சிற் பரைபாகர்
கொண்டகோ லத்தழகர்
கும்பலிங்அர் நன்னாட்டில் *(1, 2)*

(குறிப்பு. இறைவன் தூது சென்றது திருவாரூரில் சுந்தரமூர்த்தி நாயனாருக்காக)

நாடகத் தந்தை சங்கரதாஸ் சுவாமிகள் *(19 - 20ஆம் நூற்றாண்டு)*

பழநி தண்டபாணிப் பதிகம் - பாடல் எண்.10

சாற்றுறு மிடும்பன் மேல் தூக்குக் காவடியிலே
தாங்கிவரு பழனிமலையில்
தண்டமிழ்க் கொடைகொடுத் தண்டினோர்க் கருளுதவு
தண்டபாணித் தெய்வமே. *(7, 8)*

தூது நூல்கள்

தமிழ் விடு தூது - தி. சங்குபுலவர்

கொண்டு புகழ் கொண்டவர்க்கே கூடும் உனைக்கூடாத
தொண்டருக்குத் தென்பாலே தோன்றுமால் -
தண்தமிழே *(90)*

ஒல்காப் பெருந்தமிழ் மூன்று ஓதியருள் மாமுனியும்
தொல்காப்பியம் மொழிந்த தொல்முனியும் -
மல்காச் சொல் *(9)*

அழகர் கிள்ளைவிடு தூது - பலபட்டடைச் சொக்கநாதப் புலவர்

முத்திநகர் ஏழில்ஒன்றே **முத்தமிழ்** வல்லாறில் ஒன்றாய்
ஒத்த தனித் தவ்வரிப் பேர் உற்றது ஒன்றே
சுத்தம் உறும் *(63)*

முத்தமிழ்க்குப் பின்போவார் முன்போகப் பின்போன
அத்தன் திருமலை ஆண்டானும் - பத்தியினால் *(221)*

'நீர்மை' என்பதற்கு இங்கு மேற்கோள் தரப்பட்டிருக்கும் பாடல்கள் மிகவும் குறைவு. இன்றுவரை இம் மரபு எவ்விதமான தொய்வும் இன்றிப் பின்பற்றப்படுவதற்கான சில சான்றுகளாக மட்டுமே இவை இடம்பெற்றுள்ளன.

4. தமிழ் எனப்படுவது முத்தமிழ்

பரிபாடல் :

'முத்தமிழ்' பற்றிய குறிப்பைத் தரும் முதல் நூல் என்று பரிபாடல் கருதப்படுகிறது.

> *தெரிமாண்* **தமிழ் மும்மைத்** *தென்னம் பொருப்பன்*
>
> *பரிமா நிரையிற் பரந்தன்று வையை*

இப் பகுதி திருக்குறள் (2 - 3) பரிமேலழகர் உரையைப் பற்றிய 'நுண் பொருள் மாலை' யால் தெரியவருகின்றது. தற்காலப் பதிப்புகளில் இப் பாடலடிகள் 'பரிபாடல் திரட்டு'ப் பகுதியில் - '4. வையை' எனக் குறிப்பிடப்படுகிறது. பாண்டியனை முத்தமிழையும் ஆராய்ந்து வளர்க்கும் மாட்சிமைக்குரிய தென்னவன் என்றும் பொதிய மலைக்குத் தலைவன் என்றும் கூறுகின்றது.

திருவள்ளுவ மாலை - சீத்தலைச் சாத்தனார் - பாடல் எண். 10

> *மும்மலையும் முந்நாடும் முந்நதியும் முப்பதியும்*
>
> *மும்முரசும்* **முத்தமிழும்** *முக்கொடியும் - மும்மாவுந்*
>
> *தாமுடைய மன்னர் தடமுடிமேற் றாரன்றோ*
>
> *பாமுறைதேர் வள்ளுவர்முப் பால்.*

சிலப்பதிகாரம் - நூற்சிறப்புப் பாயிரம்

நீடிருங் குன்ற நிழல்காலு மண்டிலத்துக்
கோடுகோ டாய்த்தோன்றுங் கொள்கைத்தே - கூடலார்
கொண்டாடுஞ் செஞ்சொற் குடக்கோ முனிசேரன்
தண்டா வுரைமுத் தமிழ்.

இப்பழம் பாடலை இயற்றியவர் பெயர் விளங்கவில்லை என்று பதிப்பாசிரியர் உ.வே. சாமிநாதையர் பதிவுசெய்கிறார்.

அடியார்க்கு நல்லார் உரைச் சிறப்புப் பாயிரம்

ஓரும் தமிழொரு மூன்றும் உலகின்புற வகுத்துச்
சேரன் தெரிந்த சிலப்பதிகாரம் என்றும்,
பழுதற்ற **முத்தமிழின்** பாடல் என்றும்,
.... பொப்பண்ண காங்கெயர் கோனளித்த
சோற்றுச் செருக்கல்ல வோ**தமிழ் மூன்றுரை** சொல்வித்ததே.

என்றும் போற்றுகிறார் உரையாசிரியர் அடியார்க்கு நல்லார்.

ஆடல், பாடல், இசை, தமிழ் ஆகிய நான்கிற்கும் பொருளுரைத்த ஆசிரியர், உரைச் சிறப்புப் பாயிரத்தில் இயலுக்கான விளக்கத்தினைப் பின்வரும் பாடல் வழி தருகிறார்.

எழுத்தின் றிறனறிந்தோ வின்சொற் பொருளின்
அழுத்தந் தனிலொன் றறிந்தோ முழுத்தும்
பழுதற்ற **முத்தமிழின்** பாடற் குரையின்
றெழுதத் துணிவதே யான் *(1985 உ.வே.சா. 11)*

என்னும் சிலப்பதிகார இடம் பெற்றுள்ள இப்பாடல் இக்கட்டுரைத் தலைப்பிற்கு அடித்தளமாக அமைகிறது. முத்தமிழின் பாடற்கு உரையெழுத முனைபவர் எழுத்தின் திறனையும் அத்துடன் இன்சொற் பொருளின் அழுத்தந்

தனில் ஒன்றையேனும் அறிந்திருக்க வேண்டும் என்பதே அடியார்க்குநல்லாரின் கருத்தாகும். எழுத்து, சொல், பொருள் மூன்றாலும் ஆனதே இயற்றமிழ்; இதுவே இயல் எனப்படுகிறது. இதன் மூலம் இசையில் இயலும், நாடகத்தில் இயலும் இசையும் முக்கியப் பங்கு வகிப்பதை அறியலாம். இவையன்றி,

நாட்டிய நன்னூல் நன்கு கடைப்பிடித்துக்

காட்டின ளாதலிற் காவல் வேந்தன் **(அரங்கேற்று.158,59)**

இப்பகுதிக்கு உரையாசிரியர்கள் அரும்பத உரையாரும் அடியார்க்கு நல்லாரும், **“நாட்டிய நன்னூல் .... காட்டின ளாதலின்” என்றதற்கு இக்கதையிற் கூறிய முத்தமிழ் வகையையும் காட்டினாளாதலின் என்றுமாம்” எனப் பொருள் உரைக்கின்றனர்.**

தமிழெனப்படுவது யாதென்று விளக்கும் கருவூலமாகவும் முத்தமிழ் இலக்கணங்களுக்குக் கலங்கரைவிளக்கமாகவும் விளங்குவது சிலப்பதிகாரம் என்று புரிந்துகொள்ள வேண்டும். ஆனால், பெரும்பாலானவர்களால் கற்புக்கரசி கண்ணகியின் கதை சொல்லும் காப்பியமாகவே புரிந்துகொள்ளப்பட்டிருக்கிறது. இந்நூலின் முத்தமிழ்ச்சிறப்புக் கருதியே மகாகவி பாரதி, “நெஞ்சையள்ளும் சிலப்பதிகாரம்’ என்று வியந்து பாடினான்.

இனி, பழந்தமிழ் இசை இலக்கண நூல்களுள் ஒன்றான அறிவனாரின் பஞ்ச மரபும் முத்தமிழ் என ஐந்தாம் மரபான தாள மரபில் குறிப்பிடுகிறது.

முத்தமிழு மூன்றாகு முப்புரமு மூன்றாகு

மெத்த மரபு மிரண்டாகும் - மத்தரே

ஆரணமும் நாலா மருமறையு நாலாகும்

காரணங்காண் சொன்னார் கருத்து. *(பஞ்ச. 5 : 198)*

முத்தமிழ் என்று தமிழைக் குறிப்பிடும் மரபு தொன்றுதொட்டுப் புலவர்களிடையே விளங்கிவருவதை உணர்த்தும் பல பாடல்கள் தமிழிலக்கியப் பரப்பில் விரவிக்கிடப்பதைக் காணலாம். ஒரு சில பாடல்கள் மட்டுமே ஈண்டு சான்றாகத் தரப்பட்டுள்ளன.

ஔவைப் பிராட்டியும் விநாயகர் துதியில்,

பாலுந் தெளிதேனும் பாகும் பருப்புமிவை

நாலுங் கலந்துனக்கு நான் தருவேன் - கோலஞ்செய்

துங்கக் கரிமுகத்துத் தூமணியே நீயெனக்கு

சங்கத் **தமிழ்மூன்றுந்** *தா. (பழம் பாடல்)* என்று பாடுகின்றார்.

தேவாரம் : திருஞானசம்பந்தர்

பதிக எண். 260 தலம் : திருப்பூந்தராய் பாடல் எண். 22

ஓம்புதன்மையன் **முத்தமிழ்** *நான்மறை*

ஞானசம்பந்தன் ஒண்டமிழ் மாலைகொண்டு (3)

"தமிழோடு இசைபாடல் மறந்தறியேன்" என்று தேவாரம் பாடிய திருநாவுக்கரசரும் சிவபெருமானை முத்தமிழாகவே காண்கிறார்.

பதிக எண். 23 தலம் : திருமறைக்காடு பாடல் எண். 9

மூலநோய் தீர்க்கும் முதல்வன் கண்டாய்

முத்தமிழும் *நான்மறையும் ஆனாய் கண்டாய் (1, 2)*

பத்தாம் திருமுறை - திருமூலர் - திருமந்திரம் . பாடல் எண். 76.

சதாசிவம் தத்துவம் **முத்தமிழ்** *வேதம்*

மிதாசனி யாதிருந் தேநின்ற காலம் (1, 2)

பதினோறாம் திருமுறை - நம்பியாண்டார் நம்பிகள்

ஆளுடைய பிள்ளையார் திருமும்மணிக்கோவை பாடல் எண். 23

வெண்முத் தவிழ்வயல் சூழ் வீங்கு புனற்காழியே

நன்முத் **தமிழ்***பயந்தான் ஊர்.*

ஆளுடைய பிள்ளையார் திருக்கலம்பகம் பாடல் எண். 6

வகைதகு **முத்தமிழ்** *ஆகரன் மறைபயில் திப்பிய வாசகன்*

வலகலை வித்தகன் வானவில் மதியணை பொற்குவை மாளிகை (1)

ஆளுடைய பிள்ளையார் திருத்தொகை

சித்திரப்பொற் காஞ்சி செறிந்தபேர் அல்குலுக்கும்

முத்தமிழ்நூல் *எல்லாம் முழுதுணர்ந்த பிள்ளையார்க்கு (59, 60)*

பன்னிரண்டாம் திருமுறை - பெரிய புராணம் -

சேக்கிழார் பெருமான்

மூர்த்தி நாயனார் புராணம் பாடல் எண். 5

சால்பாய **மும்மைத் தமிழ்***தங்கிய அங்கண் மூதூர்*

நூல்பா யிடத்தும் உள நோன்றலை மேதி பாய

(மும்மைத் தமிழ் = முத்தமிழ்)

திருஞானசம்பந்த நாயனார் புராணம். பாடல் எண். 125

முத்தமிழ் விரகர் *தாமும் முதல்வர்கோ புரத்து முன்னர்ச்*

சித்தநீ டுவகை யோடுஞ் சென்றுதாழ்ந் தெழுந்து புக்கு (1, 2)

பாடல் எண். 273

மதுர முத்தமிழ் *வாசகர் அணைந்தனர் மன்றுள்*

அதிர்சி லம்படி யார்மகிழ் அவளிவ ணல்லூர். (3, 4)

(மதுர முத்தமிழ் = இனிய மூன்று தமிழ்கள்)

நாலாயிர திவ்யப் பிரபந்தம் - பெரிய திருமொழி

திருமங்கை ஆழ்வார் - பாடல் எண். 1187

கொங்கு மலர்க் குழலியர்வேள், மங்கை வேந்தன்
கொற்றவேல் பரகாலன் கலியன் சொன்ன
சங்க முத்தமிழ்மாலை *பத்தும் வல்லார்*
தடங்கடல் சூழுலகுக்குத் தலைவர் தாமே. (3, 4)

அஷ்டப் பிரபந்தம் - பிள்ளைப்பெருமாள் ஐயங்கார் *(11ஆம் நூற்றாண்டு)*

திருவரங்கத்து மாலை - பாடல் எண். 23

பாட்டுக்கும், **முத்தமிழ்** *வில்லிபுத் தூர்வரும் பாவைகுழற்*
சூட்டுக்கும் நல்லவர்: தெனரங்கேசர் தொடுகடல்வாய்
(1, 2)

கோனேரியப்பன் ஐயங்கார் - சீரங்க நாயகியார் ஊசல் - காப்பு

முருகூரும் மகிழ்மாலை அணியு மார்பன்
முத்தமிழன் *கவித்தலைவன் முனிவர் வேந்தன் (1)*

இக்காப்புச் செய்யுளில் இயல், இசை, நாடகம் என்னும் மூவகைத் தமிழிலும் கவி பாடும் தலைவர் என்று நம்மாழ்வாரைப் போற்றி வணங்குகிறார் புலவர்.

கவிச்சக்கரவர்த்தி கம்பர் - கம்ப ராமாயணம்

தற்சிறப்புப் பாயிரம் - அவையடக்கம் - பாடல் எண். 8

முத்தமிழ்த் *துறையின் முறை போகிய*
உத்தமக் கவிகட்கு ஒன்று உணர்த்துவன்;
பித்தர் சொன்னவும் பேதையர் சொன்னவும்
பத்தர் சொன்னவும் பன்னப் பெறுபவோ?

கிஷ்கிந்தா காண்டம் - ஆறுசெல் படலம் - பாடல் எண். 53

அத்தி ருத்தகு நாட்டினை யண்டர்நா
டொத்தி ருக்குமென் றாலுரை யொக்குமோ
எத்தி றத்தினு மேழுல கும்புகழ்
முத்து **முத்தமி ழும்** தந்து முற்றலால்

சடகோபர் அந்தாதி - பாடல் எண். 6

தோன்றா உபநிடதப்பொருள் தோன்றலுற்றார் தமக்கும்
சான்றாம் இவை என்றபோது மற்றென் பலகாலும் தம்மின்
முன்றாயினவும் நினைந்து ஆரணத்தின் **மும்மைத் தமிழை**
ஈன்றான் குருகைப் பிரான் எம்பிரான் தன் இசைக்கவியே.

புராணங்கள்

கந்தபுராணம் - கச்சியப்ப சிவாச்சாரியார் - முதற் காண்டம் - அவையடக்கம்

உதிரு கின்றசிற் றுண்டிகொண் டொலிபுனற் சடைமேல்
மதுரை நாயகன் மண்சுமந் திட்டமா நதியின்
முதிரு முத்தமிழ் விரகன தேடென மொய்ம்மீன்
எதிர்பு குந்திடப் போவது பாலியா மியாறு. *(27)*

திருவிளையாடல் புராணம் - பரஞ்சோதி முனிவர் - சங்கத்தார் கலகம் தீர்த்த படலம்

இத்தன்மைய னாகிக்கலை வல்லோர்தமி ழெல்லாம்
சித்தங்கொடு தெருட்டுஞ்சிறு வணிகன்**தமிழ் மூன்றும்**

முத்தண்டமிழ் *கபிலன்றமிழ் பரணன்***தமிழ் மூன்றும்**

அத்தன்மைய னறியுந்தொரு மறியுந்தொறு மெல்லாம்.

தமிழ் இலக்கண நூல்கள்

நன்னூல் - பவணந்தி முனிவர் *(13ஆம் நூற்றாண்டு)* - **சங்கரநமச்சிவாயர் விருத்தியுரை**

சிறப்புப் பாயிரம்.

முத்தமிழ்ப் *புலமையும் முறையர சுரிமையும்*

இத்தலத் தெய்திய விறைமக னாதலின்

நன்னூற் குறைநீ நவையறச் செய்து

பன்னூற் புலவர்முன் பகர்தியென் றியம்பலின் (12 - 15)

தண்டியலங்காரம் - உரை மேற்கோள் :

மூவாத் தமிழ் *பயந்த முன்னூன் முனிவாழி*

இடைக் காலத்தில் அருகிப் போன, தமிழ்ச் சிந்து இலக்கியத்திற்குப் பெரும் கொடையளித்த சித்தர்களில் குறிப்பிடத்தக்கவரான குதம்பைச் சித்தர்,

முத்தமிழே *கற்று முயங்கு மெய்ஞ்ஞானிக்குச்*

சத்தங்கள் ஏதுக்கடி குதம்பாய்

சத்தங்கள் ஏதுக்கடி" (224)

என்று முத்தமிழ்க் கல்வியின் சிறப்பினைப் பாடுகின்றார்.

சந்தத்தையும் வண்ணத்தையும் மீட்டெடுத்து தமிழை வளப்படுத்திய **அருணகிரி நாதர்** 15ஆம் நூற்றாண்டைச் சேர்ந்தவர். அவருடைய திருப்புகழ் முதலான படைப்புகளிலிருந்து சில சான்றுகளைக் காண்போம்.

அருணகிரிநாதர் - திருப்புகழ் - 'கைத்தல நிறைகனி' - விநாயகர் துதி - பாடல் எண்.1

முத்தமிழ் அடைவினை முற்படு கிரிதனில்
முற்பட எழுதிய முதல்வோனே *(5)*

பாடல் எண். 803 திருவிடைக்கழி

பகரு **முத்தமிழ்ப்** பொருளு மெய்த்தவப்
பயனு மெப்படிப் பலவாழ்வும் *(1)*

கந்தரலங்காரம். பாடல் எண். 22.

மொய்தா ரணிகுழல் வள்ளியை வேட்டவன் முத்தமிழால்
வைதா ரையுமங்கு வாழவைப்போன் .... *(1, 2)*

வில்லிப்புத்தூரார் பாடிய பெருங் காப்பியமான மகாபாரதத்தில், அவருடைய திருமகனார் **வரந்தருவார்** பாடிய சிறப்புப் பாயிரத்திலிருந்து முத்தமிழைக் குறிக்கும் ஒரு பாடல் வருமாறு.

தென்னர் சேரலர் செம்பியரெனப் பெயர் சிறந்த
மன்னர் மூவரும் வழங்கிய வரிசையா லுயர்ந்தோன்
முன்ன ரெண்ணிய **முத்தமிழ்ப்** பாவல ரெவரும்
பின்னர் வந்தொரு வடிவு கொண்டனரெனப்
பிறந்தோன். *(பாடல்.16)*

வரந்தருவார் பாடியுள்ள இச்சிறப்புப் பாயிரத்தின் முதல் பாடல் தமிழுலகில் பெரிதும் புகழ் பெற்றதாகும் என்பதை நினைவுகூர்தல் பொருத்தமாகயிருக்கும். பாடல் வருமாறு.

பொருப்பிலே பிறந்து தென்னன் புகழிலே கிடந்து
சங்கத்(து)
இருப்பிலே யிருந்து வைகை யேட்டிலே தவழ்ந்த பேதை

நெருப்பிலே நின்று கற்றோர் நினைவிலே
நடந்தோ ரேன

மருப்பிலே பயின்ற பாவை மருங்கிலே

வளருகின்றாள்.

மதுரைக் கலம்பகம் - குமரகுருபரர் (17ஆம் நூற்றாண்டு) - பாடல் எண். 23

மும்மைத் தமிழ்மதுரை *முக்கணப்பன் சீர்பாடி*

யம்மன் மருங்கொசிய ஆடுகபொன் ஊசல்

மும்மைத் தமிழ்க்கூடல் *மூல்லிங்கத்(து) அங்கயற்கண்*

அம்மைக் கமுதாம் அருமருந்தை - வெம்மைவினைக்

கள்ளத் திருக்கோயிற் காணலாங் கண்டீர்நம்

உள்ளத் திருக்கோயி லுள். *(35)*

தண்முத் தமைந்த தமனிய மேதலைச் சங்கம்பொங்கும்

பண்முத் தமிழ்க்கொர் *பயனே சவுந்தர பாண்டியனே.*
(44 : 3, 4)

ஏடார் புண்டரிகத் திளமான் முதுபாட லெழுதா

மறையோடும் **இசைமுத் தமிழ்பாட** *(59 : 1)*

பேரைக் கலம்பகம் - *(நூலாசிரியர் பெயரும் காலமும் அறியப்படவில்லை.)*

பாடல் எண். 37

வண்டிருக்கும் குழல்புரத்து வாட்டமடித் துப்பிடித்து
வடிந்த வள்ளைத்

தண்டிருக்கும் குழைமடவீர் குழைக்காதர்
பேரையில் முத் தமிழே போல *(1, 2)*

திருமயிலாசலக் கலம்பகம் - தண்டபாணி சுவாமிகள் *(19ஆம் நூற்றாண்டு)*

பாடல் எண். 12 புயவகுப்பு.

குருபரா வெனத்தினமும் உருகிநாடு மெய்ப்புலவர்

கொணர்வதான **முத்தமிழை** நேசித்(து) உயர்ந்தன; *(1)*

பிள்ளைத்தமிழ் நூல்கள் :

மீனாட்சியம்மை பிள்ளைத்தமிழ் - குமரகுருபரர்

காப்புப் பருவம் - சித்தி விநாயகக் கடவுள் - பாடல் எண். 4

புத்தமு தோவருள் தழையத் தழைத்ததொர்

பொற்கொடி யோவென மதுரத் துவட்டெழு

முத்தமிழ் தேர்தரு மதுரைத் தலத்துறை

முத்தன மேவுபெண் அரசைப் புரக்கவே. *(3, 4)*

திருவெண்ணெய்நல்லூர் வைகுந்தநாதர் பிள்ளைத்தமிழ்

(நூலாசிரியர் பெயரும் காலமும் அறியப்படவில்லை.)

காப்புப் பருவம் - பிரமன் - பாடல் எண். 3

உதவிபுரிக் கொண்டலைத் தொண்டருக் கெளியனை

உரைத்தமுத் **தமிழ்** தழைகவே. *(12)*

வாரானைப் பருவம் - பாடல் எண். 1

முளரித் திருவோ டெதிர்ந்தளித்த முதலே வருக வருகவே

மும்மைத் தமிழ்சேர் வெண்ணெய் நல்லூர் முகுந்தன் வருக வருகவே.*(11, 12)*

புதுவை அருணாசலம் பிள்ளைத்தமிழ் -

(நூலாசிரியர் பெயரும் காலமும் அறியப்படவில்லை.)

காப்புப் பருவம் - திருமால் - பாடல் எண். 1

முக்கியவத னாம்புய வசீகர மடந்தையர்

மோகிக்கு மதனராசன்

முப்புவியே .... திகழும் அருணா சலாதிபதி

முத்தமிழ்க் *கவிதழையவே. (7, 8)*

திருத்தவத்துறை பெருந்திருப் பிராட்டியார் பிள்ளைத்தமிழ் *- 19ஆம் நூற்றாண்டு*

மகாவித்துவான் மீனாட்சிசுந்தரம் பிள்ளை - முத்தப்பருவம் - பாடல் எண்.62

முச்சக நச்சும் அருட்பெரு மைக்கிளி

முத்தம் அளித்தருளே

முத்தமிழ் *மொய்த்த தவத்துறை உத்தமி*

முத்தம் அளித்தருளே

18ஆம் நூற்றாண்டில் பக்தி இலக்கியம் படைத்துப் புகழ்பெற்ற **தாயுமானவர்**, *தம்முடைய* **'சச்சிதானந்த சிவம்'** *என்னும் பாடற் தொகுப்பில் ஆறாவது பாடலில்,*

முத்தமிழ் *முழக்கமுடன் முத்தநகை யார்களொடு*

முத்துமுத் தாய்க்குலாவி (3)

என்று தமிழை முத்தமிழ் எனப் பதிவுசெய்யத் தவறவில்லை. இவருடைய சிந்துப்பா வகையைச் சார்ந்த **ஆனந்தக் களிப்பு** *மிகவும் புகழ்பெற்றது. சிந்துக்குத் தந்தை என்று போற்றப்படும் மகாகவி பாரதியார் அப்பாடல்களால் பெரிதும் ஈர்க்கப்பட்டு, அவ்வகைப் பாடல்கள் பலவற்றை இயற்றியதுடன் நில்லாது, பாடலின் தலைப்பில் 'தாயுமானவர் ஆனந்தக் களிப்பு' என்றும் குறிப்பிட்டிருப்பது ஈண்டு நினைவுகூரத் தக்கது. (எ.கா. 'தாயின் மணிக்கொடி பாரீர்').*

17ஆம் நூற்றாண்டில் வாழ்ந்த **'அந்தகக் கவி வீரராகவ முதலியார்'**, **யாழ்ப்பாணம் இராசசேகர மன்னன்** *முன்னிலையில் வண்ணம் பாடியதைக் கேட்ட மன்னன் கவிஞரைப் புகழ்ந்து பாடிய பாடல்கள் :*

விரகன் **முத்தமிழ் வீர ராகவன்**

வரகவி மாலையை மதிக்கும் போதெலாம்

உரகனும் வாணனு மொப்பத் தோன்றினாற்

சிரகர கம்பிதம் செய்ய லாகுமே.

இன்னங் கலைமகள் கைம்மீதிற் புத்தக மேந்தியந்தப்

பொன்னம் புயப்பள்ளி புக்கிருப் பாளென்ன புண்ணியமோ

கன்னன் களந்தை **கவிவீர ராகவன்** கச்சியிலே

தன்னெஞ்ச மேடெனக் **கற்றா னொருமுத் தமிழையுமே.**

(1951. தமிழ்ப் புலவர் சரித்திரம்.10, 11)

வேம்பத்தூரார் திருவிளையாடல்

முத்தமிழ்ச் சங்கத் தெய்வப் புலவர்கள் வாழுகின்ற பாண்டிய நாடு என்று கூறும் பின்வரும் பாடலைத் தம் நூலில் உ.வே.சாமிநாதையர் எடுத்துக் காட்டுகின்றார்.

ஆவியந் தென்றல் வெற்பி னகத்தியன் விரும்புந் தென்பால்

நாவலந் தீவம் போற்றி நாவலந் தீவந் தன்னுள்

மூவர்கட் கரியா னிற்ப **முத்தமிழ்ச்** சங்கத் தெய்வப்

பாவலர் வீற்றி ருக்கும் பாண்டிநன் னாடு போற்றி.

(2000. உ.வே.சா. ப.1)

அபிதான மணிமாலை (நிகண்டு) - திருவம்பலத்தின்னமுதம்பிள்ளை *(19ஆம் நூற்றாண்டு)*

மக்கட்பெயர்த் தொகுதி - அகத்தியன் - நூற்பா எண். 176

அகத்தியன் கும்ப சம்பவன் குறுமுனி
முத்தமி ழுரியோன் முந்நீ ருண்டோன்
உலோபா முத்திரை கேள்வன் என்றோதுப.

காவடிச் சிந்து - சென்னிகுளம் அண்ணாமலை ரெட்டியார் (19ஆம் நூற்றாண்டு)

கழுகுமலை நகர் வளம் - பாடல் எண்.3 - 'தெள்ளுநத மிழுக்குதவு சீலன்'

முத்தமிழ்சேர் வித்வசனக் கூட்டம் - கலை
முற்றிலும்உ ணர்ந்திடும் கொண்டாட்டம்
முன்னுகின்ற போதுதொறும்
தென்மலையில் மேவுகுறு
முனிக்கும் - அச்சம்
சனிக்கும். *(கண்ணி. 4)*

பாடல் எண்.21 - 'என்னடி நான் பெற்ற மங்கை'

அன்னவயல் செந்தூர் வாசன் - மந்த
காசன் - அன்பர்
நேசன் - நாளும்
அண்ணாம லைக்கவி ராசன் - பாடும்
அமுதச்சுவை தருமுத்தமிழ்
களபத்தொடு கமழ்பொற்புய

அற்புத வேலன்செய் சாலம் - தன்னால்

கற்பழிந் தாயோஇக் காலம் ? *(கண்ணி. 2)*

இப்பாடலில் முத்தமிழுக்கும் இனிமை சொல்லப்பட்டுள்ளது சிறப்பாகும்.

நாடகத் தமிழ் நூல்கள் : குறவஞ்சி நாடகங்கள்

திருமலையாண்டவர் குறவஞ்சி (18ஆம் நூற்றாண்டு - பாடியவர் அறியப்படவில்லை.)

முருகக் கடவுள் பவனி வருதல் -

பாடல் எண். 10 - சிந்து - சரணம் - 1

சித்தர் யோகியர் திக்குப்பாலர்கள்

செயசெயென்றொலி முழங்கவே

முத்தமிழ்த்திருப் புகழிசைத்திட

மூவர்பாடல்கள் விளங்கவே *(2, 3)*

தரிசித்த மாதர் நிலை - பாடல் எண். 11 - சிந்து

மாகம் புகழும் பிதாமக னாமிவ னென்பார் - அன்ன

வாகன **முத்தமிழ்** வாணியும் பூணுமே யென்பார் *(4)*

பள்ளு நாடகங்கள்

முக்கூடற்பள்ளு (17ஆம் நூற்றாண்டு - பாடியவர் பெயர் அறியப்படவில்லை.)

காப்புச் செய்யுள் - 5. குருகைப் பிரான்

முத்தேவிற் பெரியவர் கரியவர்

முப்பான்மைத் தொழிலினர் எழிலினர்

முக்கூடற் குழகர்மெய் யழகர்பள் - **மூவகைத்தமிழ்க்கே** *(2)*

5.குடிமை! பெருமை! - 'மூத்த பள்ளி நானே' - பாடல் எண். 9 - சிந்து

முத்தமிழ் நாட் டழகர்
கொத்தடி யானுக் கா
முக்கூடல் மூத்த பள்ளி
நானே யாண்டே. *(4)*

2.குடிமை! பெருமை! - 'குயிலே கூவாய்' - பாடல் எண். 24 - சிந்து

சீவலப் பேரி**தமிழ்** மூவகைக் கவியும்
செல்வமும் பெருகவே
கூவாய் குயிலே. *(2. 1)*

நாடகத் தந்தை சங்கரதாஸ் சுவாமிகள் *(19 - 20ஆம் நூற்றாண்டு)*

நாடக இசைப் பாடல் - விநாயகர் துதி

பல்லவி

மூல மந்திர மோன நற்பொருளே - உயர்
மூஷிக மேறும்

அனுபல்லவி

ஆலமுண்டவன் அம்பிகை கொண்டாடும்
அன்புறு மைந்தனெ னும்படி வந்துபொ ருந்திவி ளங்கிய
முத்தமிழ் வர்க்கமு றைப்படி கற்கநி னைத்தள னக்கருள் *(மூல)*

அடியார்க்கு நல்லார் உரை :

சிலப்பதிகாரப் பதிகத்தின் பின்வரும் அடிகள் கவனத்திற்கு உரியனவாகும்.

சிலப்பதி கார மென்னும் பெயரால்

நாட்டுதும் யாமோர் பாட்டுடைச் செய்யுளென (59, 60)

உரையிடை யிட்ட பாட்டுடைச் செய்யுள் (87)

'பாட்டுடைச் செய்யுள்' என்பதற்குப் பல பாக்களோடு உரைப் பாட்டையும் இசைப் பாட்டையுமுடைய **இயலிசை நாடகப் பொருட்டொடர் நிலைச் செய்யுள்** எனப் பொருள் உரைக்கிறார் அடியார்க்குநல்லார்.

அடியார்க்கு நல்லாரின் காலத்திற்கு மிகவும் முற்பட்டவரான சடகோபர் என்னும் நம்மாழ்வார் தம் பாசுரங்களில் பலவிடத்தும் **'தமிழ்கள்'** என்றே பாடியிருப்பது ஈண்டு நினைவுகூரத் தக்கது.

இனி, முத்தமிழ் குறித்த உ.வே.சாமிநாதையரின் கருத்தும் கவனத்திற்குரியது. "தமிழ் மூன்று வகையாகப் பகுக்கப்பெற்று இயல், இசை, நாடகமென்ற பெயருடன் வழங்கும். அவற்றுள் ஒவ்வொன்றிலும் இலக்கணமும் இலக்கியமும் உண்டு. அம் மூன்றினுள் ஒன்றுக்கு ஒன்று இன்றியமையாததே. மூன்றிற்கும் பொதுவாகச் சில இலக்கணங்களும் உண்டு. இம்மூன்றும் தமிழில் ஒரு கொத்தாக வழங்கப்படுவது போல் வழங்குவதில்லை. பண்டைக் காலத்திலிருந்த தமிழ்ப் புலவர்கள் பெரும்பாலோர் இம்மூன்றிலுமே பயிற்சி உள்ளவராக இருந்தனர். இந்த முத்தமிழுக்கும் இலக்கண நூல் செய்தவர் அகத்திய முனிவரே; தமிழைப் பரிபாலித்த சைனர் முதலியோர்க்கும் உடன்பாடானது. அகத்தியத்தின் பால் முத்தமிழ் இலக்கணங்களும் கூறப்பட்டுள்ளன என்பர்.

'முத்தமிழ்' என்பதற்கு இங்கு மேற்கோள் தரப்பட்டிருக்கும் பாடல்கள் மிகவும் குறைவு. இன்றுவரை இம்மரபு பின்பற்றப்படுவதற்கான சில சான்றுகளாக மட்டுமே இவை இடம்பெற்றுள்ளன. நம் தமிழின் தொல் மரபையும் தொடர்ச்சியையும் நினைவூட்டவே சில பாடல்கள் மட்டும் எடுத்தாளப்பட்டுள்ளன. அநேகமாக தமிழை, 'முத்தமிழ்' என்று பாடாத புலவர்களையோ, கவிஞர்களையோ தமிழ்ப் புலமை மரபில் காணுதல் அரிது என்று கூற வாய்ப்புண்டு.

ஏறத்தாழ 20ஆம் நூற்றாண்டின் தொடக்க ஆண்டுகள் வரை முத்தமிழைப் பற்றியும் ஓரளவு நன்கு கற்றவர்கள் பலர் இருந்தனர். ஆனால், தமிழ் இலக்கிய, மொழி வரலாற்றில் மாபெரும் மாற்றங்களை உருவாக்கி, புதிய இலக்கிய மரபைத் தோற்றுவித்த மகாகவி பாரதி, பாரதிதாசன் என்னும் இரு மாபெரும் கவிஞர்களுடன் முத்தமிழையும் முழுதுணர்ந்த தமிழ்ப் புலமை மரபு, தேய்பிறை நிலவாக உருக்கொண்டது என்பது வருந்துதற்குரிய உண்மை. ஏனெனில், இப் பெருங் கவிஞர்கள் இருவரும் முத்தமிழிலும் துறைபோகி விளங்கியது மட்டுமின்றி, முத்தமிழிலும் தங்கள் அரிய படைப்புகளையும் வழங்கிச் சென்றிருக்கிறார்கள் என்பது வரலாற்று உண்மை. பின்னர், முத்தமிழும் அறிந்த அறிஞர்களின் எண்ணிக்கை விரல்விட்டு எண்ணக்கூடிய அளவில் சுருங்கிப் போனதை 20ஆம் நூற்றாண்டின் இலக்கிய வரலாற்றை உற்று நோக்கி உணர்ந்துகொள்ள முடியும். ஆயினும், 20ஆம் நூற்றாண்டின் பிற்பகுதியில் இயற்றமிழ் பல புதுமைகளை உள்வாங்கி எழுச்சி பெற்றது. கவிதை, உரைநடை எனப் பல வகையிலும் பெரும் முன்னேற்றம் கண்டது. ஆயினும், முத்தமிழ் என்ற முழக்கங்கள் நிறைந்திருந்தாலும் தமிழ் என்பது 'இயற்றமிழ்' என்ற ஒரு தமிழாகவே நிலைபெறத் தொடங்கியது. இந்நிலையில், தமிழ் அறிஞர்களாலேயே 'இசைத்தமிழ்' 'தமிழிசை' யாகவும், 'நாடகத் தமிழ்' 'தமிழ் நாடகம்' ஆகவும் புரிந்துகொள்ளப்படும் நிலை உருவானது. இருப்பினும், அதே காலகட்டத்தில்தான் 'தனித்தமிழ் இயக்கம்', 'தமிழிசை இயக்கம்', 'மேடைத் தமிழ்' என்னும் பல புதிய முயற்சிகள் தோன்றியதன் விளைவாக தமிழ் புத்தொளி பெற்றது என்பதும் மறுக்க முடியாத உண்மை.

அதே 20ஆம் நூற்றாண்டில் முத்தமிழ் மரபை மீட்டெடுக்கும் முயற்சியாக இசைத் தமிழ், நாடகத் தமிழ்ப் பணிகளில் ஈடுபட்டு அரும்பணியாற்றிய சான்றோர்களையும் ஈண்டு நினைவு கூரல் அவசியமாகும். இவர்களுள் தஞ்சாவூர் ஆபிரகாம் பண்டிதர், விபுலானந்த அடிகள், பரிதிமாற் கலைஞர், சது.சு. யோகி (கூத்த நூல் பதிப்பு), உ.வே. சாமிநாதையர், சங்கரதாஸ் சுவாமிகள், வரகுண பாண்டியன், ப.சுந்தரேசனார், எஸ். இராமநாதன்,

தமிழிசைக் கலைக் களஞ்சிய ஆசிரியர் வீ.ப.கா. சுந்தரம், முதலான அறிஞர்கள் குறிப்பிடத்தக்கவர்கள். செட்டிநாட்டு அரசர் அண்ணாமலை செட்டியார் சென்னையில் தோற்றுவித்த 'தமிழ் இசைச் சங்கம்' ஆண்டுதோறும் நிகழ்த்திவந்த 'பண் ஆராய்ச்சி' மாநாடுகள் இசைத் தமிழ் ஆய்வுக் களத்தை எழுச்சிபெற வைத்தன. இவற்றின் விளைவாக மூத்த அறிஞர்களைப் பின்பற்றி சங்க நூல்கள், சிலப்பதிகாரம், பக்தி இலக்கியங்கள் சார்ந்து இசைத் தமிழில் பல புதிய ஆய்வு களைச் சிலர் மேற்கொண்டு வருகின்றனர். ஆயினும், நாடகத் தமிழ் நலிந்தே கிடக்கிறது என்பது வருந்தத்தக்க உண்மை. நாடகத் தமிழ் ஆய்வுகளைக் கடந்த பல ஆண்டுகளாக மேற் கொண்டுவரும் இந் நூலாசிரியர் தவிர, கூத்து, நாட்டியத் துறை சார்ந்த சில ஆய்வுகள் மட்டுமே மேற்கொள்ளப்பட்டுள்ளன என்பதே உண்மை. ஏனைய ஆய்வுகள் பெரும்பாலும் தற்காலத் தமிழ் நாடகம் குறித்தவையே.

இசைத் தமிழுக்குள் தமிழ் இசையும், நாடகத் தமிழுக்குள் தமிழ் நாடகமும் அவற்றின் உள்ளடக்கங்களுள் ஒன்று; **இசைத் தமிழும் நாடகத் தமிழும் இயற்றமிழைப் போன்றே பரந்துபட்ட இலக்கிய இலக்கணங்களைக் கொண்டிருந்தன என்பதைத் தொல்காப்பியம், சங்க இலக்கியம், சிலப்பதிகாரம் தொடங்கி தமிழ் நூல்கள் பலவும் விரித்துரைக்கின்றன. இத்தகைய முத்தமிழே தமிழ் எனப்படுவது.**

இங்கு விளக்கப்பட்டுள்ள தமிழ் இலக்கிய, இலக்கண, மொழி வரலாற்றுத் தரவுகளின் பின்னணியோடு இந் நூலில் தொடர்ந்து இடம்பெற்றுள்ள இசைத் தமிழ், நாடகத் தமிழ் சார்ந்த ஆய்வுக் கட்டுரைகள் படிப்போர்க்கு 'முத்தமிழ்' குறித்த ஒரு புதிய வெளிச்சத்தை ஏற்படுத்தும் என்ற நம்பிக்கை உள்ளது.

5. முத்தமிழ் எனப்படுவது

அ. இயற்றமிழ்

தமிழருக்கென செழுமை நிறைந்த ஓர் இலக்கிய, இலக்கண மரபும் இசைமரபும் கூத்து(நாடக) மரபும், தொல்பழங்காலந்தொட்டு நீண்ட நெடுங்காலமாகத் தனித் தன்மையுடன் விளங்கி வந்ததென்ற உண்மை கி.பி. 1892ஆம் ஆண்டில் உ.வே. சாமிநாதையரவர்களால் பதிப்பிக்கப்பட்டு வெளியிடப்பட்ட **இளங்கோவடிகளருளிச் செய்த சிலப்பதிகார மூலமும் அரும்பதவுரையும் அடியார்க்குநல்லாருரையும்** என்ற நூலின் மூலமாகவே அறியப்படலாயிற்று. மேலும், **இயல், இசை, நாடகம்** என்னும் **மூன்று தமிழ்களுக்கும்** தனித்தனியே இலக்கணங்கள் வகுக்கப்பட்டுப் பல நூல்கள் எழுதப்பட்டிருந்தன என்பதும், அவை காலப்போக்கில் பல்வேறு காரணங்களால் அழிந்துபட்டன என்பதும் இந்நூலின் வழி உறுதிப்படுத்தப்பட்டது. தமிழ் இசையின் தொன்மை, இலக்கணம், வரலாறு, கலைஞர்கள், இசைக் கருவிகள் எனப் பல்வேறு கூறுகளையும் முழுமையாக அறிந்துகொள்ள அடிப்படையாக விளங்குவது சிலப்பதிகாரத்திற்கு அடியார்க்கு நல்லார் எழுதிய உரையேயாகும். சிலம்பில் மட்டுமின்றித் தொல்காப்பியத்திலும் சங்க இலக்கியத்திலும் தேவாரத்திலும்,

பிற பழந்தமிழ் நூல்களிலும் பொதிந்து கிடக்கும் பல்வேறு இசைச் செய்திகளையும் அடியார்க்குநல்லார் உரை மூலமே அறிந்துகொள்ள இயலும்.

சிலப்பதிகார அரங்கேற்று காதையில் இடம்பெற்றுள்ள,

ஆடல் பாட லிசையே தமிழே (45)

என்ற அடிக்கு அரும்பத உரையும் அடியார்க்குநல்லார் உரையும் பின்வரும் விளக்கத்தையே தருகின்றன என்பது கவனத்திற்கு உரியது.

"ஆடலென்றது எல்லாக்கூத்துக்களும்; பாடலென்றது - பண்ணல் முதலிய எல்லாப் பாடல் இயல்பும்; இசையென்றது - நரப்படைவால் உரைக்கப்பட்ட பதினோராயிரத்துத் தொள்ளாயிரத்துத் தொண்ணூற் றொன்றாகிய *(11991)* ஆதியிசைகளும்.

தமிழென்றது- வடவெழுத்தொரீஇ வந்த எழுத்தானே உறழ்ந்து கட்டப்பட்ட வாக்கியக் கூறுகளும், **இயலிசை நாடகமென்று சொல்லப்பட்ட மூவகைத் தமிழ்களும்** என்பது உரை." அரும்பத உரையும் இவ்வாறே பொருள் கூறுகின்றது. இவ்வகையால் சிலப்பதிகாரம் முத்தமிழ்க் காப்பியம் எனச் சிறப்புப் பெறுகிறது.

பரிதிமாற் கலைஞர் :

"தொன்றுதொட்டுத் தமிழ்மொழி இயல், இசை, நாடகம் என்னும் மூன்று பிரிவுகளுடையதென்று பலருங் கூறுகின்றனர். அம்மூவகைப் பாகுபாடுகளின் இயல்புகளைக் குறித்துச் சிறிது ஆராய்வாம்.

இயற்றமிழென்பது தமிழர் யாவர் மாட்டும் பொதுமையின் இருவகை வழக்கினும் இயங்குகின்ற வசனமுஞ் செய்யுளுமாகும் நூல்களின் தொகுதியாம். இதன்கண் இலக்கியங்களும் இலக்கணங்களுமாகிய யாவும் அடங்கு மென்க. முற்காலத்துச் சங்கச் செய்யுட்களும் அவற்றினுரைகளும், இடைக்காலத்துக் 'கம்பராமாயணம்' ஆகிய நூல்களும் அவற்றினுரைகளும்,

இக்காலத்து வெளிப்படுஞ் செய்யுள் நூல்களுமாகிய யாவையும் இயற்றமிழாம். இவ் வியற்றமிழ் இசைத் தமிழ்க்கும் நாடகத் தமிழ்க்கும் முன்னர் தோன்றினமை பற்றி அஃது இவ்விரண்டிற்கும் முன்வைக்கப்படுவதாயிற்று. அன்றியும் இயற்றமிழே இவ்விரண்டிற்கும் உயிரென விளங்குவது. இயற்றமிழின்றி இவ்விரண்டுந் தனித்தியங்குவனவல்ல.

இசைத் தமிழென்பது, பண்ணோடு கலந்து தாளத்தோடு கூடியு மியங்குஞ் செந்தமிழ்ப் பாட்டுக்காளானுங் கொடுந்தமிழ்ப் பாட்டுக்களானு மியன்ற இலக்கியங்களும் அவற்றினிலக்கணங்களு மாகும் நூல்களின் தொகுதியாம். இதன் கண், கீர்த்தனங்களும் வரிப்பாட்டுக்களும், சிந்து, ஆனந்தக்களிப்பு, கும்மி, தெம்பாங்கு முதலியனவும் அடங்குமென்க. இயற்றமிழின் கண் வழங்குஞ் சொற்களுஞ் சொற்றொடர்களுமின்றி இசைத் தமிழ் எங்ஙனம் இயங்க முடியுமோ? அன்றியும் இயற்றமிழ்ச் செய்யுட்கள் இசை யெடுத்துத் தாள மறுத்துப் பாடப்படின், அவை இசைத் தமிழின் பாற்படும். இராகத்தொடு மட்டில் இசைத்துப் பாடப்படும் பாடல்கள் இயற்றமிழின்பாற்பட்டனவாக மதிக்கப்படுமே யன்றிப் பிறிதில்லை. தாளமும் உடன் கூடிய வழியே அவை இசைத் தமிழின்பாற் படுமென்க.

இவ்விசைத் தமிழே நாடகத் தமிழிற்குச் சிறப்பும் விளக்கமும் தந்து நிற்பதாம். இசைத் தமிழில்வழி நாடகத் தமிழிற்கு இயக்கமில்லை. எனவே நாடகத் தமிழிற்கு இயற்றமிழும் இசைத்தமிழும் இன்றியமையாச் சிறப்பினவாம். இயற்றமிழும் இசைத் தமிழும் கூடிய வழியே நாடகத்தமிழ் பிறக்குமென்று கூறுதலே அமைவுடைத்தாம். "இது பற்றியன்றோ தமிழ் மொழியை இயலிசை நாடகமென முப்பகுதியாக்கி முறைப் படுத்தோதியதூஉ மென்க" என்ற நாடக வியலுடையார் கூற்றையும் உற்றுநோக்குக." *(2005. பக். 28,29)*

இங்கு, "இராகத்தொடு மட்டில் இசைத்துப் பாடப்படும் பாடல்கள் இயற்றமிழின் பாற்பட்டனவாக மதிக்கப்படுமேயன்றிப் பிறிதில்லை. தாளமும் உடன் கூடிய வழியே அவை இசைத் தமிழின்பாற் படுமென்க" என்னும் பரிதிமாற் கலைஞரின்

கருத்து ஏற்புடையது அன்று. இசைத் தமிழில் தாளமின்றிப் பாடப்படும் பாடல்கள் இசைப்பார்கள் என்றும், தாளத்துடன் பாடப்படுபவை இசையளவு பாக்கள் என்றும் இசை இயலில் குறிப்பிடுவர். தேவார இசை மரபில் இவற்றை முறையே சுத்தாங்கம் என்றும் லயாங்கம் என்றும் வழங்குவர்.

சிலப்பதிகார உரையாசிரியர் அடியார்க்குநல்லார்,

மாயோன் பாணியும் வருணப் பூதர் (சிலம்பு. 6 : 35)

என்ற பகுதிக்குப் பொருள் கூறும் விளக்கம் இக்கருத்தினை உறுதி செய்யும்.

"மாயோன் திருமால்; பாணி - தேவபாணி . பாணியென்றது பாட்டு. அது தேவர் பரவுதலாயிற்று; "ஏனை யொன்றே, தேவர்ப்பராவுதன் முன்னிலைக் கண்ணே" (தொல்.செய். 138) என்றாராகலின், அது முத்தமிழுக்கும் பொது. அஃது இயற்றமிழில் வருங்காற் கொச்சக வொருபோகாய் வரும். இசைத்தமிழில் வருங்கால், முகநிலை கொச்சகம் முரியென்ப ஒரு சாராசிரியர். அன்றி இசைப்பா, இசை யளவுபா வென்னும் இரு பகுதியுள் இஃது இசைப்பாவின் பகுதியென்ப. அது பத்து வகைப்படும்."

எனவே இசை இலக்கணத்தின்பாற்பட்டுத் தாளமின்றிப் பாடப்படும் பாடல்களும் இசைத் தமிழைச் சார்ந்தவையே யாகும் என்பதில் எள்ளளவும் ஐயமில்லை. இசைத் தமிழ் இலக்கியங்களான மூவர் தேவாரம், திருவாசகம், திருமுறைகள், நாலாயிர திவ்யப்பிரபந்தம் ஆகியவற்றிலும், வள்ளலாரின் திருவருட்பாவிலும் பல பாடல்கள் தாளமின்றியே பாடப்படு கின்றன என்பதைக் கவனத்தில்கொள்ள வேண்டும். இத்தகு பாடல்களை 'விருத்தம்' என்றே இசைத்துறையினர் குறிப்பிடுவர். இச்சொல் இயற்றமிழின் விருத்தப்பாவிலிருந்து சிறிது மாறுபடும். எனவே இயற்றமிழின் விருத்தங்கள் அனைத்துமே இசைப்பாக்களாக உருப்பெற இயலாது. அதே சமயம் அனைத்து விருத்தங்களையும் யாப்பிலக்கண அடிப்படையில் மட்டும் நோக்காது, இசைத் தமிழ் இலக்கண அடிப்படையிலும்

நோக்கும்போதுதான் இயற்றமிழ் நூல்களில் இடம்பெற்றுள்ள இசைத்தமிழ்ப் பகுதிகளை அடையாளம் கண்டுகொள்ள இயலும்.

இயற்றமிழ் நல்ல நடையோடு கூடிய இலக்கணம் அமைந்த தமிழ். இசைத்தமிழ் இராகம், தாளம், பாஷைப் பாட்டு இம்மூன்றும் வேறுபடாமல் இசைந்திருத்தலையுடைய தமிழ். *(உ.வே.சா. 2000. ப. 23-24)*

வரகுண பாண்டியன் :

இவர் இசைத் தமிழுக்காக, **'கருணாமிர்த சாகரம்'** என்னும் பெரு நூலை இயற்றிய ஆபிரகாம் பண்டிதரின் புதல்வராவார். இவர் எழுதிய **'பாணர் கைவழி'** என்னும் நூல் இசைத் தமிழ் ஆய்வுகளில் மிகவும் பயனுள்ளதும் குறிப்பிடத்தக்கதும் ஆகும்.

"இயல், இசை, நாடகம் என்னும் இம் முத்தமிழும் பன்னிரண்டு அங்கங்களை உடையன.

எழுத்தொடு சொற்பொருள் யாப்பணி யென்னா

வழுத்துஞ் சுருதி சுரவன்னம் – அழுத்துந்

தனியொற்றுப் பாவனை தான மிரசம்

பன்னிரண் டிலக்கணமாம் பார். (மதிவாணன்)

இயற்றமிழ் : ஓசை ஒலி அளவாய் வந்த எழுத்து, சொல், பொருள், யாப்பு, அணி என்ற ஐந்து இலக்கண இலக்கியங்களை உடையது இயற்றமிழ்.

இசைத் தமிழ் : இசையொலி அளவாய் வந்த நுன்னிய அலகினையுடைய **பாலை (சுருதி)**களையும், இப்பாலைகள் நிற்றற்கு நிலம் போன்றுள்ள கேள்வி(சுரம்)களையும், பாலை, கேள்வி சேர்க்கையால்வரும் **வன்னம்** அல்லது **பண்(இராகம்)** களையும், **ஒத்து** எனப்படும் **பாணி** அல்லது தாளத்தையும் அங்கங்களாக உடையது இசைத்தமிழ். இசைக்குப் பா இன்றி யமையாததாகலின், இயற்றமிழுக்குரிய ஐந்து அங்கங்களும் இசைத்தமிழிற்கும் உண்டு என்க.

நாடகத் தமிழ்: ஓசையடியாய் வந்த இயற்றமிழும், இசையொலி அடியாய் வந்த இசைத் தமிழும், அசைவு அடியாய் வந்த ஆடலும் சேர்ந்தே நாடகத் தமிழ் ஆயிற்று. இதனைக் 'கூத்து' எனவும் கூறுவர். இஃது அகக் கூத்து, புறக் கூத்து என இரு வகைப்படும். பாவும் பண்ணும் இன்றிக் கூத்து இல்லை யாகலின் இயலுக்கும் இசைக்கும் உரிய ஒன்பது அங்கங்களும் இதற்கும் உண்டு என்க." *(1950 : ப.4)*

க.வெள்ளை வாரணன் :

இவர், விபுலானந்த அடிகள், 'யாழ் நூல்' இயற்றியதில் அவருக்குப் பெரும் துணையாக இருந்தவர். இவர் எழுதிய **'இசைத் தமிழ்'** என்னும் நூல் இசைத் தமிழ் ஆய்வுகளில் குறிப்பிடத்தக்கது.

"மாந்தரது எண்ணத்தின் வெளிப்பாடாகிய மொழி, அவர் தம் கருத்து வளர்ச்சிக்கும் சொல் வளர்ச்சிக்கும் துணை செய்யும் சிறப்புடையது என்பதனை நுண்ணிதின் உணர்ந்த பண்டைத் தமிழ் மக்கள், தம்மாற் பேசப்படும் தாய்மொழியாகிய தமிழை இயல், இசை, நாடகம் என முத்தமிழாக அமைத்துக் கொண்டார். எப்பொருளையும் தெளிவாக எண்ணியறியும் உள்ளத்தின் இயல்பினை வளர்த்தற்குரிய மொழியமைப்பினை இயற்றமிழ் என்றும், கேட்போர் உள்ளத்தினைக் குளிரச் செய்யும் இன்னோசை மிக்க உரையின் இயல்பினை இசைத் தமிழ் என்றும், மக்கள் சொல்வன அவர்களது உடம்பில் தோன்றும் மெய்ப்பாடுகளால் பிறர்க்குப் புலப்படும்படி அமைந்த மொழி நடையினை நாடகத் தமிழ் என்றும் மிகப் பழைய காலத்திலேயே தமிழ் முன்னோர் வகுத்துள்ளனர்." *(1979. பக். 1, 2)*

முத்தமிழ் அறிஞர், பேராசிரியர் மா.வயித்தியலிங்கன் :

"தமிழ் மொழியைப் பொறுத்தவரை முன்னோர்கள் இயல், இசை, நாடகம் என மூவகையில் அடக்கினர். அவற்றுள் இயல் என்பதைச் செய்யுளும் உரைநடையுமாகிய இலக்கியம் என்றே இதுவரை நாம் கூறி வந்திருக்கிறோம். இது அடிப்படையில் தவறு. இயல் என்பது எண்ணும் எழுத்தும் என

இரு வகையாகும். எண் என்பது கணிதம் என்றால் எழுத்து என்பது இலக்கியம் முதலானவை.

எண்ணும் எழுத்தும் ஒன்றையொன்று தழுவியே நடக்கும். கணக்கு இன்றி எதுவும் இயங்காது. இசையாயினும், நாடகமாயினும், சிற்பமாயினும் வேறெதுவாயினும் கணக்கு அவற்றை உயிராக இயக்குகின்றது. பெரும்பான்மையான வெளிப்பாடு காரணமாக எண் எழுத்து என்று கல்வியை நாம் வழங்குகின்றோம். மனித வாழ்க்கைக்கு இன்றியமையாது வேண்டப்படுவதாய உழவு, வணிகம், அரசியல், பொருள் செயல் துறைகள், நீதி, நிருவாகம் முதலியனவாகப் பல்கிப் பெருகிவந்துள்ள துறைகள் யாவும் இயல். மாந்தர் உண்டு, உடுத்து வாழ அவை வழிசெய்யும். மற்று இசையும் நாடகமும் அவர்கள் மனத்தைப் பண்படுத்தி உறவும் இன்பமும் தழைப்பிக்க வழிசெய்யும்.

எண் ஆயினும் எழுத்தாயினும் அவைகளுக்குச் சொல்லும் இலக்கணமும் துறை தோறும் உயிரும் இயக்கமும் ஆகும். இயல் இலக்கணம் மொழி இலக்கணம் அல்ல. *Dictionary, Grammar* துறைதோறும் வழங்கும் சொற்களுக்கு வரையறைப்பட்ட பொருள் உண்டு. அது அகராதி. ஒரு துறையில் வழங்கும் சொல் வேறு துறையில் முற்றிலும் வேறான பொருளைத் தரும். எடுத்துக்காட்டாக **'வாரம்'** என்பதனைச் சொல்லலாம். அது இயல் தமிழில் குத்தகை(உழவுத் துறை), தாழ்வாரம்(கட்டடத் துறை), பக்தி(சமயத் துறை)முதலிட்டு உள்ள துறை தோறும் வேறுபடும். இசைத் துறையில், பாடு துறையில் இரண்டாம் காலத்தையும், ஒரு வகைப் பாட்டையும் இன்னும் சில பொருள்களையும் குறிக்கும். கூத்துத் துறையில் கைகளால் செய்தல் முதலிய வழக்கினையும், இக்கால வழக்கில் பதம் பாடுதலையும் குறிக்கும்.

ஒரு துறையில் வழங்கும் சொற்கள் அடுத்த துறையில் மட்டும் பழகிய ஒருவருக்கு விளங்க மாட்டா." (இசைத் தமிழ்க் கலைச்சொல் அகராதி : அணிந்துரை. ப. v, vi. 2018)

இயல், இசை இலக்கண அறிஞர் இரா. திருமுருகன் :

“இயற்றமிழ் என்பது கருத்து உணர்த்துவதை நோக்கமாக உடையது. பேச்சும் உரையும் செய்யுளும் இதில் அடங்கும். இயற்றமிழ்ச் செய்யுள் இயற்பா எனப்படும். இசைத்தமிழ் என்பது இசையின்பம் அளித்தலை முதன்மை நோக்கமாக உடையது. இசைப்பாக்கள் இசைப்பதற்கென்றே இயற்றப் பெற்றவை; பிறக்கும் போதே இசையுடன் பிறந்தவை. அவற்றின் அசையும் சீரும் அடியும் தொடையும் இசைப்பதற்கென்றே அமைந்தவை.” *(1993. 3 - 6)*

இயற்பாவும் இசையும் :

பொதுவாக இசை என்பது செவிகளுக்கும் மனதிற்கும் இன்பத்தை அளிக்கக் கூடிய இனிமையான ஓசையைக் குறிக்கும். இன்னொலி என்றும் கூறுவதுண்டு. தொல்காப்பியர் இசை என்ற சொல்லைப் பல்வேறு நூற்பாக்களில் பயன்படுத்துகிறார். ஓசை என்ற சொல்லையும் வெவ்வேறு இடங்களில் கையாள்கிறார். இதன் மூலம் இவ்விரு சொற்களுக்கும் இடையே உள்ள வேறுபாட்டினைத் தொல்காப்பியர் வலியுறுத்துவதை நாம் உணர முடியும்.

இயற்பாவும் இசைப்பாவும் : தொல்காப்பியக் காலத்திற்கும் முன்பிருந்தே தமிழில் பாக்களை இயற்பா என்றும் இசைப்பா என்றும் வகைப்படுத்துவர். ஆசிரியப்பா, வெண்பா, கலிப்பா, வஞ்சிப் பா ஆகியன இயற்பாக்கள் ஆகும்.

“ஆசிரியம், வஞ்சி, வெண்பா, கலி என

நால் இயற்று என்ப பாவகை விரியே.” (தொல். செய்யு. 104)

காலந்தோறும் தமிழில் எழுதப்பட்டுவரும் எண்ணற்ற நூல்கள் ‘இயற்றமிழ்’ சார்ந்தவையே. இந் நூல் இசை, நாடகத் தமிழ்கள் பற்றியது என்பதால் ஈண்டு இசைத் தமிழ் அறிஞர்கள் காட்டியுள்ள ‘இயற்றமிழ்’ குறித்த விளக்கங்கள் மட்டும் சுருக்கமாகத் தரப்பட்டுள்ளன.

ஆ. இசைத் தமிழ்

இதுகாறும் முத்தமிழ் குறித்த சில அறிஞர்களின் கருத்துகளைக் கண்ணுற்றோம். பொதுவாக, சுருதி இயல், சுர இயல், பண்ணியல், தாள இயல், ஆளத்தி இயல், பாட்டு இயல், இசைக் கருவி இயல் ஆகியன இசைத் தமிழின் உள்ளடக்கம் ஆகும். இவற்றுள் சுருதி, பண், தாளம் இவற்றின் முக்கியத்துவத்தை உணர்த்தும் வகையிலேயே மகாகவி பாரதியார் தம் **குயில் பாட்டில் ,**

நாதம், நாதம், நாதம்,

நாதத் தேயோர் நலிவுண் டாயின்,

சேதம், சேதம், சேதம்.

தாளம், தாளம், தாளம்,

தாளத் திற்கோர் தடையுண் டாயின்,

கூளம், கூளம், கூளம்.

பண்ணே, பண்ணே, பண்ணே,

பண்ணிற் கேயோர் பழுதுண் டாயின்,

மண்ணே, மண்ணே, மண்ணே.

என்று பாடுகிறார்.

இசைத் தமிழும் தமிழ் இசையும் :

இசைத் தமிழ், இசை யியல்*(Theory)*, பாடுதுறை*(Performance/ Practical)* என்னும் இரு பிரிவுகளைக் கொண்டது. மேற்சுட்டிய ஆறு இயல்களுக்கான இலக்கணமும் வரலாறும் இசையியல் துறை ஆகும். அவற்றின் செயல்முறையே பாடுதுறையாகும். செயல் முறையாம் பாடுதுறையே தமிழிசை யாகும். இசைத் தமிழ் என்பது பண்ணின் இலக்கணம் எனில், பண்ணை இசைத்தல் அல்லது பாடுதல் தமிழிசை என எளிதாகப் புரிந்துகொள்ளலாம். இன்னொரு வகையில் ஆபிரகாம் பண்டிதரை 'இசைத் தமிழ்

அறிஞர்' என்றும், தண்டபாணி தேசிகரைத் தமிழிசை அறிஞர் என்றும் குறிப்பிடலாம்.

சுருக்கமாகச் சொன்னால் தமிழிசையின் இலக்கிய இலக்கணங்களை விவரிப்பதே இசைத் தமிழாகும். இதனைத் தமிழிசை யியல் *(Tamil Musicology)* என்று குறிப்பிடுவதும் பொருத்தமே. எடுத்துக்காட்டாக, 'அலைபாயுதே கண்ணா' என்ற பாடல் இசைத்தமிழ்; அதனைப் பாடும்போது தமிழிசையாக மலரும்.

தமிழிசை என்னும் பெரும் பரப்பில் தேவாரப் பண்ணிசை என்பது ஒரு சிறிய பகுதியே என்பதை உணரவேண்டும்.

ஏழு சுரங்களிலிருந்து மொத்தம் 11,991 பண்கள் பிறக்கும் என்று சிலப்பதிகார உரை கூறுகின்றது. இதற்கு ஆதாரமாக இடைச் சங்ககால இசைநூல் ஒன்றிலிருந்து ஒரு வெண்பாவும் தரப்பட்டுள்ளது. இதன் மூலம் இசைத்தமிழின் பழமையையும் பெரும் பரப்பையும் உணர்ந்துகொள்வதோடு, இன்றைய கர்நாடக இசையின் மூலமும் முதலும் பழந்தமிழ் இசையே என்பது புலனாகும். இயல் தமிழுக்கு இணையாக எண்ணற்ற அறிஞர்களும் நூல்களும் இசைத்தமிழுக்கும் இருந்ததாலேயே இசைத்தமிழ் தனிப்பிரிவாகக் கூறப்பட்டது. இன்றைய நிலையில் கர்நாடக இசை, தேவார இசை, நாட்டுப்புற இசை, திரைப்பட இசை என அனைத்து வகை இசைகளும் தமிழிசைக்குள் அடங்கும். தமிழிசை என்பது செவ்விசையும் தேவாரமும் மட்டுமில்லை என உணர வேண்டும்.

இனி, இசைத் தமிழின் உயிர்நாடியாக விளங்கும் பாடல்கள் பற்றிக் காண்போம். இன்றைய இசையியலில் இசைத் தமிழ்ப் பாடல்களை, சிந்து, சந்தம், வண்ணம், உருப்படி என்று நான்கு வகைப்படுத்துவர். 'உருப்படி' என்னும் சொல்லை பழைய உரையாசிரியர்கள் இசை உருக்கள் என்று குறித்துள்ளனர். கிருதி, கீர்த்தனை முதலான தற்காலப் பாடல் வகைகள் 'உருப்படிகள்' என்றே வழங்கப்பெறுகின்றன.

இசைப் பாடல்களுக்கான பொது இயல்புகள் :

- *தொடர்கள், அடிகள் மடங்கி வருதல்*
- *தனிச் சொல் பெறுதல்*
- *இனிய ஓசை நயம் பெற்று விளங்குதல்*
- *மோனை எதுகைகளுடன் இயைபுத் தொடை (Rhyme)யும் பெறுதல்*
- *கண்ணிகளாக அமைதல்*
- *பல்லவி, அனுபல்லவி, சரணம் என்ற உறுப்புகளைப் பெறுதல்*
- *தாள நடையில் அமைதல்*
- *எளிய மொழி நடை பெற்றிருத்தல்*

தனித்த இயல்புகள் :

- *வல்லின ஒற்றுகளைத் தவிர்த்தல் (வண்ணப் பாடல் தவிர)*
- *சீர்களில் நெடில் எழுத்துகளை அதிகம் பயன்படுத்துதல்*
- *மெல்லின, இடையின எழுத்துகளைப் பரவலாகப் பயன்படுத்துதல்*
- *ற், ழ், ய் ஆகிய எழுத்துகளைப் பெரும்பாலும் தவிர்த்தல்*
- *சீரிலும் அடியிலும் ஈற்றெழுத்தாக ய், ண், ழ், ள், ர் வருவதைத் தவிர்த்தல்*
- *ம், ன், ந், ங், ஞ், ல் ஆகிய எழுத்துகளை அதிகம் பயன்படுத்துதல்*
- *அடியின் ஈற்றாக ஏகாரம், ஓகாரம், ம், ன் எழுத்துகளை அமைத்தல்*

இவ்வியல்புகள் ஓசை நயத்தையும் இனிமையையும் கூட்டுவதுடன் எழுத்துகள் அளபெடுப்பதற்கும் இசை நீட்டம் பெறுவதற்கும் இடமளிக்கின்றன. தேவாரத் திருமுறைகள்,

நாலாயிரப் பனுவல்கள், அருட்பா, கிருதி, கீர்த்தனைகள், பாரதியார் பாடல்கள், பாரதிதாசன் இசையமுது முதலானவற்றில் இவ்வியல்புகள் பெரிதும் இடம்பெற்று விளங்கும் பாங்கினைக் காணலாம். இவை அனைத்திற்கும் மூலமாகவும் முன்னோடியாகவும் சிலப்பதிகாரத்தின் இசை, நாடகப் பகுதிகள் விளங்குகின்றன என்றால் அது மிகையாகாது. வரிப் பாடல்களும் பிற இசைப் பாடல்களும் இவ்வுண்மையைப் பறைசாற்றக் கூடியவை.

எடுத்துக்காட்டாக, இயற்றமிழ்ப் பகுதியில் 'காவிரி' என்றும், இசைத்தமிழ்ப் பகுதியில் 'காவேரி' என்றும் இளங்கோவடிகள் பயன்படுத்துவதைக் காணலாம். மேலும், சிந்து, சந்தம், வண்ணம் ஆகிய அமைப்புகளிலும், நாட்டுப்புற இசை வடிவங்களிலும் பல பாடல்கள் சிலம்பில் இடம்பெற்றுள்ளன. இன்றைய உருப்படிகளில் காணும் பல்லவி அமைப்பிற்கு முன்னோடியான பாடலடிகளைச் சிலம்பில் காண முடிகிறது. **(எ.கா. நடந்தாய் வாழி காவேரி, தீங்குழல் கேளாமோ தோழி)** மேலும், முகமுடை வரி என்பதை இன்றைய பல்லவி அமைப்பின் தொடக்கமாக அல்லது மூலமாகக் கொள்ளலாம். பாடலுக்கு முகமாக விளங்குவது பல்லவியாகும்.

முன்னரே குறிப்பிட்டுள்ள வண்ணம் இசைப்பாக்களை இசைப்பா, இசையளவுபா என இரு வகைப்படுத்துவர். தாளமின்றிப் பாடப்படும் பாடல்கள் இசைப்பா என்றும், தாளத்துடன் பாடப்படும் சிந்துப்பா, சந்தப்பா, வண்ணப்பா, உருப்படி ஆகிய நான்கு வகைப் பாடல்களை **இசையளவுபாக்கள்** என்றும் இன்றைய இசையியலார் குறிப்பிடுவர். இசைப்பாக்கள் இசைப்பதற்கு என்றே இயற்றப்படுவன. இவற்றுள் சில தோன்றும் பொழுதே இசையுடன் பிறப்பவை; சில பண்ணமைப்புக்கு ஏற்ற வகையில் இயற்றப்பட்டுப் பின்னர் இசையமைக்கப்படுவனவாகும். இவ்விரண்டு பண்புகளையும் நாம் பரிபாடலிலேயே காண முடியும். எனவேதான் தேவாரப் பாடல்களை மாணிக்கவாசகப் பெருமான் 'பண் சுமந்த பாடல்கள்' என்று போற்றினார். இவை இயற்பாக்களின் தன்மைகளிலிருந்து மாறுபட்டு விளங்குவன ஆகும்.

மாயோன் பாணியும் வருணப் பூதர் (சிலம்பு.: 6 : 35)

என்ற இடத்துப் பொருள் கூறும் சிலப்பதிகார உரையாசிரியர் அடியார்க்குநல்லார் இசைப் பாக்கள் பத்து வகைப்படும் என்று கூறி, பின்வரும் இரண்டு பழம் பாடல்களை மேற்கோள் களாகத் தருகின்றார்.

செந்துறை வெண்டுறை தேவபா ணிய்யிரண்டும்
வந்தன முத்தகமே வண்ணமே – கந்தருவத்
தாற்றுவரி கானல் விரிமுரண் மண்டிலமாத்
தோற்று மிசை யிசைப்பாச் சுட்டு.

(சிகண்டியார். இசை நுணுக்கம்)

செப்பரிய சிந்து திரிபதை சீர்ச்சவலை
தப்பொன்று மில்லாச் சமபாதம் – மெய்ப்படியும்
செந்துறை வெண்டுறை தேவபாணி வண்ணமென்ப
பைந்தொடியா யின்னிசையின் பா." (அறிவனார். பஞ்சமரபு)

இயற்றமிழின் யாப்பிலக்கணமும் இசைத்தமிழின் தாள இலக்கணமும் ஒன்றோடொன்று அடிப்படையில் மிக நெருங்கிய தொடர்பு உடையவை என்ற கருத்தும் வலியுறுத்தப்படுகிறது. **"அடியின் சிறப்பே பாட்டென படுமே".** (தொல். செய்யு. 34) என்னும் தொல்காப்பிய நூற்பா இக்கருத்திற்கு அடிநாதமாக விளங்குகிறது. மேலும்,

இயைபே புணர்ச்சி (தொல். 792)
இசைப்பு இசையாகும் (தொல். 793)

" 'இயைந்தொழுகும்' எனவும் 'யாழிசை யூப்புக்கும்' எனவும், இயைபும், இசைப்பும், புணர்ச்சிக் குறிப்பும் இசைப் பொருண்மையும் உணர்த்தியவாறு" என இரு நூற்பாக்களுக்கும் சேர்த்தே பொருளுரைக்கிறார் சேனாவரையர். இசை நோக்கில் இது மிகுந்த கவனத்திற்குரியது.

அடுத்து, சிலப்பதிகார அரங்கேற்று காதையில்,

யாழும் குழலும் சீரும் மிடறும் (26)

என்னும் அடிக்குப் பொருளுரைக்கும் அடியார்க்குநல்லார், யாழும் குழலும் என்றது யாழ்ப் பாடலும் வங்கியப் பாடலும் என்று கூறி, இசை என்பது இயற்பாக்களுடன் பண்ணை இசையச் செய்வதால் பெற்ற பெயர் என்கிறார். மேலும், பல இயற்பாக்களுடனே நிறத்தை இசைத்தலால் இசையென்று பெயராம் எனக் குறிப்பிட்டு,

பாவோடு அணைதல் இசையென்றார் பண்ணென்றார்
மேவார் பெருந் தானம் எட்டானும் - பாவாய்
எடுத்தன் முதலா விருநான்கும் பண்ணிப்
படுத்தமையாற் பண்ணென்று பார். (பஞ்ச. 52)

என்னும் பஞ்சமரபுப் பாடலடியையும் மேற்கோளாகக் காட்டுகின்றார்.

சீரு மென்றது, "செம்முறை யுறழ்பே மெய்ந்நிலை கொட்ட, னீட்ட னிமிர்த்தல்" என்று சொல்லப்படா நின்ற வண்ணக் கூறுபாட்டையும் இருவகைத் தாளக் கூறுபாட்டையும் "பாலை நிலையினையும் பண்ணு நிலையினையும் நிலைப்படுத்துத் தூயதாகக் காட்டும் தன்மையுமென்க" என்று விளக்குகின்றார். இசைப்பாக்கள் இசைப்பதற்கென்றே இயற்றப்படுபவை. எனவே, இவை இயற்பாக்களின் தன்மைகளிலிருந்து பல வகையில் மாறுபட்டு விளங்குவன ஆகும்.

மரபிலிருந்து மாற்றங்களைக் கொணர வேண்டுமாயின் அதற்கு முதலில் மரபு பற்றி ஆழமாக அறிய வேண்டும். எந்த ஒரு படைப்பாளியும் தம் இலக்கிய மரபையறியாமல் இறவா வரம் பெறுகின்ற இலக்கியத்தைப் படைத்துவிட முடியாது. ஏனெனில் இலக்கியமும் ஒரு கலை வடிவமாகவே திகழ்கிறது. எனவேதான் கிரேக்க அறிஞர் அரிஸ்டாட்டில்,*"Art is an Imitation"(Poetics)*, அதாவது "கலை இலக்கியம் என்பது போலச் செய்தல்" ஆகும் என்றார். இதனையே நாட்டிய சாஸ்திரத்தில் பரத முனிவரும் அனுகீர்த்தனம் என்றார். இங்கு, இளங்கோவடிகளின் ஆய்ச்சியர் குரவை வரிகளை நினைவுகூர்தல் பொருத்தமாக இருக்கும்.

தொன்றுபடு முறையால் நிறுத்தி
இடைமுது மகளிவர்க்குப்
படைப்புக்கோட் பெயரிடுவாள் (சிலம்பு. 17 : 5 – 7)

தொல் மரபை நினைவுறுத்தவே 'தொன்றுபடு முறையால் நிறுத்தி' என்கிறார் அடிகள்.

தொல்மரபு பற்றிய ஞானம், சம காலத்து வாழ்வியலின் அனைத்து அம்சங்களையும் உள்வாங்கிக் கொள்ளும் ஆற்றல், எதிர்காலத்தைப் பற்றிய தொலைநோக்கு(தீர்க்க தரிசனம்) ஆகிய பல்வேறு பண்பு நலன்களைக் கொண்டவரே காலத்தைக் கடந்து நிற்கும் தலைசிறந்த ஒரு படைப்பாளியாக விளங்க முடியும்.

இசைத் தமிழின் தொன்மை :

இந்தியாவின் தென்பகுதியைத் தம் வாழ்விடமாகக் கொண்ட தமிழ்ச் சமூகம் தொல்காப்பியக் காலத்திற்குப் பல நூற்றாண்டுகட்கு முன்னரே கலை, இலக்கியத்தில் மிகவும் தேர்ச்சி பெற்று விளங்கியதுடன் சிறந்த நூல் முறைமையையும், இலக்கணத்தையும் பெற்று இயல், இசை, நாடகம் எனும் முத்தமிழிலும் பல்வேறு நூல்களைப் படைத்திருந்தனர் என்பது வெறும் கற்பனையன்று; இவை குறித்த வரலாற்றுச் சான்றுகளாகவே தொல்காப்பியம், சங்க இலக்கியம், சிலப்பதிகாரம், சீவகசிந்தாமணி, கல்லாடம், திருமுறைகள், பாசுரங்கள் முதலான பண்டைத்தமிழ் நூல்கள் திகழ்கின்றன. உலக இசை வரலாற்றினை மிகவும் நுணுகி ஆராய்ந்தால் தொல்பழங் காலத்திலேயே தமிழர்கள் நுணுக்கமான இசையறிவு பெற்று விளங்கினர் என்ற உண்மையை உணர முடியும். பிற நாடுகளில் இசைக் கலை நாட்டுப்புற இசையின் தன்மையைப் பெற்றிருந்த காலத்திலேயே தமிழ் இசை மிகவும் உயர்ந்த நிலையைப் பெற்றிருந்தது.

இயற்றமிழுக்குத் தொல்காப்பியம், சங்க இலக்கியம், இசைத் தமிழுக்கு சிகண்டி முனிவரின் இசை நுணுக்கம், அறிவனாரின் பஞ்சமரபு, நாடகத் தமிழுக்கு மதிவாணர் நாடகத் தமிழ்,

சாத்தனாரின் கூத்த நூல் முதலான நூல்களாகும். இசைத் தமிழ் நூல்கள் இரண்டும் இடைச் சங்க கால(தொல்காப்பியக் காலம்) நூல்களாகக் குறிப்பிடப்படுகின்றன.

ஞானசம்பந்தப் பெருமான் திருவீழிமிழிலைப் பதிகத்தில்,

பண்ணும் பதமேழும் பல வோசைத் தமிழவையும்
உண்ணின்ற தோர்சுவையும் உறுதாளத் தொலிபலவும்
மண்ணும் புனலுயிரும் வருகாற்றுஞ் சுடர்மூன்றும்
விண்ணும் முழுதானானிடம் வீழிம் மிழிலையே

என்று பண்கள், ஏழுசுரங்கள், தமிழ், சுவை, தாளம் என இசையின் அனைத்துக் கூறுகளையும் கொண்டவராக இறைவனைப் போற்றுகின்றார்.

ஏழிசையாய் இசைப்பயனாய் இன்னமுதாய் என்னுடைய
தோழனுமாய் ....

என்பார் தேவார மூவருள் ஒருவரான சுந்தரமூர்த்தி நாயனார்.

மேலும், தேவார, திவ்வியப் பிரபந்தங்களில் தமிழோடு இசையையும் இறைவனையும் பின்னிப் பிணைத்தே பாடியுள்ளதைக் காணலாம். தமிழர் வாழ்வில் அகம், புறம் இரண்டிலும் பிறப்பு முதல் இறப்பு வரை அனைத்து நிலைகளிலும் இசையோடு இயைந்து வாழக்கூடிய இம் மரபு தமிழகத்தில் தொல்காப்பியர் காலத்துக்கும் (2500 ஆண்டுகள்) பல்லாண்டுகளுக்கு முன்னரே தொடங்கிவிட்டது. அக் காலத்திலேயே பண்பட்ட இலக்கணத்துடன் கூடிய ஓர் இசை முறைமை தமிழர்களிடம் வழங்கிவந்ததுடன், காலந்தோறும் வளர்த்தெடுக்கப்பட்டு, இன்றளவும் அம்மரபே ஒரு சங்கிலித் தொடராக நீண்டு நம்மிடையே வழக்கில் இருந்து வருகிறது.

இத்தகைய இசைத்தமிழ் குறித்த பதிவுகளை சங்க இலக்கியங்கள் தொடங்கி நீண்ட நெடிய தமிழ் இலக்கியப் பரப்பு முழுவதிலும் காணலாம். இசை, பறை, பண், யாழ், குழல், குறித்த பதிவுகள் இடம் பெறாத இலக்கியம் எதுவும் தமிழில் இல்லை எனக் கூற முடியும். இத்தொன்மை மிக்க மரபையும் அதன்

தொடர்ச்சியுமான வரலாற்றைச் சுருக்கமாக அறிய சுமார் 2500 ஆண்டு காலம் பின்னோக்கி நாம் தமிழோடும் இசையோடும் பயணிக்க வேண்டும்.

தொல்காப்பியப் பாயிரவுரையில் **'முந்து நூல்'** *என்பன* **அகத்தியமும், மாபுராணமும், பூதபுராணமும், இசை நுணுக்கமும்** *என்பார் நச்சினார்க்கினியர்.*

இன்றைய கர்நாடக இசையில் **'கிரஹ பேதம்'** *என்று கூறப்படும்* **'குரல் திரிபு'** *முறையின் அடிப்படையில் பண்களை உருவாக்கும் முறையை தமிழர் ஈராயிரம் ஆண்டுகளுக்கும் முன்னரே அறிந்திருந்தனர். மூர்ச்சனைகளும் பாலைகளும் இந்த அடிப்படையிலேயே பெறப்பட்டன. இதற்கான அடிப்படைச் சான்றுகள் சங்க நூல்களிலும், சிலப்பதிகாரத்திலும், கல்லாடத்திலும் பிற பழந்தமிழ் நூல்களிலும் விரவிக் கிடக்கின்றன. இவை* **'பண்ணுப் பெயர்த்தல்'** *என்றும்,* **'பாலை பண்ணி'** *என்றும் குறிப்பிடப்பட்டிருக்கும்.*

தீந்தொடை நரம்பின் பாலை வல்லோன்
பையு ளுறுப்பிற் பண்ணுப் பெயர்த்தாங்கு

(பதிற்று. 65 : 14, 15)

மெல்லவ விருந்த வூர்தொறும் நல்லியாழ்ப்

பண்ணுப் பெயர்த் தன்ன காவும் பள்ளியும்

(மலைபடு. *450, 451)*

வாங்கிரு மருப்பின் தீந்தொடை பழுனிய
இடனுடைப் பேரியாழ் பாலை பண்ணி

(பதிற்று. 66 : 1, 2)

பாலை என்பது பெரும் பண்ணைக் குறிக்கும். மேற்கத்திய இசையில் Scale என்ற சொல்லுக்கு இணையான தமிழ்ச் சொல் பாலை யாகும். இவை போன்ற குறிப்புகள் ஏராளமாக இடம்பெற்றுள்ளன. பண்டைக்கால கிரேக்கர்கள் இம் முறையிலேயே தங்கள் இசை வடிவங்களைப் பெற்றனர்.

பித்தகோரியன் பாலை *என்பது இன்றைய இசையில்*

தேவகாந்தாரி என்று அழைக்கப்படும் பண்ணின் இறங்கு நிரலை(அவரோகணம்) ஒத்ததேயாகும் என்பார் இசை அறிஞர் பேராசிரியர் சாம்பமூர்த்தி.

கர்நாடக இசையில், இன்றைக்கு **மோகனம்** என வழங்கப்படும் தமிழரின் முதல் பண்ணான முல்லைப் பண்ணே சீனா, ஜப்பான், ஜாவா, பசிபிக் தீவுகள் ஆகிய நாடுகளிலும்

ஸ்காட்ச் இசை, ஆப்பிரிக்க இசை வடிவங்களிலும், செல்டிக் நாட்டுப்புற இசை வடிவங்களிலும் காணப்படுகிறது. உலக அளவில் இந்த இசை வடிவம் விளங்குவதற்கு இப்பண்ணில் ஐந்தன் தொடர்பில் (Cycle of the fifth) அமைந்துள்ள சுரங்களின் ச - ப (குரல் இளி) உறவே (சட்ஜ பஞ்சம பாவம்) அடிப்படையாகும்.

மேலும், இன்றைய இந்திய இசை, கர்நாடக இசை என வழங்கப்படும் தென்னிந்தியச் செவ்விசை ஆகிய இசைகளுக்கெல்லாம் அடிப்படை பழந்தமிழிசையே என்பதற்கு சிலப்பதிகாரம் ஆதாரமாக விளங்குகிறது.

"இனி இசைத் தமிழ் நூலாகிய பெருநாரை, பெருங்குருகும், பிறவும் தேவவிருடி நாரதன் செய்த பஞ்சபாரதீய, முதலா உள்ள தொன்னூல்களும் இறந்தன. நாடகத் தமிழ் நூலாகிய பரதம் அகத்தியம் முதலாகவுள்ள தொன்னூல்களும் இறந்தன. பின்னும் முறுவல், சயந்தம், குணநூல், செயிற்றியம் என்பனவற்றுள்ளும் ஒருசார் சூத்திரங்கள் நடக்கின்ற அத் துணையல்லது முதல் நடு இறுதி காணாமையின் அவையும் இறந்தன போலும்", என்று அடியார்க்கு நல்லார் சிலப்பதிகார உரைப் பாயிரத்தில் கூறியிருப்பது இசைத் தமிழின் தொன்மையைச் சிறப்புற உணர்த்துவதாகும். இவ்விடத்து, அக்காலத்திருந்த பேரியாழ் குறித்த அரிய செய்தியையும் குறிப்பிடும் அடியார்க்கு நல்லார், "இறக்கவே வரும் பெருங்கல முதலிய பிறவு மாம்: பெருங்கல மென்றது பேரியாழ்" என்று மனமிரங்கி உரைக்கின்றார். பேரியாழினது அமைப்பை விளக்கும் பாடல் ஒன்றை பெருங்கதையிலிருந்து மேற்கோள் காட்டுகின்றார்.

ஆயிரம் நரம்பிற் றாதியா ழாகு
மேனை யுறுப்பு மொப்பன கொளலே
பத்தர தளவுங் கோட்டி னதளவு
மொத்த வென்ப விருமூன் றிரட்டி
வணர்சா ணொழித்தென வைத்தனர் புலவர். என்றும்,
தலமுத லூழியிற் றானவர் தருக்கறப்
புலமக ளாளர் புரிநரப் பாயிரம்
வலிபெறத் தொடுத்த வாக்கமை பேரியாழ்ச்
செலவுமுறை எல்லாஞ் செய்கையிற் றெறிந்து
மற்றை யாழுங் கற்றுமுறை பிழையான்

என்றும் ஆதியாழான பேரியாழ் ஆயிரம் நரம்புகளைக் கொண்டிருந்த பாங்கையும் கூறுகிறார். அதன் உறுப்புகளுக்கும் அளவு கூறி விவரிக்கின்றார். இத் தொன்மையான, ஆயிரம் நரம்புடைய, ஆதியாழ் அல்லது பேரியாழ் அல்லது பெருங்கலமே எளிதில் பாணர்களால் தூக்கிச் செல்லவும், பயன்படுத்துவதற்கும் தக்கவகையில் 21 நரம்புகளைக் கொண்ட பேரியாழாகக் கடைச் சங்க காலத்தில் மாற்றம் கண்டது என்பார் யாழ் நூல் கண்ட விபுலாநந்த அடிகள். (காண்க: யாழ் நூல்) அடியார்க்கு நல்லார் குறிப்பிடும் பெருங் கலம் என்னும் பேரியாழ் பெருங்கதையில் விவரிக்கப்பட்டிருப்பது; முதல் ஊழியைச் சேர்ந்தது என்பதும் கருதுதற்குரியது.

உரைப் பாயிரத்தில் சிலப்பதிகாரத்திற்கு உரை கூறத் தமக்குத் துணை நின்ற நூல்களை அடியார்க்கு நல்லார் கீழ்வருமாறு பட்டியலிடுகிறார்:

“இனித் தேவவிருடியாகிய குறுமுனி பாற் கேட்ட மாணாக்கர் பன்னிருவருள் சிகண்டி என்னும் அருந்தவமுனி சார குமாரனென பெயர் பெற்ற குமரன் இசையறிதற்குச் செய்த இசைநுணுக்கமும், பாரசவ முனிவரில் யாமளேந்திரர் செய்த இந்திர காளியமும், அறிவனார் செய்த பஞ்சமரபும், ஆதிவாயிலார் செய்த பரத சேனாபதீயமும், கடைச் சங்கமிரீஇய பாண்டியருட் கவியரங்கேறிய பாண்டியன் மதிவாணனார் செய்த நாடகத் தமிழ் நூலுமென இவ்வைந்தும் இந்நாடகக்

காப்பியக் கருத்தறிந்த நூல்களன்றேனும் ஒருபுடை யொப்புமை கொண்டு முடித்தலைக் கருதிற்று இவ்வுரை யெனக் கொள்க".

இந்நூல்களுள் பஞ்சபாரதீயம், இசை நுணுக்கம், பஞ்சமரபு, பரதசேனாபதீயம், செயிற்றியம், குணநூல், சயந்தம், கூத்த நூல், மதிவாணர் நாடகத்தமிழ் நூல் ஆகிய நூல்களிலிருந்து சில நூற்பாக்களை மேற்கோள்களாகவும் தம் உரையில் எடுத்துக்காட்டி யுள்ளார்.

இதுகாறும் கூறியனவற்றால் இசைத் தமிழின் பல்வேறு கூறுகளையும், தொன்மையையும், தொல் மரபின் நீட்சியையும் இலக்கிய, இலக்கணச் சான்றுகளுடன் கண்டோம். இனி வரும் கட்டுரைகளில் தொல்காப்பியம் தொடங்கி இசைத்தமிழ் குறித்த தேடல்களும், முடிவுகளும் இடம்பெறுகின்றன.

இ. நாடகத் தமிழ்

நாடகத் தமிழ் என்பது இன்றைய தமிழ் நாடகத்திலிருந்து மாறுபட்டது. இதனை நாட்டியத்திற்கான இலக்கணம் என்று பல அறிஞர்கள் கூறுகின்றனர். ஆயினும், நாடகத் தமிழ் நாட்டியம் மட்டுமின்றிப் பல்வகைக் கூத்துகள், ஆட்டங்கள் ஆகியனவற்றிற்கான இலக்கண, இலக்கியங்களையும் உள்ளடக்கியதாகும். சிலப்பதிகார உரையில் பல்வேறு கூத்துகள், ஆடல்கள் பற்றியெல்லாம் விரிவான செய்திகள் தரப்பட்டுள்ளன. கூத்துகளை சாந்திக் கூத்து, விநோதக் கூத்து என்றும், அகக்கூத்து, புறக்கூத்து என்றும் வகைப்படுத்தி, அவற்றுள் ஒவ்வொரு வகைக்கும் எனப் பல கூத்துகளைப் பற்றியும் விளக்கமாகக் கூறப்பட்டுள்ளது. நாடகத் தமிழுக்கான இசையும் இசைத் தமிழுக்கான இசையும் வெவ்வேறு தன்மைகளையுடையவை என்றும் உரையாசிரியர் விளக்குகின்றார். இடைச்சங்ககால நூலாகக் கருதப்படும் கூத்த நூலில்,

இசையில் பிறந்தது ஆட்டத்தின் இயல்பே
ஆட்டம் பிறந்தது கூத்தினது அமைவே

கூத்தில் பிறந்தது நாட்டியக் கோப்பே
நாட்டியம் பிறந்தது நாடக வகையே

என்று குறிப்பிடப்பட்டுள்ளது. இதன் மூலம் நாட்டியம், கூத்து, நாடகம் ஆகியன பற்றி துல்லியமாக வேறுபடுத்திக் காட்டியிருப்பதை உணரலாம். எனவே, நாடகத்தமிழ் என்னும் பெரிய பரப்பில் நாட்டியம், பல்வகை ஆட்டங்கள், குறவஞ்சி நாடகம், குளுவ நாடகம், நொண்டி நாடகம், பள்ளு நாடகம், கீர்த்தனை நாடகம், குரவைக் கூத்து, துணங்கைக் கூத்து, உழிஞைக் கூத்து எனப் பல்வகைக் கலைவடிவங்களும் அடங்கும். இன்றைய நிலையில், பரதநாட்டியம், தெருக்கூத்து, சங்கரதாஸ் சுவாமிகளின் நாடகங்கள், தமிழகத்தின் பல்வேறு மாவட்டங்களிலும் நிகழ்ந்து வரும் நாட்டுப்புற ஆட்டங்கள் அனைத்துமே நாடகத்தமிழின் எச்சங்களாகக் கருதப்பட வேண்டியவை.

ஏறத்தாழ 2500 ஆண்டுகளுக்கும் முன்பே தொல்காப்பியம் தொடங்கி சங்க இலக்கியம், சிலப்பதிகாரம், சீவகசிந்தாமணி, தேவாரம், திவ்வியப்ரபந்தம், கம்பராமாயணம், பெரியபுராணம் முதலான நூல்களிலும் மூன்று தமிழ்களும் இணையாக வளர்ந்து வந்ததைக் காண முடியும். இவ்வளர்ச்சி 18 ஆம் நூற்றாண்டு வரை தொடர்ந்துகொண்டிருந்ததைத் தமிழ் இலக்கிய வரலாறு நமக்கு உணர்த்துகிறது.

இயற்றமிழுக்கு தொல்காப்பியம், சங்க இலக்கியம், இசைத் தமிழுக்கு சிகண்டி முனிவரின் இசை நுணுக்கம், அறிவனாரின் பஞ்சமரபு, நாடகத்தமிழுக்கு மதிவாணர் நாடகத் தமிழ், சாத்தனாரின் கூத்த நூல் முதலான நூல்களாகும். இசைத் தமிழ் நூல்கள் இரண்டும் இடைச்சங்க கால நூல்களாகக் குறிப்பிடப்படுகின்றன.

மேலும், தொன்மை வாய்ந்த நாடகத் தமிழ் நூல்களான முறுவல், சயந்தம், குணநூல், மதிவாணர் நாடகத் தமிழ் முதலானவை இறந்துபட்டன. இந் நிலையில், மிகவும் தொன்மையான நாடகத் தமிழை விளக்கும் இலக்கண நூல் இல்லை என்ற குறையைப் போக்க எண்ணிய அறிஞர் வி.கோ. சூரியநாராயண

சாஸ்திரியார் (பரிதிமாற் கலைஞர்) 272 சூத்திரங்களைக் கொண்டு, **'நாடக வியல்'** என்னும் நூலை இயற்றி 1901இல் வெளியிட்டார்.

"இசைத் தமிழில்வழி நாடகத் தமிழிற்கு இயக்கமில்லை. எனவே நாடகத் தமிழிற்கு இயற்றமிழும் இசைத் தமிழும் இன்றியமையாச் சிறப்பினவாம். இயற்றமிழும் இசைத் தமிழும் கூடிய வழியே நாடகத்தமிழ் பிறக்குமென்று கூறுதலே அமைவுடைத்தாம்" என்பது இவர் கருத்து.

நாடகத் தமிழ் நூல்களான குறவஞ்சி, பள்ளு, குளுவ, நொண்டி, கீர்த்தனை, நாடகங்களையும், சங்கரதாஸ் சுவாமிகள் மரபு வழிப்பட்ட இசை நாடகங்களையும், விலாச நாடகங்களையும், தெருக்கூத்து, பாவைக் கூத்து முதலான கூத்துகள், நாட்டார் ஆட்டங்கள், நாட்டிய வகைகள் ஆகியனவற்றையும் தமிழ் இலக்கிய வரலாற்றில் **'நாடகத் தமிழ்'** என்று வகைப்படுத்தி யிருக்க வேண்டும். அதுவே, தொல்காப்பிய, சங்க இலக்கிய, சிலப்பதிகாரத் தமிழ் மரபு அடிப்படையிலானது. இதற்கான விளக்கங்கள் இந்நூலின் வேறு இயல்களில் இடம் பெற்றுள்ளதைக் காணலாம். ஆனால், இவை யாவும் தமிழ் இலக்கிய வரலாற்றில் சிற்றிலக்கியங்கள் என்றோ, நாடகங்கள் என்றோ, நாட்டுப்புறக் கலைகள் என்றோ வகைப் படுத்தப்பட்டுள்ளன. 'மாற்றம் என்றுமே தவிர்க்க இயலாது' என்னும் நியதியின்படி நாடகத் தமிழ் இலக்கியங்களும் காலந் தோறும் பல மாற்றங்களைச் சந்தித்து இன்றைய நாடக, கூத்து, நாட்டியம், நாட்டுப்புற ஆட்டங்கள் என அனைத்தும் நிகழ்ந்து வருகின்றன. ஆயினும், இக்கலை வடிவங்கள் எதுவும் தொல் மரபின் வேர்களை இழந்துவிடவில்லை என்பதும், அம் மூலக் கூறுகளின் அடையாளத்துடனே இன்று வரை இயங்கி வருகின்றன என்பதும் மறுக்க முடியாத உண்மை யாகும். மேலும், 1960களில் நாங்கள் படித்த பள்ளிக் கல்விக்கான பாட நூல்களில் எல்லாம், "நாடகத் தமிழ் நூல்கள் யாவும் காலப் போக்கில் அழிந்துபட்டன. நாடகத் தமிழுக்கு என்று நூல்கள் இல்லை எனும் குறையைக் களையும் விதமாக பெ.சுந்தரம் பிள்ளை, 'மனோன்மணீயம்' என்ற முழுமையான நாடக நூலை

இயற்றினார்" என்று போதிக்கப்பட்டது. இதுவே இன்றுவரை தொடர்ந்து கொண்டும் இருக்கிறது. ஆனால், உண்மையில் மனோன்மணீயம் 'தமிழ் நாடக'மேயன்றி 'நாடகத் தமிழ் நூல் ஆகாது. ஏனெனில் இந் நாடகம் இயற்பாக்களால் ஆனது. நாடகத் தமிழ் என்பது நாடகத்திற்கான இசைப் பாக்களால் ஆனது. மேலும் நாடகத் தமிழில் ஆட்டமும்(கூத்து) இடம் பெறும். உண்மையில் பல நாடகத் தமிழ், இசைத் தமிழ் நூல்கள் இயற்றமிழின் சிற்றிலக்கியங்களாக வகைப்படுத்தப்பட்டுள்ளன. இந்நிலை தொன்றுதொட்டு இருந்துவரும் முத்தமிழ் என்னும் இலக்கியக் கொள்கைக்குப் புறம்பானது. இயல் இன்றி இசைத் தமிழும், இயலும் இசையும் இன்றி நாடகத் தமிழ் இயங்க இயலாது என்பது பற்றி முன்னரே விளக்கப்பட்டுள்ளது, ஆனால், இயற்றமிழின் உயிரோட்டமாக விளங்குவது இசையே என்பதே உண்மை. ஏனெனில் அடிப்படையில் தமிழ் மொழியே ஓர் இசை மொழி யாகும். இதற்கான அடிப்படை ஆதாரங்களை தொல்காப்பியம், சங்க இலக்கியம், சிலப்பதிகாரம் தொடங்கி பாரதியார், பாரதிதாசன் படைப்புகள் வரை அனைத்திலும் காண முடியும்.

நாடகத் தமிழ் குறித்து ஆழமாக அறிந்துகொள்ள விழைவோர் சிலப்பதிகாரத்தின் பதிகம், அரங்கேற்று காதை, கடலாடு காதை, வேட்டுவ வரி, ஆய்ச்சியர் குரவை, ஊர் சூழ் வரி, குன்றக் குரவை ஆகிய பகுதிகளுக்கான அரும்பத உரை, அடியார்க்கு நல்லார் உரைகளைத் தக்க ஆசிரியர்கள் உதவியுடன் ஆழ்ந்து கற்க வேண்டும். அப்பொழுதுதான் நாடகத் தமிழின் முழுமையான வளத்தையும் நுட்பத்தையும் அறிந்துகொள்ள இயலும்.

6. தொல்காப்பியத்தில் இசைத் தமிழ்

தமிழின் முதல் நூல் எனப் போற்றப்படும் தொல்காப்பியம் முழுமையான **இயற்றமிழ்** இலக்கண நூலாகவே கருதப்படுகிறது. தமிழ் மொழியின் எழுத்து, சொல், பொருள், செய்யுள், யாப்பு ஆகியன தொடர்பான இலக்கணங்கள் யாவுமே இயலுக்கு மட்டுமின்றி, இசையுடனும் மிக நெருங்கிய தொடர்புடையன வாகும். முத்தமிழ் என்னும் பெருமை கொண்ட தமிழ் மொழியின் இலக்கண மரபு மிகவும் பழமையானதும் செழுமையானதும் வளமையானதும் ஆகும். இந்த மரபு முத்தமிழுக்கும் பொதுவானது. இயற்றமிழ் போலவே இசைத்தமிழும் நாடகத்தமிழும் இலக்கண மரபைக் கொண்டிருந்த போதிலும் அவற்றிற்கான பழமையான இலக்கண நூல்கள் மறைந்து போயின என்பதை முன்னரே கண்டோம். ஆயினும் இவற்றின் இலக்கணக் கூறுகள் பலவற்றையும் தொல்காப்பியம், சங்க இலக்கியம், சிலப்பதிகாரம் முதலான பழந்தமிழ் இலக்கியங்கள் வழி அறிந்துகொள்ள முடிகிறது. குறிப்பாக, சிலப்பதிகார அரும்பதவுரை, அடியார்க்குநல்லார் உரை வாயிலாக இசைத்தமிழ், நாடகத்தமிழ் குறித்த இலக்கண,

இலக்கிய நூல்கள் பல தொல்காப்பியர் காலத்திலும் அதற்கு முன்பும் இருந்தன என்று அறிய முடிகிறது. இவற்றின் அடிப்படையில் நோக்கும்போது தொல்காப்பியம் கூறும் யாப்பிலக்கணம் முத்தமிழிலும் உள்ள பாடல்களுக்கு அடிநாதமாக விளங்கும் உண்மையை உணரலாம். இதன் காரணமாகவே, தொன்றுதொட்டு இயற்றமிழ்ப் பாக்களும் பாட்டு அல்லது பாடல் என்றே வழங்கப்படுகின்றன.

நிலத்தையும் பொழுதையும் முதல் பொருளாகச் சொன்ன தொல்காப்பியர், அவற்றிற்கான கருப்பொருள்களாகப் பறையையும் யாழையும் குறிப்பிடுகிறார்.

தெய்வ முணாவே மாமரம் புட்பறை
செய்தி யாழின் பகுதியொடு தொகைஇ
அவ்வகை பிறவுங் கருவென மொழிப *(தொல். அகத். 20)*

இங்கு 'பறை' என்பது அனைத்துத் தோற்கருவிகளையும், 'யாழின் பகுதி' என்பது அனைத்து இசைக் கருவிகளையும், பண்களையும் பற்றிக் குறிப்பதாக அமையும். எனவே, தொல்காப்பியக் காலத்திற்கு முன்னரே நீண்ட நெடுங்காலமாகத் தமிழர்கள் கடைப்பிடித்து வந்த பழக்கவழக்கங்களின் ஒரு பதிவாகவே நாம் தொல்காப்பியத்தை அணுக வேண்டும்.

சிலப்பதிகாரம், பதிகவுரையில் அடியார்க்கு நல்லார், நானிலப் பெரும்பண்களாகிய முல்லை யாழ்(செம்பாலை), குறிஞ்சியாழ்(படுமலை), மருத யாழ்(கோடி), நெய்தல் யாழ்(விளரி) ஆகியவற்றினை விளக்கும் பொருட்டு இத்தொல்காப்பிய நூற்பாவை அடிப்படையாகக் கொண்டு மிக நீண்டதொரு விளக்கத்தினை அளித்துள்ளார். இதேபோன்று இம் மரபின் தொடர்ச்சியாக சங்க இலக்கியம், பிற பழந்தமிழ் நூல்களிலும் ஒவ்வொரு நிலத்திற்கும் பொழுதிற்கும் பறையும், யாழும், பண்ணும், உணர்வும் குறிப்பிடப்பட்டிருப்பதை அறியமுடியும்.

அளபிறந் துயிர்த்தலும் ஒற்றிசை நீடலு
முளவென மொழிப விசையொடு சிவணிய
நரம்பின் மறைய வென்மனார் புலவர்" *(எழுத்.33)*

'நரம்பின் மறை' என்பது இசை இலக்கணம் பற்றிய நூலைக்குறிக்கும். உயிரும், மெய்யும் அளபெடுத்தல் பற்றியவை இசைத் தொடர்பானவை என்றும் அவற்றை இசை நூலில் காண்க என்றும் குறிப்பாலுணர்த்துகிறது இந்நூற்பா.

இதன் பொருள்: "உயிரெழுத்துக்களெல்லாம் தமக்குச் சொன்ன அளவினைக் கடந்து ஒலித்தலையும், ஒற்றெழுத்துக்கள் தம்மொலி முன்கூறிய அளபின் நீடலையும், குரல் முதலிய ஏழிசை யோடு பொருந்திய நரம்பினையுடைய யாழினது இசை நூற் கண்ணும், உள எனச் சொல்லுவர் அவ்விசை நூலாசிரியர் என்று சொல்லுவர் புலவர்"; "நரம்பு என்றது ஆகுபெயரால் யாழினை உணர்த்திற்று; மறை என்றது நூலை" என்று பொருள் கூறுவார் இளம்பூரணர்.

தொல்காப்பியர் காலத்துக்கு முன்னரே இசைத்தமிழ் நூல்கள் இருந்தன என்பதற்கு இந்நூற்பா ஒரு நற்சான்று. **நரம்பு** என்ற சொல் யாழையும் சுரத்தையும் குறிக்கும். எனவே, **'நரம்பின் மறை'** என்பது இசைக்கலை பற்றிய ஒரு பெருநூல் என்பது தெளிவாகிறது. பிற உரையாசிரியர்களும் இதே கருத்தையே கூறுகின்றனர்.

அடுத்து,

> **மாத்திரை எழுத்தியல் அசைவகை எனாஅ,**
>
> **யாத்த சீரே அடி யாப்பு எனாஅ,**
>
> **மரபே தூக்கே தொடைவகை எனாஅ,** ....

என்று தொடங்கும் செய்யுளியலின் முதல் நூற்பாவில் செய்யுளுக்கு இலக்கணமாக முப்பத்து நான்கு உறுப்புகளைக் கூறும் தொல்காப்பியர், அவை யாவும்,

> **நல்லிசைப் புலவர் செய்யுள் உறுப்பென**
>
> **வல்லிதின் கூறி வகுத்துரைத் தனரே**

என்று நூற்பாவை நிறைவுசெய்கிறார்.

இந்த 34 உறுப்புகளும் பின்னர் ஒவ்வொன்றாக

விளக்கப்படுகின்றன. இவற்றுள் மாத்திரை, எழுத்தியல், அசைவகை, சீர், அடி, யாப்பு, மரபு, தூக்கு, தொடைவகை ஆகிய உறுப்புக்கள் பற்றிய விளக்கங்கள் செய்யுளின் மொழிநடை தொடர்பானவை என்பதுடன் இசைத் தமிழோடு நெருங்கிய தொடர்பு உடையனவாகவும் விளங்குவதை உறுதிப்படுத்துகின்றன. இதற்கு அடுத்து வரும் நூற்பாவில், எழுத்திலக்கணத்தில் கூறப்படும் காலக் கணக்கீட்டின் அடிப்படையில் தான் எழுத்தோசை பாட்டிலும் இயங்கும் என்பதை தொல்காப்பியர் தெளிவுபடுத்துகிறார்.

மாத்திரை வகையும் எழுத்தியல் வகையும்

மேற்கிளந் தனவே யென்மனார் புலவர். *(செய்யு. 2)*

மேலும், அசையும் சீரும் இசையோடு தொடர்புடையவை என்பதைப் பின்வரும் நூற்பா உறுதிப்படுத்துகிறது.

அசையும் சீரும் இசையொடு சேர்த்தி

வகுத்தனர் உணர்த்தலும் வல்லோ ராறே

(தொல்.செய்.பேரா. 11)

அசைகளையும் சீர்களையும் ஓசையோடு சேர்த்து வேறுபடுத்தி உணர்த்துவித்தலும் அச்செய்யுள் இலக்கணத் துறைபோயினாரது நெறி என்று இந் நூற்பாவிற்குப் பொருளுரைக்கிறார் பேராசிரியர். மாத்திரை என்பதோர் உறுப்புரைத்தான்; அதனால் அசை சீர்களது ஓசையை அளந்து கூறுபடுத்து இன்னோசையும் இன்னாவோசையும் உணர்த்து. எழுத்தியல் வகைக்கும் இஃதொக்கும் என்றும் கூறுகிறார்.

ஈரசை கொண்டும் மூவசை புணர்த்துஞ்

சீரியைந்து இற்றது சீரெனப் படுமே

தொல்.செய். பேரா.*(12)*

இரண்டசையாலும் மூன்றசையாலும் ஓரொரு சொற்கண் சீரியைந்திறுவன சீரென்று சொல்லப்படும். மற்றுச் சீரென்றது என்னை யெனின், பாணி போன்று இலயம் பட நிற்றலான்

அது சீரெனத் தொழிற் பெயராம். இயைதல் என்பது அசை வகை ஒன்றொன்றனொடு தொடர்ந்த வழி யல்லாற் சீர்க்கு அலகு பெறலாகாது என்று பேராசியர் இந்நூற்பாவிற்கு விளக்கம் தருகிறார்.

இங்கு அவர் கூறும் லயம் என்பதும் பாணி என்பதும் தாளத்தைக் குறிக்கும். பாணி என்ற சொல்லுக்குப் பொருள் கூறும் அடியார்க்குநல்லார், பாணியும் என்றது - தாளங்களும் என்றவாறு.

கொட்டும் அசையும் தூக்கும் அளவும்

ஒட்டப் புணர்ப்பது பாணியாகும் *(சிலம்பு. அரங்.16 உரை)*

இம்மேற்கோள் நூற்பா மூலம் அசை, தூக்கு என்பனவும் தாளத்தோடு தொடர்புடையவை என்பது விளங்கும்.

“தாள எடுப்பின் காலம் பாணி. இடை நிகழும் காலம் தூக்கு; தாளம் முடியும் காலம் சீர். தாளத்தோடு அமைவதே யாப்பில் சீர் என்பது இதனால் புலனாகும்.

தொல்காப்பியர் காலத்திற்கு முன்னரே பாணர்கள் தமிழகத்தில் நிலைபெற்றிருந்தனர் என்றும், பாணர் மூலம் தலைவியின் ஊடலைத் தீர்ப்பது முந்தையோர் கடைபிடித்த வழக்கம் என்றும் பின்வரும் தொல்காப்பிய நூற்பா அறிவுறுத்தும்.

கூத்தன் விறலி பரத்தை

யாணஞ் சான்ற அறிவர் கண்டோர்

பேணுதகு சிறப்பிற் பார்ப்பான் பாணன் முதலா

முன்னுறக் கிளந்த அறுவரொடு தொகைஇத்

தொன்னெறி மரபிற் கற்பிற்குரியர் *(செய்யு:188)*

பின்வரும் நூற்பாக்கள் மூலம் தொல்காப்பியர் காலத்திலும் அதற்கு முன்பும் தமிழ்நாட்டில் இசை, இசைக் கலைஞர்கள், நாடகம், நாட்டியம், இசைக்கருவிகள் சிறந்து விளங்கிய பாங்கினை அறியலாம். ஆற்றுப்படை நூல்களுக்கான

நாயகர்களாக கூத்தர், பாணர், பொருநர், விறலியர் ஆகிய நால்வகைக் கலைஞர்களையே தொல்காப்பியர் அறிமுகப்படுத்துகிறார். இவருள் விறலியர் என்பார் ஆடல் மகளிர் என்னும் பெண்பாற் கலைஞர்கள் என்பது கவனத் திற்குரியது. இவர்கள் பாடுவதிலும் ஆடுவதிலும் வல்லவர்கள். பாடும் தொழிலை மட்டும் செய்தவர்கள் 'பாண்மகள்' என்னும் 'பாடினி' ஆவர். (குறிப்பு : புதுக்கோட்டை மாவட்டத்தைச் சேர்ந்த 'விராலி மலை' என்னும் ஊர் 'விறலியர் மலை' என்பதிலிருந்து மருவி வந்திருக்க வாய்ப்பு உண்டு).

தாவி னல்லிசை கருதிய கிடந்தோர்க்கு

சூதர் ஏத்திய துயிலெடை நிலையும்

கூத்தரும் பாணரும் பொருநரும் விறலியு

மாற்றிடைக் காட்சி யுறழத் தோன்றி .... *(தொல்.புறத்.93)*

நாடக வழக்கு, உலகியல் வழக்கு, அவற்றிற்கான பாடல்கள் ஆகியன குறித்த பதிவுகளும் இடம்பெறத் தவறவில்லை.

நாடக வழக்கினு முலகியல் வழக்கினும்

பாடல் சான்ற புலனெறி வழக்கங்

கலியே பரிபாட் டாயிரு பாவினு

முரிய தாகு மென்மனார் புலவர் *(அகத். 56)*

இந்நூற்பாக்களில், **'மொழிப', 'என்மனார் புலவர்'** *எனக் குறிப்பிடப்பட் டிருப்பதன் மூலம் இவற்றின் காலத்தொன்மையையும் நெடிய பண்பாட்டு மரபின் பதிவுகளே இவை என்பதையும் உணரலாம். தமிழ் இசையின் தொன்மை குறித்து மேலும் சில செய்திகளைத் தொல்காப்பியம் முதலான பண்டைத் தமிழ் நூல்கள் மூலமும் உரையாசிரியர்களின் உரை மேற்கோள்கள் மூலமும் அறிய முடிகிறது.*

இவ்வாறு, தொல்காப்பியத்தில் இசைத்தமிழ் இலக்கணத்தையும் உள்ளடக்கிய இன்னும் பல செய்திகள் பொதிந்து கிடக்கின்றன. நூல் அளவு கருதி சில எடுத்துக்காட்டுகள் மட்டுமே தரப்பட்டுள்ளன.

அடுத்து, இக் கருத்துக்களை அடிப்படையாகக் கொண்டு சங்க இலக்கியத்தில் காணப்படும் இசைத்தமிழ் தொடர்பான செய்திகள் மிகவும் சுருக்கமாகத் தொகுத்துத் தரப்பட்டுள்ளன.

7. சங்க இலக்கியத்தில் இசைத் தமிழ்

பத்துப்பாட்டு, எட்டுத்தொகை, பதினெண்கீழ்க் கணக்கு எனும் 36 பழந்தமிழ் நூல்களே சங்க இலக்கியம் என வகைப்படுத்தப்பட்டுள்ளன. இவற்றுள் பதினெண் கீழ்க் கணக்கு எனும் 18 நூல்கள் அற இலக்கியங்களாகக் கொள்ளப்படுகின்றன. எனவே, பத்துப்பாட்டு, எட்டுத்தொகை நூல்களில் காணப்பெறும் செய்திகள் மட்டும் இங்கு சுருக்கமாக இடம் பெறுகின்றன.

நாடக வழக்கினும் உலகியல் வழக்கினும்

பாடல் சான்ற புலனெறி வழக்கங்

கலியே பரிபாட் டாயிரு பாவினு

முரிய தாகு மெண்மனார் புலவர் *(தொல். அகத்திணை.56)*

பரிபாடலையும், கலியையும் இசைக்குரியனவாகத் தொல்காப்பியம் கூறுவதன் அடிப்படையில், சங்க நூல்களில் பரிபாடலும், கலித்தொகையும் இசை இலக்கியங்களாகக் கருதப்படுகின்றன. சிலப்பதிகாரம் இசைத் தமிழ், நாடகத் தமிழ் ஆகிய இரண்டிற்குமான இசை இலக்கணங்களைத் தெளிவாக வேறுபடுத்திக் காட்டுகிறது. அவ்வகையில்,

கலித்தொகையில் நாடகத் தமிழுக்கான இசைக் கூறுகளே பெரிதும் இடம்பெற்றுள்ளன. எனவே, கலித்தொகையை நாடகத் தமிழுக்கான இசை இலக்கியமாகக் கருதுதல் சாலப் பொருந்தும் என்பதே இந் நூலாசிரியரின் கருத்தாகும்.

மேலும், பதிற்றுப்பத்து நூலும் இசை இலக்கியமாகக் கருதத்தக்கதே என்பதும் இக் கட்டுரையாளரின் உறுதியான கருத்தாகும். ஏனெனில், பதிற்றுப்பத்தில் பாடல்களுக்கு வண்ணமும் தூக்கும் தரப்பட்டுள்ளன. வண்ணப் பாடல்கள் இசைப்பா வகையைச் சேர்ந்தவை. இதனை, சிகண்டியாரின் **இசை நுணுக்கம்**, அறிவனாரின் **பஞ்சமரபு** ஆகிய சங்க கால இசை நூல்களிலும், நிகண்டுகளிலும் காணலாம்.

பரிபாடல் பண்கள் குறிக்கப்பட்டு தாளங்கள் குறிக்கப்படாததாகும். இப் பழம் மரபே தேவாரத்திலும் பின்பற்றப்படுகிறது. பதிற்றுப்பத்து வண்ண அமைப்பும், தாளமும் குறிக்கப்பட்டது. எனவே, பதிற்றுப்பத்து இசைப்பா வகையைச் சேர்ந்த இசை இலக்கியம் என்பது தெளிவாகும். இந்த மரபை யொட்டி, நாலாயிர திவ்வியப் பிரபந்தத்தில் சில பாசுரங்களுக்குத் தாளம் குறிக்கப்பட்டிருப்பதை ஒப்பு நோக்க வேண்டும்.

பரிபாடலில் பாடலை ஒருவர் இயற்ற, அதற்கு வேறு ஒருவர் இசை யமைக்கும் மரபு தொடங்கிவிட்டது என்பதைக் கவனத்தில் கொள்ளவேண்டும். எனினும், **பாலை யாழ், நோதிறம், காந்தாரம் எனும் மூன்று பண்களே கையாளப்பட்டுள்ளன.**

பண்டைக்காலத் தமிழர்களின் இசை வாழ்க்கை, பண்கள், இசைக்கருவிகள், இசைக் கலைஞர்கள், இசைப் பாடல்கள் பற்றிய ஏராளமான குறிப்புகள் சங்க இலக்கியத்தில் பரவலாகக் காணப்படுகின்றன.

மேலும், இசைத்தமிழின் கருவூலமாக விளங்கும் பக்தி இலக்கியங்களான தேவார, திவ்வியப்பிரபந்தங்களுக்கும் முன்னோடி சங்க இலக்கியமே என்பதையும் நினைவில் கொள்ள வேண்டும். பக்தி இலக்கியத்தில் இடம்பெற்றுள்ள பண்கள்,

இன்றைய கருநாடக இசையில் பயின்றுவரும் இராகங்கள், இசைக்கருவிகள், தாளங்கள், பிற இசை நுட்பங்கள் முதலான வற்றின் இலக்கணங்களை சங்க நூல்களில் பரவலாகக் காண முடிகிறது. இதன் மூலம் நம் இசையின் தொன்மையையும் வளமையையும் தனிச்சிறப்புகளையும் அறிய இயலும்.

இசைக் கலைஞர்களற்ற சமூகம் நல்ல சமூகமில்லை என்பதே பழந்தமிழரின் கருத்து என்பதனைக் கீழ்க்காணும் புறநானூற்று அடிகள் தெளிவாக்குகின்றன.

துடியன் பாணன் பறையன் கடம்பனென்

றிந்நான் கல்லது குடியு மில்லை (புறம். 335)

பண்டைக்காலத் தமிழர்களின் இசை வாழ்க்கை, பண்கள், இசைக் கருவிகள், இசைக் கலைஞர்கள், இசைப் பாடல்கள் பற்றிய ஏராளமான குறிப்புகள் சங்க இலக்கியத்தில் பரவலாகக் காணப்படுகின்றன. தொல்காப்பியத்திலும் சங்க இலக்கியத்திலும் காணப்படும் இசைச் செய்திகளே சிலப்பதிகாரத்தில் தமிழிசை இலக்கணம் குறித்த ஆழமான செய்திகளை இளங்கோவடிகள் பதிவுசெய்ய அடிப்படையாக விளங்கியிருக்க வேண்டும்.

காற்றின் ஓசை குழலுக்கும், வண்டின் ஓசை யாழுக்கும், அருவியின் ஓசை முழவிற்கும் இப்பாடலில் ஒப்பிட்டிருப்பது போன்ற இதே பண்பினை சங்க இலக்கியம் அனைத்திலும் மட்டுமின்றித் தொடர்ந்து காப்பிய நூல்களிலும் பக்தி இலக்கியங்களிலும் இடைக்கால நூல்களிலும் காண முடியும். மேலும் பிற்காலத்தில் பாரதி, பாரதிதாசன் வழிவந்த கவிஞர்களின் பாடல்களிலும் இதனைக் காணலாம்.

இசைக் கருவிகள்

தோற்கருவிகள் *(Percussion Instruments)*, காற்றுக் கருவிகள் *(Wind Instruments)*, நரம்புக் கருவிகள்*(String Instruments)*, கஞ்சக் கருவிகள் *(Bell metal Instruments)* எனச் சங்க நூல்களில் பல்வகை இசைக் கருவிகள் குறித்தும் பரவலாகப் பல்வேறு செய்திகள் இடம்பெற்றுள்ளன. அக் கருவிகள் நாகரிக வளர்ச்சி,

அறிவியல் முன்னேற்றம் ஆகியனவற்றின் விளைவாகப் பெற்ற உருமாற்றங்களும் வளர்ச்சி நிலைகளுமே இன்றைக்கு நம்மிடையே வழங்கிவரும் பல்வேறு இசைக் கருவிகளாம் என்பதில் ஐயமில்லை. தமிழ் நாட்டின் வரலாற்று நிகழ்வுகளின் அடிப்படையில் அவற்றின் பெயர்களிலும் மாற்றங்கள் ஏற்பட்டன. யாழ் -- வீணையாகவும், முழவும் தண்ணுமையும் மிருதங்கமாகவும், பெருவங்கியம் நாதஸ்வரமாகவும் உருமாறியதை எடுத்துக் காட்டாகக் கொள்ளலாம். இனி, சங்க இலக்கியத்தில் இடம்பெற்றுள்ள இசைக் கருவிகளைக் காண்போம்.

தோற் கருவிகள்: *தண்ணுமை, முழவு, தட்டை, முரசு, பறை, தொண்டகச் சிறுபறை, கிணை, பதலை, துடி, தடாரி, எல்லரி, ஆகுளி, மத்தரி, சில்லரி, பம்பை, குளிர்.*

கஞ்சக் கருவிகள் : *பாண்டில் , சிறுமணிகள்*

நரம்புக்கருவிகள்: *சீறியாழ், பேரியாழ், வில்யாழ், கருங்கோட்டு யாழ், செங்கோட்டுயாழ் கின்னரம். சங்க இலக்கியத்தில் எவ்விடத்திலும் வீணை பற்றிய குறிப்பு காணப்படவில்லை.*

காற்றுக் கருவிகள்: *குழல், சங்கு, வளை, கோடு, தூம்பு, (நெடுவங்கியம்), கொம்பு, வயிர், வங்கியம், பெருவங்கியம்.*

இசைக்கருவிகளுக்கான சில மேற்கோள்களை மட்டும் காண்போம்.

புணர்புரி நரம்பின் தீந்தொடை பழுனிய

வணரமை நல்யாழ் இளையர் பொறுப்பப்

பண்ணமை முழவும் பதலையும் பிறவும்

கண்ணறுத்தியற்றிய தூம்பொடு சுருக்கிக்

காவில் தகைத்த துறை கூடு கலப்பையர்

(பதிற்றுப்பத்து : 41)

தொடைபடு பேரியாழ் பாலை பண்ணிப்

பணியா மரபின் உழிஞை பாட (*பதிற்றுப்பத்து : 46)*

பாணர் கையது பணிதொடை நரம்பின்

விரல் கவர் பேரியாழ் பாலை பண்ணிக்

குரல் புணர் இன்னிசை தழிஞ்சி பாடி (*பதிற்றுப்பத்து : 57)*

இட்டுவாய்ச் சுனைய பகுவாய்த் தேரை

தட்டைப் பறையின் கறங்கும் நாடன் (*குறுந்தொகை : 193)*

படுகிளி கடியுங் கொடிச்சிகைக் குளிரே

(*குறுந்தொகை : 291)*

அந்தரப் பல்லியம் கறங்க, திண் காழ்

வயிர் எழுந்து இசைப்ப, வால் வளை ஞரல,

உரம் தலைக் கொண்ட உருமிடி முரசமொடு

(*திருமுருகாற்று.:119 –121)*

மடிவாய்த் தண்ணுமை நடுவண் சிலைப்ப

(*பெரும்பாணாற்று.:144)*

திண் வார் விசித்த முழவொடு, ஆகுளி,

நுண் உருக்கு உற்ற விளக்கு அடர்ப் பாண்டில்

(*மலைபடுகடாம்:3–11)*

சீறியாழ் செவ்வழி பண்ணி வந்ததைக்,

கார்வான் இன்னுறை தமியள் கேளா (*புறநானூறு:147)*

வறிநவில் பனுவல் புலம் பெயர்ந்து இசைப்பப்,

படுமலை நின்ற பயங்கெழு சீறியாழ் (*புறநானூறு:135)*

விசி பிணித் தடாரி விம்மென வொற்றி (*புறநானூறு:372)*

கம்புள் இயவன் ஆக விசிபிணித்

தெண்கட் கிணையிற் பிறழும் ஊரன் (*அகநானூறு:356)*

ஏழ்புழை ஐம்புழை யாழிசைக் கேழ்த்தன்ன இனம்

வீழ்தும்பி வண்டொடு மிஞிறார்ப்ப *(பரிபாடல் :8: 22,23)*

ஏழ் புழை, ஐம்புழை என்பன ஏழு துளையிட்ட குழல், ஐந்து துளையிட்ட குழல் எனப் பொருள் படுவனவாகும். சங்க நூல்கள் முழுவதிலும் இவை போன்று இன்னும் ஏராளமான சான்றுகள் உள்ளன.

சிலப்பதிகார உரையில் அடியார்க்கு நல்லார் மேற்கோளாகத் தந்திருக்கும் பழம் பாடல் ஒன்று இசைக்கருவிகளைப் பின்வருமாறு பட்டியலிடுகிறது.

பேரிகை படக மிடக்கை யுடுக்கை

சீர்மிகு மத்தளஞ் சல்லிகை கரடிகை

திமிலை குழமுழாத் தக்கை கணப்பறை

தமருகந் தண்ணுமை தாவி றடாரி

யந்தரி முழவொடு சந்திர வலைய

மொந்தை முரசே கண்விடு தூம்பு

நிசாளந் துடுமை சிறுபறை யடக்க

மாசி றகுணிச்சம் விரலேறு பாகந்

தொக்க வுபாங்கந் துடிபெரும் பறையென

மிக்க நூலோர் விரித்துரைத் தனரே

இப்பாடல் இடம்பெற்றுள்ள நூலின் பெயரோ இதனைப் பாடிய புலவரின் பெயரோ குறிப்பிடப்படவில்லை.

பண்கள்:

இன்றைய இசையியலில் மேளகர்த்தா எனப்படும் பெரும்பண், ஜன்ய ராகம் எனப்படும் திறப்பண் பற்றிய குறிப்புகள் சங்க இலக்கியத்தில் பரவலாகக் காணப்படுகின்றன. எடுத்துக் காட்டாக அகநானூற்றிலிருந்து ஒரு பாடல் வருமாறு:

நல்லிசை நிறுத்த நயவரு பனுவல்,

தொல்லிசை நிறீஇய உரைசால் பாண்மகன்

எண்ணுமுறை நிறுத்த பண்ணினுள்ளும்,

புதுவது புனைந்த திறத்தினும்

வதுவை நாளினும் இனியனால் எமக்கே.

(அகநானூறு ; 352)

இதன் பொருள் : “பெரும்பண், திறப்பண்களின் இசை தரும் இனிமையைக் காட்டிலும் அதியமானஞ்சி மிகவும் இனியவன்” என்று புகழ்ந்துரைக்கிறது. இப் பாடல் அஞ்சியத்தை மகள் நாகையார் பாடியது.

மேலும், இன்றைய இசையியலில் கிரஹ பேதம் என்று சொல்லப்படும் பண்ணுப் பெயர்த்தல் குறித்தும் ஆங்காங்கே குறிப்புகள் இடம்பெற்றுள்ளன. பதிற்றுப்பத்திலிருந்து ஒரு பாடலை மட்டும் சான்றாக, இங்கே காண்போம்.

தீந் தொடை **நரம்பின் பாலை** வல்லோன்,

பையுள் உறுப்பின் **பண்ணுப் பெயர்த்தாங்குச்**

சேறு செய் மாரியின் அளிக்கும் நின்

சாறுபடு திருவின் நனை மகிழானே.

சங்க நூல்களில் ஆங்காங்கே சில பண்களின் பெயர்கள் காணப்படுகின்றன. அவையாவன: ஆம்பல் பண், காஞ்சிப்பண், காமரம், குறிஞ்சி, செவ்வழி, நைவளம், பஞ்சுரம், படுமலை, பாலைப் பண், மருதப் பண், விளரிப் பண், முல்லைப் பண், நோதிறம், காந்தாரம். இதற்குச் சான்றாகச் சில பாடல் அடிகளை மட்டும் இங்கே காண்போம்.

விளரி நரம்பின் நயவரு சீறி யாழ் *(அகநானூறு ; 279)*

பெருவரை மருங்கில் **குறிஞ்சி** பாட

(அகநானூறு ; 102)

இம்மென் பெருங்களத்து இயவர் ஊதும்

ஆம்பல்அம் குழலின் ஏங்கி *(நற்றிணை :113)*

பாணர் **படுமலை** பண்ணிய எழாலின்

(குறுந்தொகை : 323)

நைவளம் பூத்த நரம்பியை சீர்ப் பொய்வளம்

பூத்தன பாணா நின் பாட்டு.

(பரிபாடல் :18: 20,21)

இனையும் என் நெஞ்சம் போல்,

இனம் காப்பர் குழல் தோன்ற;

சாய என் கிளவி கிளவிபோல்,

செவ்வழி யாழ் இசை நிற்ப;

(கலித்தொகை : நெய்தல்கலி :143 : 37,38)

இப்பண்களே இன்றைக்கும் கர்நாடக இசையில் வெவ்வேறு பெயர்களில் இராகங்களாகப் பாடப்பட்டு வருகின்றன. சங்க காலப் பண்கள் மறைந்துவிட்டன என்றோ அழிக்கப் பட்டுவிட்டன என்றோ கருத வேண்டிய தேவையில்லை. இன்றைய இசை பழந்தமிழ் மரபின் தொடர்ச்சியே என்பதனை கீழ்க்காணும் பட்டியல் உறுதிப்படுத்தும்.

சங்க காலப் பண்	இன்றைய இராகம் (கர்நாடக இசை)
நைவளம்	கம்பீர நாட்டை
படுமலை	நடபைரவி
முல்லைப் பண்	மோகனம்
மருதப் பண்	கரஹரப்ரியா
விளரிப் பண்	தோடி
பஞ்சுரம்	சங்கராபரணம்

பழந்தமிழ் இலக்கியம் போன்றே பழந்தமிழிசையும் திணைக் கோட்பாட்டு அடிப்படையிலேயே இயங்கிவந்தது என்பதைக் கீழ்க்காணும் பட்டியல் மூலம் அறியலாம். தொல்காப்பிய அடிப்படையில் பண்களுக்கும் நிலமும் பொழுதும் குறிக்கப்பட்டன. பெரும்பொழுதும் கூறப்படுவதுண்டு.

பண்	பொழுது	நிலம்	உணர்வு
ஆம்பல்	மாலை, முன்னிரவு	முல்லை	ஏக்கம்
காஞ்சி	மாலை, முன்னிரவு	முல்லை	துன்பம்
காமரம்	மாலை, முன்னிரவு	மருதம்	இன்பம்
குறிஞ்சி	நள்ளிரவு	குறிஞ்சி	அச்சம்
செவ்வழி	வைகறை, மாலை	முல்லை, நெய்தல்	இரக்கம்
நைவளம்	பகல்	முல்லை, நெய்தல்	இன்பம்
பஞ்சுரம்	---	பாலை	அச்சம்
படுமலை	---	குறிஞ்சி ,நெய்தல்	இன்பம்
மருதம்	காலை	மருதம்	இன்பம்
விளரி	---	நெய்தல்	ஏக்கம்
பாலை	நண்பகல்	பாலை	ஏக்கம்

இசைக் கலைஞர்கள்:

பாணர், பாடினி, பொருநர், கூத்தர், விறலியர், கிணையர், கோடியர், பறையர், வயிரியர், துடியர் என்று சங்க கால இசைக்

கலைஞர்கள் அழைக்கப்பட்டனர். அவரவர்களுடைய இசைத் தொழிலைக் கொண்டே பெயர்கள் வழங்கப்பட்டுள்ளன.

இக் கலைஞர்கள் பற்றிக் குறிப்பிடும் சில பாடல் அடிகள் வருமாறு.

பாணர் வருக பாட்டியர் வருக,

யாணர் புலவரொடு வயிரியர் வருகவென

(மதுரைக் காஞ்சி : 749-750)

நரம்புசேர் இன்குரற் பாடு விறலியர் *(புறநானூறு ; 152)*

உவலைக் கண்ணித் துடியன் *(புறநானூறு ; 269)*

துடியன் கையது வேலே *(புறநானூறு ; 285)*

பாடல் பற்றிய பயனுடை எழால்

கோடியர் தலைவ கொண்டது அறிந

(பொருநராற்றுப்படை: 56,57)

இசைப்பாடல்கள்:

அகவன் மகளிர் பாடல், மறையோர் பாடல், உழிஞைப் பாடல், தழிஞ்சிப் பாடல், விறற்களப் பாடல், வெறியாட்டப் பாடல், துணங்கைப் பாடல், ஆடல் மகளிர் பாடல், வேதப் பாடல், வள்ளைப் பாடல் என்று சங்ககாலத்தில் பாடல்கள் வழங்கிவந்துள்ளன. பெரும்பாலும் இப் பாடல்கள் சடங்கு சார்ந்தவையாகவும் தொழில் சார்ந்தவையாகவுமே காணப்படுகின்றன. சில எடுத்துக்காட்டுகள் :

அகவன் மகளே பாடுக பாட்டே

இன்னும் பாடுக பாட்டே (குறுந்தொகை: 23)

பாஅடி உரல பகுவாய் வள்ளை (குறுந்தொகை: 89)

(வள்ளை = உலக்கைப் பாட்டு)

வென்றடு விறற்களம் பாடி (திருமுருகாற்றுப்படை : 55)

குரல் புணர் இன்னிசை தழிஞ்சி பாடி (பதிற்றுப்பத்து : 57)

தொடைபடு பேரியாழ் பாலை பண்ணிப்

பணியா மரபின் உழிஞை பாட (பதிற்றுப்பத்து : 46)

இன்றைய இசையியலில் வழங்கிவருகின்ற தாளங்களுக்கான மூல வேர்களும் சங்க நூல்களில் வெகுவாகக் காணப்படுகின்றன. பண்டைக் கால இசைத்தமிழ் நூல்களில் 108 தாளங்களும் 103 பண்களும் சொல்லப்பட்டுள்ளன. ஆயினும் தாளம் என்ற சொல் பரிபாடலில்தான் முதன்முதலாகக் காணப்படுகிறது.

பாடுவார் பாணிச் சீரும் ஆடுவார் அரங்கத் தாளமும்
(பரிபாடல்: 8 : 109)

அதிர் குரல் வித்தகர் ஆக்கிய தாள

விதி கூட்டிய விய மென்னடை போல
(பரிபாடல் : 10 : 24-25)

சங்க இலக்கியத்தில் காணப்படும் இசைச் செய்திகள் மிகவும் பரந்துபட்டவை. இன்றைய இசையியலுடன் ஒப்புநோக்கி ஆராயத் தக்க பல இசைக் கூறுகள் சங்க நூல்களில் பரந்து விரிந்து காணப்படுகின்றன.

பழந்தமிழ் இசை இலக்கணப் பாடல்கள், பண்கள்-103, தாளங்கள்-108, இசைக் கருவிகள்-75, படங்கள் ஆகியவற்றை அரிமளம் சு.பத்மநாபன் தொகுத்து வெளியிட்டுள்ள **'இசைத் தமிழ்க் கலைச்சொல் அகராதி'***யில் (NCBH) தமிழ் ஆர்வலர்கள் காணலாம்.*

சங்க காலத் தமிழர்களின் இசை வாழ்க்கை :

புறநானூற்றுக் காட்சி : *போரிலே பெரும் விழுப்புண் பெற்ற தலைவனைக் காப்பதற்கு வருமாறு தோழியை அழைக்கும் தலைவி, அவனை வரவேற்கச் செல்லும் பொழுது பல்வகை இசைக்கருவிகளோடு யாழ் முழங்கவும் மணிகள் இசை முழங்கவும் ஆம்பல் குழல் ஊதியும் காஞ்சி பாடியும் ஆடுவோம் என்று*

தோழியிடம் கூறுகின்றாள். இவ்வாறு வாழ்க்கையின் பகுதியாக இசை விளங்குவதையும் ஒருவரோ பலரோ பாடல்களைப் பாட, பலர் அதற்கேற்ப பக்கவாத்தியங்களை இசைக்கவும் கூடிய இசை நிகழ்ச்சி இக்கால இசையரங்கிற்கு ஒப்ப நிகழ்வதையும் பின்வரும் புறநானூற்றுப் பாடல் காட்சிப்படுத்துகின்றது.

பாடல் : 281 திணை: காஞ்சி துறை: பேய்க் காஞ்சி

பாடியவர்: அரிசில் கிழார்

தீங்கனி யிரவமொடு வேம்பு மனைச் செரீஇ

வாங்குமருப் பியாழொடு பல்லியங் கறங்கக்

கபயப் பெயர்த்து மையிழு திழுகி, ஐயவி சிதறி ஆம்பல் ஊதி

இசை மணி எறிந்து காஞ்சி பாடி, நெடுநகர் வரைப்பிற் கடிநரை புகைஇக்

காக்கம் வம்மோ காதலந்தோழி

(வாங்குதல் = வளைத்தல். மருப்பு = யாழின் கோடு / யாழின் தண்டுப் பகுதி)

பரிபாடல் காட்சி : *சங்க நூல்களில் இசை இலக்கியமாகக் கருதப்படும்* **பரிபாடலில்** *ஏழாவது பாடல் மற்றொரு இசை நிகழ்ச்சியைப் படம் பிடித்துக் காட்டுகிறது.* வையைக் கரைகளை இடித்துக்கொண்டு ஓடுதலால் எழுந்த முழக்கத்தொடு இசை முழக்கமும் சேர்ந்து நீராடலை இன்பமாக்கியது என விவரிக்கின்றது பின்வரும் பாடல்.

புரி நரம்பின் கொளைப் புகல் பாலை யேழும்

எழு உப் புணர் யாழும் இசையும் கூடக்

குழலளந்து நிற்ப முழ வெழுந்தார்ப்ப

மன்மகளிர் சென்னிய ராடல் தொடங்க .... (7 : 77 - 80)

இப்பாடலின் பொருள் வருமாறு:

யாழும் மிடற்றுப் பாடலும் இசைந்து நின்றன: சுருதியோடு குழல்கள் ஒலித்தன: முழவுகள் ஆர்த்தன. அரங்கேறிய தலைக்கோல் மகளிரும் யாணரும் ஆடலைத் தொடங்கினர். அவற்றால் உண்டாகிய முழக்கத்தொடு கரையை மோதி யோடும் நீரின் ஒலியானது இடியோடு சேர்ந்த மழை முழக்கத்தை ஒத்து விளங்கியது.

அகநானூற்றுக் காட்சி : *பின்வரும் பாடல் இயற்கையில் எழும் ஒலிகளைக் கொண்டே இசைப் பல்லியம் (Archestra) ஒன்றினைக் காட்சிப்படுத்துகின்றது.*

குறிஞ்சித் திணை **கபிலர் பாடல்**

ஆடமைக் குயின்ற அவிர்துளை மருங்கில்,
கோடை யவ்வளி குழலிசை யாகப்
பாடின் அருவிப் பனிநீர் இன்னிசைத்
தோடமை முழவின் துதைகுர லாகக்
கணக்கலை இகுக்கும் கடுங்குரல் தூம்பொடு,
மலைப்பூஞ் சாரல் வண்டி யாழாக
இன்பல் இமிழிசை கேட்டுக் கலிசிறந்து,
மந்தி நல்லவை மருள்வன நோக்கக்
கழைவளர் அடுக்கத் தியலியாடும் மயில்
நனவுப்புகு விறலியில் தோன்றும் நாடன்
(அகம். 82 : 1-10)

"அசைந்தாடும் மூங்கிலில் வண்டுகளால் துளைக்கப்பட்ட துளையிடத்தே, மேல் காற்றினால் எழுகின்ற அழகிய ஒலி குழல் இசையாகவும், இன்னொலியுடன் வீழும் குளிர்ந்த நீரினை யுடைய அருவியின் இனிய ஓசை மத்தளங்களின் இசையாகவும், கலைமான்களின் கூட்டம் தாழ ஒலிக்கும் கடுங்குரல் பெருவங்கியத்தின் (பெரிய குழல்) இசையாகவும்,

மலைச் சாரலிடத்தே பூக்களைக் குடைந்தாடும் வண்டின் ஒலி யாழ் இசையாகவும் கானகத்தே விளங்கின; இவ்வாறு இனிமையாக ஒலிக்கும் பல இசையினைக் கேட்டு, ஆரவாரம் மிகுந்து, மந்திக் கூட்டம் வியப்புடன் நோக்குகின்ற வகையில் மயில்கள் நடனமாடுகின்ற காட்சி ஆடுகளத்திற் புகுந்தாடும் விறலி போலத் தோன்றும்" என இப்பாடல் விவரிக்கின்றது.

ஐங்குறுநூற்றுப் பாடல் :

40ஆவது பத்து - மறுதரவுப்பத்து (பாலை)

(உடன் போய் மீள்கின்ற தலைமகன் தலைமகட்குக் கூறியது) அருவி நீர் விழும் ஓசையை இப் பாடல் வருணித்திருக்கும் பாங்கினைக் காண்போம்.

முளிவயிர்ப் பிறந்த வளிவளர் கூர் எரிச்

சுடர் விடு நெடுங் கொடி விடர் முகை முழங்கும்

இன்னா அருஞ்சுரம் தீர்ந்தனம்: மென்மெல

ஏகுமதி வாழியோ, குறுமகள்! - போது கலந்து

கறங்கு இசை அருவி வீழும்,

பிறங்கு இருஞ் சோலை, நம்மலைகெழுநாட்டே . (395)

இந்த இளவேனிற் பருவத்தே மலர்ந்துதிர்ந்த நறுமண மலர்களைத் தன்னோடு விரவிக்கொண்டு இடையறாது ஆரவாரிக்கும் இனிய இசையோடு விழும் அருவிகள் என்று சிறப்பாகக் குறிப்பிடுகிறது.

இவை போன்று பண்டைத் தமிழரின் இசையோடு இயைந்த வாழ்க்கை, இயற்கையில் இசை காணும் பண்பு ஆகியன பற்றிய குறிப்புகள் சங்க நூல்களில் பரவலாகக் காணப்படுகின்றன. ஆயினும், இங்கு நூல் அளவு கருதி ஒரு சில சான்றுகளே தரப்பட்டுள்ளன.

காற்றின் ஓசை குழலுக்கும், வண்டின் ஓசை யாழுக்கும், அருவியின் ஓசை முழவிற்கும் இப்பாடலில் ஒப்பிட்டிருப்பது

போன்ற இதே பண்பினை சங்க இலக்கியம் அனைத்திலும் மட்டுமின்றித் தொடர்ந்து காப்பிய நூல்களிலும் பக்தி இலக்கியங்களிலும் இடைக்கால நூல்களிலும் காண முடியும். மேலும், பிற்காலத்தில் பாரதியார், பாரதிதாசன் பாடல்களிலும் இதனைக் காணலாம்.

ஆடலரங்குகளில் பல்வேறு இசைக்கருவிகள் கூட்டாக இசைக்கப்படுவது தமிழ் மரபுவழிப்பட்டதாகும். இத்தகைய ஒரு காட்சியைக் குறிஞ்சிப்பாட்டு நமக்குக் காட்டுகின்றது. இதனை இன்னியம் என்று குறிப்பிடுகின்றது.

அரிக்கூட்டின்னியம் கறங்க ஆடுமகள்

கயிறூர் பாணியில் தளரும் சாரல் (குறிஞ்சிப்பாட்டு: 193,194)

அரிக்கூட்டின்னியம் என்பது, "அரித்தெழுகின்ற ஓசையைக் கூட்டுதலை யுடைய இனிய வாச்சியங்கள் ஒலிப்பது" என்று பொருளுரைப்பார் நச்சினார்க்கினியர்.

இதே போன்று கருவிகளின் கூட்டிசையைப் பல்லியம் என்றும் குறிப்பிடுவதுண்டு. *(காண்க. திருமுருகாற்றுப் படை:119-121 - நச்சினார்க்கினியர் உரை)* இன்று ஆர்க்கெஸ்ட்ரா *(Archestra)* என ஆங்கிலத்தில் சொல்லப்படும் கருவிகளின் கூட்டிசையே பழந் தமிழர்களால் இன்னியம் என்றும் பல்லியம் என்றும் வழங்கப்பட்டது. பல்லியம் என்ற சொல் இசைத் துறையில் இன்றளவும் வழக்கில் உள்ளது.

சங்கப் பாடல்களில் தாளங்களும் இன்றைய இசையும் :

இயற்பாக்கள் யாவும் பொதுவாக, பொருளுணர்த்துவதை நோக்கமாகக் கொண்டு எளிய இசையில் தாளமின்றியோ, தாளத்துடனோ பாடுவதற்குரியவை என்று சான்றாதாரங் களுடன் முந்தைய இயல்களில் விவரிக்கப்பட்டுள்ளது. அதனை வலியுறுத்தும் வண்ணம் சங்கப் பாடல்களில் பலவும் இன்றைய இசையில் தாளக்கட்டுடன் பொருந்துமாறு அவற்றின் யாப்பு அமைப்பு விளங்குவதை இனி விவரிப்போம்.

சிலப்பதிகார உரையாசிரியரான அடியார்க்குநல்லார், சிகண்டியாரின் 'இசை நுணுக்கம்', அறிவனாரின் 'பஞ்சமரபு' ஆகிய இரண்டு இசைத் தமிழ் நூல்களையும் தம் உரைகளுக்கு ஆதாரங்களாகக் கொள்கிறார். மேலும், தாளவகையோத்து எனும் நூலின் பெயரையும் குறிப்பிடுகிறார். (யாழும் குழலும் சீரும் மிடறும் (சிலப். அரங்.26, அடியார்க்கு நல்லார் உரை) இவை மூன்றுமே மிகவும் பழமையான நூல்கள் என்பதில் ஐயமில்லை.

தமிழிசையின் ஐந்து மரபுகளின் இலக்கணத்தைக் கூறும் பஞ்சமரபு ஐந்தாவது மரபாகத் தாள மரபைப் பற்றிக் கூறுகிறது. ஈண்டு அவற்றில் இரண்டு வெண்பாக்கள் மிகவும் முக்கியமானவை.

அகத்தியன் சொன்ன அருந்தமிழ் தன்னால்

தொகுத்தவை நூற்றெட்டுத் தாளம் - புகுத்தவிவை

பண்பார் பதமுகம் பஞ்சதாளம் பரிவாய்

நண்பா லுரு முகமாய் நாட்டு. (பஞ்சமரபு. 196)

பழந்தமிழிசை மரபில் 108 தாளங்கள் இருந்தன என்பதைக் குறிக்கும் பாடல் இது.

எக்கா ரிகைச்சரமே லெட்ட னிபஞ்சியே

திக்கார் திரிகண்டம் செப்பினார் - மிக்கசீர்

தத்தரா டங்குடக மென்றா ரதன்பின்னே

கொத்தலர்பூங் காஞ்சியுங் கூறு. (பஞ்சமரபு. 197)

எட்டன் எண் தாளம், மூன்றன் எண் தாளம், ஐந்தன் எண் தாளம் என்ற மூன்றுமே தலையா யவை. இவற்றின் கூட்டலும் பெருக்கலுமே பிறவகைத் தாளங்கள் எல்லாம் என்பது இப் பாடலின் கருத்தாகும். இன்றைய இசையியலில் நான்கு எண் தாளம்(சதுஸ்ரம்), மூன்று எண் தாளம் (திஸ்ரம்), ஐந்து எண் தாளம்(கண்டம்) ஆகிய மூன்றும் உலக இசைக்கே பொதுவான தாளங்களாக *(Universal Rhythm)* அழைக்கப்படுகின்றன.

"தாளங்கள் சச்சபுட முதலான பஞ்சதாளமும், அரை மாத்திரையுடைய 'பார்வதி லோசனம்' ஈறாகச் சொன்ன நாற்பத்தொரு தாளமும், ஆறன்மட்டம், எட்டன் மட்டம் என்பனவும், தாள வொரியல், தனிநிலை யொரியல் என்பனவும் ஒன்றன் பாணி முதலாக எண் கூத்துப் பாணி யிறுதியாகக் கிடந்த பதினொரு பாணி விகற்பங்களும், முதனடை வார முதலாயினவு மென்ற வாறு" என்று சிலப்பதிகார அரும்பதவுரையாசிரியர் குறிப்பிடுகின்றார். (காண்க. சிலம்பு. 3:16. உரை) இங்கு குறிப்பிடப்பட்டுள்ள ஆறன் மட்டம், எட்டன் மட்டம் இரண்டும் முறையே இன்றைய இசை யியலில் 'ரூபகம்' என்றும், 'ஆதி' தாளம் என்றும் வழங்கப்பட்டு வருகின்றன. முதல் நடை, வார நடை, கூடை நடை, திரள் நடை ஆகியன முறையே முதல் காலம், இரண்டாம் காலம், மூன்றாம் காலம், நான்காம் காலம் என்றும், விளம்பம், மத்யமம், துரிதம், அதிதுரிதம் என்றும் வழங்கப்பட்டுவருகின்றன.

இன்றைய இசையியலில் சூளாதி சப்த தாளங்கள் எனப்படும் துருவம், மட்யம், ரூபகம், ஜம்பை, திரிபுடை, அட, ஏகம் என்னும் ஏழு தாளங்களையும் பழந்தமிழ் இசை நூல்களில் ஒன்றான தாள சமுத்திரம் பின்வருமாறு கூறுகிறது.

ஓதினார் தாளாதி உண்மையுட னேழெனவே

நீதி துருவமட்யம் ரூபசம்பை - மாதுமையே

தீவிடயஞ் சேரட தாளமேக தாளமென்றும்

ஆவிடையார் சொன்னா ரறி. *(பாடல் - 60)*

முன்னர் சுட்டிய 41 தாளங்களை, மட்டத் தாளம், சாய்ப்புத்தாளம் என இரண்டாக வகைப்படுத்துவார் தமிழிசைக் கலைக்களஞ்சிய ஆசிரியர் வீ.ப.கா.சுந்தரம். மட்டத் தாளம் என்பது இரு முழுமைச் சம எண் சேர்ந்தது 1 + 1 = 2; 2 + 2 = 4 ... இவை போல்வன இரண்டன் மட்டம், நாலன் மட்டம் முதலியவாறு பெயர் பெறுவன. சாய்ப்புத்தாளம் :

குறைந்ததும் கூடியதும் ஆகிய இரு முழு எண்கள் 1 + 2 = 3; 2 + 3 = 5; 3 + 2 + 2 = 7 இவை போல்வன மூன்றன், ஐந்தன், ஏழன் சாய்ப்பு என்றவாறு பெயர் பெறுவன.(வீ.ப.கா. சுந்தரம். 1997: 43)

உலகின் அனைத்து இசைப் பாடல்களும் இங்கு குறிப்பிட்டுள்ள தாளங்களுள் அடங்கிவிடும். எனவே, யாப்பிலக்கண அடிப்படையில் மாத்திரையளவு கொண்டு இயங்கும் சங்கப் பாடல்கள் இசைத் தமிழ் இலக்கண அடிப்படையில் மாத்திரையளவு கொண்டு இயங்கும் தாளங்களுடன் பொருந்தும் தன்மையைக் கீழ்க்காணும் கட்டகம் விளக்குகிறது.

அசை	சீர்	சொற்கட்டு
நேர்நேர்	தேமா	தா தீம்
நிரைநேர்	புளிமா	தக தீம்
நேர்நிரை	கூவிளம்	தாதிமி
நிரைநிரை	கருவிளம்	தகதிமி
நேர்நிரைநேர்	கூவிளங்காய்	தாதிமிதா
நிரைநிரைநேர்	கருவிளங்காய்	தகதிமிதா
நேர்நிரைநிரை	கூவிளங்கனி	தா திமி தக
நிரைநிரைநிரை	கருவிளங்கனி	தக திமி தக
நேர்நேர்நேர்	தேமாங்காய்	தா தீம் தா
நிரைநேர்நேர்	புளிமாங்காய்	தக தீம் தீம்
நேர்நேர்நிரை	தேமாங்கனி	தா தீம் தக
நிரைநேர்நிரை	புளிமாங்கனி	தக தீம் தக

தமிழில் சந்த வாய்பாடுகள் போன்றே தாளச் சொற்கட்டுகளுக்கான வாய்பாடுகளும் பின்வருமாறு அமைகின்றன.

3 மாத்திரைகள் - தகிட

4 மாத்திரைகள் - தகதிமி

5 மாத்திரைகள் - தகதகிட

7 மாத்திரைகள் - தகிட தகதிமி

9 மாத்திரைகள் - தகதிமி தகதகிட

இனி, கீழ்க் காணும் மூன்று சங்கப்பாடல்கள் இன்றைய தாளங்களில் அமைந்திருக்கும் பாங்கினைக் காண்போம்.

1. நற்றிணை *பாடல் எண். 172* நெய்தல்

தகதகிட	தகதகிட	தகதகிட	தகதகிட
விளையாடு	ஆயமோடு	வெண்மணல்	அழுத்தி,
மறந்தனம்	துறந்த	காழ்முளை	அகைய,
‘நெய்பெய்	தீம்பால்	பெய்தினிது	வளர்த்தது;
நும்மினும்	சிறந்தது,	நுவ்வையா	கும்’ என்று
அன்னை	கூறினள்,	புன்னையது	நலனே

இப் பாடலடிகள் இங்கு சுட்டியுள்ளபடி ஒவ்வொரு சீரும் 5 மாத்திரை யளவுகளைக் கொண்டு ஒவ்வொரு அடியும் நான்கு எண்ணிக்கைகளில் அமையும். இன்றைய இசையிய லில் இதனை சதுஸ்ர ஜாதி ஏக தாளம் - கண்ட நடை என்று கூறுவர். இதனைப் பழந்தமிழிசையில் ஐந்தன் நடையில் அமைந்த நான்கன் மட்டத் தாளம் என்று கூறலாம். இத் தாள நடையில் பாடும்போது தேவைக்கேற்ப எழுத்துகள் நீண்டும் குறுகியும் ஒலிக்கும்.

2. குறுந்தொகை **பாடல் எண். 40. குறிஞ்சி**

தகதிமி	தகதிமி	தகதிமி	தகதிமி
யாயும்	ஞாயும்	யாரா	கியரோ?
எந்தையும்	நுந்தையும்	எம்முறைக்	கேளிர்?
யானும்	நீயும்	எவ்வழி	அறிதும்?
செம்புலப்	பெயல்	நீர்	போல
அன்புடை	நெஞ்சம்	தாம் கலந்	தனவே

3. அகநானூறு - 82 குறிஞ்சித் திணை

இப்பாடல் தாளக்கட்டுடனும் ஓசை நயத்துடனும் அமைந்துள்ளது. தாளக்கட்டினை பின்வரும் சந்த வாய்பாட்டின் மூலம் உணரலாம்.

தானன	தனந்த	தனதன	தனந்த
ஆடமைக்	குயின்ற	அவிர்துளை	மருங்கில்
தானா	தய்யன	தனதன	தானா
கோடை	யவ்வளி	குழலிசை	யாகப்
தானா	தனனா	தனனா	தந்தன
பாடின்	அருவிப்	பனிநீர்	இன்னிசைத்
தானன	தனனா	தனதன	தானா
தோடமை	முழவின்	துதைகுர	லாகக்

இவ்விரண்டு பாடல்களும் இன்றைய இசையில் சதுஸ்ர ஜாதி ஏக தாளம் என்று அழைக்கப்படும் நான்கன் மட்டத்தாளத்தில் அமைந்துள்ளன. இவ்வாறே ஏனைய பாடல் அடிகளுக்கும் தாள அமைப்பை அறிந்துகொள்ளலாம்.

தாளமின்றி இசைக்கக் கூடியவை :

தாளக் கட்டமைப்பில் பாடலின் சீர்கள் அமையவில்லை யெனினும் இயற்பாக்களைத் தாளமின்றிப் பாடலாம்.

முல்லைப் பாட்டு :

மழையினால் செழித்த முல்லை நிலம் காணுதல்.

செறி இலைக் காயா அஞ்சனம் மலர,

மறி இணர்க் கொன்றை நன் பொன் கால,

கோடல் குவி முகை அங்கை அவிழ ,

தோடு ஆர் தோன்றி குருதி பூப்ப,

கானம் நந்திய செந் நிலப் பெரு வழி,

வானம் வாய்த்த வாங்கு கதிர் வரகின், (93 - 98)

புறநானூறு : பாடல் - 186 மோசிகீரனார் பாடியது.

நெல்லும் உயிர் அன்றே; நீரும் உயிர் அன்றே;

மன்னன் உயிர்த்தே மலர் தலை உலகம் :

அதனால், யான் உயிர் என்பது அறிகை

வேல் மிகு தானை வேந்தர்க்குக் கடனே.

தாளம் என்பது இசையின் கால அளவின் செயல்பாட்டைக் குறிப்பதாகும். எல்லாப் பாடல்களுமே தாளத்துடன் பாடப்பட வேண்டிய கட்டாயமில்லை. சங்கப் பாடல்கள் பலவும் மேற்சுட்டிய தாளங்களுக்குள் பாடத் தக்கவையே. தாளமின்றி இசைக்கின்ற பாடல்களும் ஒரு கால அளவிற்குள் அடங்கியே ஒலிக்கும். சங்கப் பாடல்களை இசையுடன் பாடுதல் இசை

யின்பம் அளித்தலை நோக்கமாகக் கொண்டதன்று; மாறாக அவற்றின் ஓசை இன்பத்தையும் அழகியல் கூறுகளையும் பிற செய்யுள் இலக்கணக் கூறுகளையும் வெளிப்படுத்தலே யாகும். இயற்பாக்களை இசையுடன் பாடும் மரபு ஏறத்தாழ அரை நூற்றாண்டாகத் தமிழ்க் கல்விச் சூழலில் மங்கிவரும் நிலையில், இயற்பாக்களைத் தாளத்துடனோ தாளமின்றியோ பா வகையின் ஓசை நயம் வெளிப்படும் வகையில் இசையுடன் பாடப்பட்ட பழந்தமிழ் மரபினை மீட்டெடுக்க வேண்டும். அப்பொழுது தான் செய்யுளைப் படிக்கும் போது அதன் ஓசை நயத்தையும் இலக்கிய இன்பத்தையும் முழுமையாக உணர முடியும் என்பதில் ஐயமில்லை. ஈண்டு முன் வைக்கும் கருத்துகள் மிகவும் தேவையானவை மட்டுமின்றி தமிழ்க் கல்வியாளர் களிடையே பல புதிய தேடல்களையும் வினாக்களையும் எழுப்பும் என்ற நம்பிக்கை உண்டு.

நிறைவுரை:

சங்க நூல்கள் அனைத்தும் ஒரே காலகட்டத்திலோ, ஒரே இடத்திலோ, ஒரே பகுதியிலோ, ஒரே புலவராலோ, ஒரே கருப்பொருளைக் கொண்டோ இயற்றப்பட்டவை யல்ல என்பதை எவரும் மறுக்க இயலாது. எனினும், இசை குறித்த செய்திகளில் பெரும்பாலும் வேறுபாடுகளற்ற ஒருமைத் தன்மை காணப்படுவதால் பண்டைத் தமிழர் தொன்மை மிக்க, இசை மரபினைப் போற்றி வளர்த்தனர் என்பதில் ஐயமில்லை.

மேலும், இசைத்தமிழின் கருவூலமாக விளங்கும் பக்தி இலக்கியங்களான தேவார, திவ்வியப் பிரபந்தங்களுக்கும் முன்னோடி சங்க இலக்கியமே என்பதை நினைவில் கொள்ள வேண்டும். பக்தி இலக்கியத்தில் இடம்பெற்றுள்ள பண்கள், இன்றைய கருநாடக இசையில் வழங்கப்படும் இராகங்கள், இசைக்கருவிகள் ஆகியவற்றின் இலக்கணங்களை சங்க இலக்கியத்தில் பரவலாகக் காண முடிகிறது. இதன் மூலம் நம் இசையின் தொன்மையையும் வளமையையும் தனிச் சிறப்பையும் அறிய இயலும்.

பண், பாடல், தாளம், இசைக்கருவி, இசைக்கலைஞர்கள் என அனைத்திலும் பல்வேறு மாற்றங்களும் வளர்ச்சி நிலைகளும் ஏற்பட்டுள்ளனவேயன்றி இதில் எதுவும் அழிந்துவிடவில்லை. எந்தவொரு பொருளும் முற்றிலுமாக அழியக் கூடியதன்று; மாறாக வேறு உருவினைக் கொள்ளும் என்ற தத்துவம் இசைக் கலைக்கும் பொருந்துவதே.

வாழையடி வாழை யென வந்த திருக்கூட்ட மரபு என்று வள்ளலார் கூறியது போன்று நம் இசைக்கான மரபு தலைச் சங்க காலத்திலேயே தோன்றி, சங்கிலித் தொடர் போல் இடையில் அறுபடாது, பல்வேறு மாற்றங்களையும் ஏற்றங்களையும் பெற்று, இன்றுவரை தொடர்ந்துகொண்டிருக்கிறது என்பது உண்மை; வெறும் புகழ்ச்சியில்லை.

★ ★ ★ ★ ★ ★ ★

பார்வை நூல்கள்

தொல்காப்பியம் எழுத்ததிகாரம், நச்சினார்க்கினியர் உரை, தென்னிந்திய சைவசித்தாந்த நூற்பதிப்புக் கழகம், திருநெல்வேலி,1944.

தொல்காப்பியம் எழுத்ததிகாரம், இளம்பூரணர் உரை, தென்னிந்திய சைவசித்தாந்த நூற்பதிப்புக் கழகம், சென்னை,1986.

தொல்காப்பியம் தெளிவுரை, ச.வே.சுப்பிரமணியன், மணிவாசகர் பதிப்பகம், சென்னை,1998

இளங்கோவடிகளருளிச் செய்த சிலப்பதிகார மூலமும் அரும்பதவுரையும் அடியார்க்கு நல்லாருரையும், உ.வே.சாமிநாதையர், தமிழ்ப் பல்கலைக்கழகம், தஞ்சாவூர், 1985.

அறிவனாரின் பஞ்சமரபு, முனைவர் வீ.ப.கா.சுந்தரம் (உ.ஆ.), தென்னிந்திய சைவ சித்தாந்த நூற்பதிப்புக் கழகம், சென்னை,1993.

டாக்டர் அ.நா.பெருமாள்(ப.ஆ.), வாத்திய மரபு, உலகத் தமிழாராய்ச்சி நிறுவனம், சென்னை, 1987

முனைவர் வீ.ப.கா.சுந்தரம், தமிழிசைக் கலைக்களஞ்சியம், பாரதிதாசன் பல்கலைக்கழகம், திருச்சிராப்பள்ளி, 1997.

டாக்டர் கே.ஏ.பக்கிரிசாமிபாரதி, இந்திய இசைக் கருவூலம், குசேலர் பதிப்பகம், சென்னை, 2006.

முனைவர் இரா.திருமுருகன், சிந்துப் பாடல்களின் யாப்பிலக்கணம், பாவலர் பண்ணை, புதுச்சேரி, 1993.

முனைவர் அரிமளம் சு.பத்மநாபன், தமிழிசையும் இசைத்தமிழும், காவ்யா, சென்னை, 2009.

8. நெய்தல் யாழ் என்னும் விளரிப் பண்

முன்னுரை :

உலகில் மொழி உருப்பெறுவதற்கும் முன்னரே இசை பிறந்துவிட்டது என்பது பரிணாம வளர்ச்சித் தத்துவத்தின் அடிப்படையிலானது. மனிதன் முதன் முதலில் தன் உணர்ச்சிகளை வெளிப்படுத்தப் பயன்படுத்தியது உடல் மொழி *(Body Language)*. அதுவே நாடகக் கலைக்கு அடிப்படையாக அமைந்தது; அடுத்துப் பிறந்தது இசைமொழி. அதற்குப் பின்னர் தான் மொழியில் எழுத்துக்கள் தோன்றி, இயலும், பாடலும் பிறந்தன. இவ்வடிப்படையில் தமிழியலை விடத் தமிழிசை மிகவும் தொன்மையானது என்பது வெள்ளிடைமலை.

ஆரியர் வருகைக்கு முன் இமயம் முதல் குமரிவரை இந்தியா முழுவதும் நிறைந்திருந்த தமிழ்ச் சமூகம் பல்வேறு வரலாற்று நிகழ்வுகள், இயற்கைச் சீற்றங்கள் விளைவாக, இறுதியில் இந்தியாவின் தென்பகுதியைத் தம் வாழ்விடமாகக் கொண்டது. அச் சமூகத்தினர் வரலாற்றுக் காலத்திற்கு முன்னரே கலை, இலக்கியத்தில் மிகவும் தேர்ச்சி பெற்று விளங்கியதுடன், சிறந்த நூல் முறைமையையும் இலக்கணத்தையும் பெற்று, இயல், இசை,

நாடகம் என்னும் மூவகைத் தமிழுக்கும் பல்வேறு நூல்களைப் படைத்திருந்தனர் என்பது கற்பனையன்று. இவை குறித்த பல செய்திகளுக்குச் சான்றுகளாகவே தொல்காப்பியம், சங்க இலக்கியம் முதலான பண்டைத் தமிழ் நூல்கள் திகழ்கின்றன. அவற்றின் வழி தமிழிசையின் தொன்மையை அறிய முடியும்.

தொல்காப்பியம் காட்டும் திணைக் கோட்பாட்டு அடிப்படையில் இசை நெறி :

உலகின் மிகவும் தொன்மையான செம்மொழிகளுள் ஒன்றாகத் திகழும் தமிழ் மொழியின் முதல் நூல் என்னும் சிறப்பைப் பெற்றது தொல்காப்பியம் ஆகும். இந்நூலின் மூன்றாம் இயலான **பொருளதிகாரம்** மிகவும் முக்கியமானது; ஒன்பது இயல்களையுடையது. இப்பகுதி தமிழரின் வாழ்வியல் நெறிகள், இலக்கியக் கோட்பாடுகள், இலக்கணம், மரபு ஆகியன பற்றித் தெளிவாகவும் சுருக்கமாகவும் வரையறுத்து உரைக்கின்றது. வாழ்வியலை அகம், புறம் என்று இரண்டு கூறுகளாக விளக்குகிறார் தொல்காப்பியர். அக வாழ்வின் ஒழுக்கங்களை **அகத்திணை** என்றும், புற வாழ்வின் ஒழுக்கங்களை **புறத்திணை** என்றும் குறிக்கிறார். உலக இயக்கத்திற்கு அடிப்படைகளாக விளங்குவனவற்றையெல்லாம் **முதற் பொருள், கருப் பொருள், உரிப் பொருள்** என மூன்றாக வகைப்படுத்திக் காட்டி, அவற்றிற் கான இலக்கணங்களையும் வரையறுத்து இவ்விரண்டு திணைகளிலும் கூறப்பட்டுள்ளது. தொல்காப்பியம் கூறும் இப் பழந்தமிழர் வாழ்வியல் நெறியே **திணையொழுக்கம்** என்றும் **திணைக் கோட்பாடு** என்றும் வழங்கப்படுகிறது. இனி, இசைத் தமிழோடு நெருங்கிய தொடர்புடைய அகத்திணை நூற்பாக்கள் இரண்டினைப் பற்றிக் காண்போம்.

மாயோன் மேய காடுறை யுலகமும்,

சேயோன் மேய மைவரை யுலகமும்,

வேந்தன் மேய தீம்புன லுலகமும்,

வருணன் மேய பெருமண லுலகமும்,

முல்லை, குறிஞ்சி, மருதம், நெய்தலெனச்

சொல்லிய முறையாற் சொல்லவும் படுமே".

(தொல்: பொ: அகத்.5)

இந்நூற்பாவில் நால்வகை நிலங்களின் பெயர்களைக் கூறி அவற்றிற் குரிய தெய்வங்களின் பெயர்களையும் கூறுகிறார். நிலமும் பொழுதும் முதற்பொருளாகும். இங்கு குறிஞ்சி நிலத்தை முன்னர் வைக்காது, முல்லை நிலத்தை முதன்மைப்படுத்திக் காட்டியிருப்பது இசை யியலார் உற்றுநோக்க வேண்டிய பகுதியாகும். பழந்தமிழிசையியல் இந்நூற்பாவிலிருந்தே தொடங்கப்படுதல் வேண்டும் என்பது இக்கட்டுரையாசிரியரின் உறுதியான கருத்தாகும்.

தொடர்ந்து இந் நால்வகை நிலத்திற்குரிய பெரும்பொழுது, சிறுபொழுது, கருப்பொருள், உரிப்பொருள் ஆகியன கூறப்படுகின்றன. கருப்பொருள் கூற வந்த தொல்காப்பியர்,

தெய்வ முணாவே மாமரம் புட்பறை

செய்தி யாழின் பகுதியொடு தொகை

அவ்வகை பிறவுங் கருவென மொழிப (அகத்.20)

எனப் பறையை முதலில் வைத்துப் பின்னர் யாழைக் குறிப்பிட்டிருத்தல் கருப்பொருள் வைப்பு முறையே யாம். தோல் கருவிகளுக்கான, பொதுப் பெயராகப் பறையும், நரம்புக் கருவிகளுக்கான பொதுப் பெயராக யாழும் குறிப்பிடப்பட்டுள்ளன. எனவே இந்நூற்பாவும் இசை நோக்கில் மிகுந்த கவனத்தைப் பெறக்கூடியதாகவுள்ளது.

"யாழின் பகுதி என்பது பெரும்பண்ணாகிய யாழிலே கிளைத்த கிளைப்பண் என ஒவ்வொரு நிலப் பெரும்பண்ணிற்கும் கொள்ளுதல் வேண்டும்" *(வீ.ப.கா.சுந்தரம். 1994 : 14.)*

இதுவே தொல்காப்பிய உரையாசிரியர் இளம்பூரணரின் கருத்துமாகும்.

பழந்தமிழ் இலக்கியம் போன்றே பழந்தமிழிசையும் திணைக் கோட்பாட்டு அடிப்படையிலேயே இயங்கி வந்தது. தொல்காப்பிய அடிப்படையில் பண்களுக்கும் நிலமும் பொழுதும் குறிக்கப்பட்டன. பெரும் பொழுதும் கூறப்படுவதுண்டு என்பதையெல்லாம் முன்னரே கண்டோம்.

தொல்காப்பியம் காட்டும் திணைக்கோட்பாட்டு அடிப்படையில் நெய்தல் நிலத்திற்குரிய முதற் பொருளையும் கருப் பொருளையும் சிலப்பதிகார உரையாசிரியர் அடியார்க்கு நல்லார் விளக்கியிருப்பதைக் காண்போம்.

“நெய்தற் திணை: நிலம் முதற் பொருள். பெரும் பொழுது: காரும் இருவகை வேனிலும். சிறு பொழுது: “வையமோ கண் புதைப்ப வந்தாய் மருண்மாலை” என்பதனால் மாலையும், கருப் பொருள்: தெய்வம் : “கடற்றெய்வங் காட்டிக் காட்டி” என்பதால் வருணனும் , உணா : மீன் விலையுணவும் கூறினார். பறை கூறிற்றிலர்; மீன்கோட்பறை யென்க. ‘கடல்புக்குயிர் கொன்று வாழ்வர்’ என்பதனாற் செய்தியும், “சித்திரப் படத்துள் .... குற்ற நீங்கிய யாழ்” என்பதனால் யாழும், பண்: “நுளையர் விளரி” என்பதனால் விளரிப் பண்ணும் என்க.” *(காண்க. சிலப்பதிகாரப் பதிகவுரை, உ.வே.சா. பதிப்பு)*

இவ்விளக்கத்தின் மூலம் நெய்தல் யாழ் என்னும் நெய்தல் நிலத்திற்குரிய பெரும் பண் **விளரிப் பண் அல்லது விளரிப் பாலை** என்பது தெளிவாகும். இதே கருத்தினை முதுபெரும் இசைத் தமிழறிஞர் **வீ.ப.கா.சுந்தரம்** அவர்களும் பின்வருமாறு வழிமொழிகிறார்.

“செம்பாலையின் விளரி, குரலாகப் பண்ணுப் பெயர்த்தால் கிடைக்கும் பாலை விளரிப் பாலை. இதனை நெய்தல் யாழ் என்றனர். இந்த ஒரு பண் மட்டும் தெளிவாக விளரியில் குரலை நிறுத்தி பண்ணுப் பெயர்க்கக் கிடைப்பது என்றும், அதனால் அதை விளரிப்பாலை யென்றும் அது நரம்பினடியாகப் பெயர் பெற்றதென்றும் அறியலாகும். சங்க இலக்கியங்களில் நெய்தற் பாலை பற்றிய குறிப்புகள் பல இடங்களில் வருகின்றன. இனி, விளரிப் பாலையும் செவ்வழிப் பாலையும் நெய்தற் குரியனவே.” *(வீ.ப.கா.சுந்தரம். 1994 : 26.)*

இனி, நாநிலங்களுக்கும் பண்களைக் கூறும் பஞ்சமரபுப் பாடல் நெய்தல் நிலத்திற்குரிய பண் செவ்வழி எனக் குறிக்கிறது.

தாரத் துழை தோன்றப் பாலை யாழ்; தண்குரலின்

ஒருமுழை தோன்றக் குறிஞ்சி யாழ் - நேரே

இளிகுரலில் தோன்ற மருதயாழ்; துத்தம்

இளியிற் பிறக்க நெய்தலி யாழ்.

(பஞ்சமரபு - 1. யாழ் மரபு - 22)

இக்கருத்தினையே பிங்கல நிகண்டும் கூறுகிறது.

பாலை, குறிஞ்சி, மருதம், செவ்வழி யென

நால்வகை யாழா நாற்பெரும் பண்ணே

(பிங்கல நிகண்டு : 1375)

குரலே குரலாகிற் செம்பாலை (பிங்கல நிகண்டு : 1403)

விளரியே குரலாகின் விளரிப் பாலை

(பிங்கல நிகண்டு : 1408)

பிரிவுத் துன்பத்தால் விளையும் இரங்கலுக் குரியதாக விளரிப்பண் குறித்து சங்கப் பாடல்கள் பலவற்றிலும் குறிப்புகள் காணப்படுகின்றன. அவை பின்வருமாறு:

. . . . தீம்தொடை

விளரி நரம்பின் நயவரு சீறியாழ் (அகநானூறு : 279 : 10,11)

துவைத்து எழுதும்பி தவிரிசை விளரி (அகநானூறு : 317 : 12)

தூவெள் ளறுவை மாயோன் குறுகி

இரும்புள் பூசல் ஓம்புமின் யானும்

விளரிக் கேட்பின் வெண்ணரி கடுகுவின்

(புறநானூறு : 291 : 2-4)

சிறுநா வொண்மணி விளரி யார்ப்பக்

கடுமா நெடுந்தேர் நேமி போகிய

இருங்கழி நெய்தல் போல

வருந்தினள் அளியணீ பிரிந்திசி னோளே.

(குறுந்தொகை. 336 : 3-6)

பிரிவுத் துயருற்ற தலைவிக்குத் தலைவனின் தேர் மணியோசையின் நினைவு விளரிப் பண்ணாகக் கேட்கிறது என்று இப்பாடல் விவரிக்கிறது. மேலும், நெய்தல் நிலம் பற்றிய குறிப்பும் அதனை உறுதிப்படுத்துகிறது.

சிலப்பதிகாரக் கானல் வரியில் அரும்பத உரைகாரரும் நெய்தல் நிலத்திற்குரிய பண்ணாக விளரிப் பண்ணையே கூறுகின்றார்.

நுளையர் விளரி நொடி தருந்தீம் பாலை

இளி கிளையில் கொள்ள விறுத்தாயான் மாலை

(பாடல்.48 : 1-2)

விளரி யென்றார், விளரி இரங்கினார் பாடும் பண்ணாதலால்; இது, "விளரிப் பண் கண்ணி னார் பாணர்" (பு.வெ.137) என்று வந்தது போலும்; **நெய்தற்கு இரங்கலும் இரங்கல் நிமித்தமும் உரிப் பொருள். விளரி நொடி தரும் பாலை - விளரிப் பாலை; நொடி தருதல் - சொல்லுதல்.** *(அரும்பத உரை) என்று இந்தப் பாடலடிக்கு அரும்பத உரைகாரர் தரும் விளக்கம் உற்று நோக்கத் தக்கது. இக் கருத்தினையே பதிகவுரையில் அடியார்க்குநல்லார் நெய்தல் யாழ் என்பது விளரிப் பண்ணே என்று உறுதிப்படுத்துகின்றார். இது குறித்து, சிலப்பதிகார உரை, பஞ்சமரபு வழி நின்று, மேலும் சில விளக்கங்களைக் காண்போம்.*

மேற்சுட்டியுள்ள, **'இளி கிளையில் கொள்ள'** *என்பதில் 'கிளை' என்பது கைக்கிளை நரம்பு ஆகும். இவ்விடத்து,* **'குரல் குரலாயது செம்பாலை'** *என்னும் அடிப்படையில் 'கைக்கிளை' என்பது செம்பாலைக்குரியதானவன் கைக்கிளை (அந்தர காந்தாரம்) யைக் குறிக்கும். இதன்படி கைக்கிளை யை இளி(ப) யாகக்*

கொண்டு பண்ணுப் பெயர்த்தால் **விளரிப் பண்** பிறக்கும். இதே வகையில், வட்டப்பாலை முறையில் விளரியைக் குரலாகக் கொண்டு பண்ணுப் பெயர்த்தால் விளரிப் பண் பிறக்கும்.

இனி பஞ்சமரபுச் செய்யுளின் அடிப்படையில் விளரிப் பண் பிறப்பதைக் காண்போம்.

“குறிஞ்சி யாழிலிருந்து நெய்தல் யாழ் பிறப்பதைப் பஞ்ச மரபுச் சூத்திரம் (மேற் சுட்டியது) கூறுகிறது. நேரே குறிஞ்சி யாழின் துத்தத்தில் இளி தோன்ற நெய்தல் யாழ் பிறக்கும் என்று பஞ்சமரபார் கூறியுள்ளார். அதாவது, குறிஞ்சி யாழின்(நடபைரவி யாகிய படுமலையின்) துத்தத்து இளி தோன்ற நெய்தல் யாழ் பிறக்கும். நெய்தல் யாழ் என்பது தோடியாகிய விளரிப் பாலையாகும். எனவே, கடல் சார்ந்த நெய்தல் நிலத்திற்குரியது நெய்தல் யாழ். இது நேரே குறிஞ்சி யாழில் பிறப்பது என்று பஞ்சமரபார் தெளிவு படுத்தியுள்ளார். குறிஞ்சி(நடபைரவி)யின் துத்தத்து இளி தோன்ற நெய்தல் யாழ் பிறக்கும் எனத் தெளியலாகும். அடியார்க்கு நல்லார் சிலம்பிலே, **“செம்பாலையில் விளரி நரம்பு குரலாக விளரிப் பாலை தோன்றும்”** என்று கூறியுள்ளது இங்கு ஒப்புநோக்கி அறிதற்குரியது. இசை ஆய்வுக்கு நிகண்டு நூலை ஒரு பெரிய தலையாய சான்றாகக் கொள்ளுதல் கூடாது. (வீ.ப.கா.சுந்தரம். 1993 : 140-141)

பஞ்ச மரபு உரையாசிரியரும், தமிழிசைக் கலைக்களஞ்சிய ஆசிரியருமான வீ.ப.கா. சுந்தரனாரின் இக் கருத்து மிகுந்த கவனத்திற்குரியது. இதுகாறும் கூறியனவற்றால், தொல்காப்பியம், சங்க இலக்கியம், சிலப்பதிகாரம், பஞ்சமரபு ஆகியவற்றின் அடிப்படையில் நெய்தல் நிலத்திற்குரிய யாழ் என்பது விளரிப் பாலை (பெரும்பண்) என்பது தெளிவாகும்.

நெய்தல் நிலத்திற் குரிய இன்றைய பண் :

பழந்தமிழ் மரபு வழி நின்று நோக்கின், நெய்தல் நிலத்திற்குரிய பண் விளரிப் பண் என்பது உறுதியாகிறது. விளரிப் பண்ணுக்கு இணையான இன்றைய பண்ணை இனி காண்போம்.

அடியார்க்கு நல்லார் கூறும் விளரியும் தோடியே. பஞ்சமரபார்

கூறும் நெய்தலும் தோடியே" என்று உறுதிபடக் கூறுகிறார் வீ.ப.கா.சுந்தரம். (மேற்சுட்டியது.)

பண்ணுப் பெயர்த்தலுக்கு அடிப்படைப் பாலையாகக் கொள்ளப்பட்டுள்ள செம்பாலையில் இடம் பெற்றுள்ள ஏழு சுரங்களை அறிந்துகொள்ள உதவும் பழந்தமிழ் நூற்பாக்கள் சிலப்பதிகார ஆய்ச்சியர் குரவைக்கான உரைகளில் காணப்படுகின்றன.

தொன்றுபடு முறையால் நிறுத்தி

இடைமுது மகளிவர்க்கு

படைத்துக்கோட் பெயரிடுவாள்

குடமுதல் இடமுறை யால் குரல் துத்தம்

கைக்கிளை யுழையிளி விளரி தாரமென

விரிதரு பூங்குழல் வேண்டிய பெயரே.

(சிலம்பு : 17 : 13 : 5-10)

இப் பாடலுக்கான அரும்பதவுரை: குடமுதல் - மேற்றிசை முதலாக. வட்டப்பாலை வருமாறு:

1. **இளியிடபங் கற்கடக மாம்விளரி சிங்கம்**

   தளராத தார மதுவாம் - தளராக்

   குரல்கோல் தனுத் துத்தங் கும்பம் கிளையாம்

   வரலால் உழை மீன மாம்.

2. **குரல் துலை வில் துத்தம் கைக்கிளையே கும்பம்**

   பரிய உழை மீனம் பாவாய் - அரி தாரம்

   கொல்லே றிளி விளரி கற்கடகம் கோப்பமைந்த

   தொல்லே ழிசை நரம்பிற்காம்.

இப்படி ஏழு நரம்புகளையும் நிறுத்தி 'எழுவரிளங்கோதையார்' என்ற ஏழு பெண்களையும் ஏழு நரம்பாக்கி ....

என்றவாறு உரை தொடர்கிறது.

இதே பாடலுக்கான அடியார்க்கு நல்லார் தரும் விளக்கம் வருமாறு:

1. **"ஏத்து மிடப மலவ னுடன் சீயம்**
கோற்றனுக் கும்பமொடு மீனமிவை - பார்த்துக்
குரன்முதற் றார மிறுவாய்க் கிடந்த
நிரலேழும் செம்பாலை நேர்.

இவ்வேழும் இடபம், கற்கடகம், சிங்கம், துலாம், தனு, கும்பம், மீன மென இவற்றுள் நிற்கும்.

2. **துலைநிலைக் குரலும் தனுநிலைத் துத்தமும்**
நிலைபெறு கும்பத்து நேர்கைக் கிளையும்
மீனத் துழையும் விடைநிலத் திளியும்
மானக் கடகத்து மன்னிய விளரியும்
அரியிடைத் தாரமு மணைவுறக் கொளலே"

இனி, இப் பாடல்கள் வழிப் பெறும் விளக்கம்:

இளங்கோவடிகள் **'தொன்றுபடு முறையால் நிறுத்தி'** என்று கூறுவதை விளக்கும் பொருட்டே உரையாசிரியர்கள் இருவரும் இப்பழம் பாடல்களை மேற்கோள்களாகக் காட்டியுள்ளனர். 12 இராசிகளில் ஏழு சுரங்களுக்கான 12 சுரத் தானங்களை நிறுத்திக் காட்டுதல் என்பது மிகவும் தொன்மையான இசைத் தமிழ் மரபு என்பதை இப்பாடல்கள் தெளிவாக்குகின்றன. மேலும், இங்கு உரையாசிரியர்கள் இருவராலும் சுட்டிக் காட்டப்பட்டுள்ள நான்கு பாடல்களுமே செம்பாலையின் சுரத்தானங்களையே எடுத்தியம்புகின்றன.

பன்னிரண்டு இராசிகளில் சுரத்தானங்கள் :

மேடம்(மேஷம்) : குரல்(ஷட்ஜம்); இடபம்(ரிஷபம்): மென் துத்தம் (சுத்த ரிஷபம்);

இரட்டையர் (மிதுனம்) : வன் துத்தம்(சதுஸ்ருதி ரிஷபம்);

கற்கடகம்(கடகம்) : மென் கைக்கிளை (சாதாரண காந்தாரம்);

சிங்கம் (சிம்மம்) : வன் கைக்கிளை (அந்தர காந்தாரம்);

கன்னி : மெல்லுழை (சுத்த மத்யமம்) ; துலை / கோல் (துலாம்) : வல்லுழை (பிரதி மத்யமம்);

விரிச்சிகம் : இளி (பஞ்சமம்); தனு / வில் (தனுசு) : மென் விளரி (சுத்த தைவதம்) ;

மகரம் : வன் விளரி (சதுஸ்ருதி தைவதம்) ; கும்பம் : மென் தாரம் (கைசிகி நிஷாதம்) ;

மீனம் : வன் தாரம் (காகலி நிஷாதம்)

இவ்வாறு ஏழு சுரங்களின் பன்னிரண்டு சுரத்தானங்களையும் இராசி வீடுகளில் நிறுத்திப் பண்களை உருவாக்குவதே பழந்தமிழ் மரபு. ஒவ்வொரு பண்ணுக்குமான நிரல்கள் (ஆரோகண, அவரோகணம்) சுரங்கள் நிற்கும் இராசி வீடுகளைப் பொறுத்தே அமைகின்றன. இவ்வகையில் மேற்சுட்டியுள்ள பாடல்கள் நான்கும் கூறுகின்ற வகையில் செம்பாலைக்கான சுரத் தானங்களைக் கீழே காண்போம்.

இராசிகள்:	மே.	இட.	இரட்.	கட.	சிங்.	கன்.	துலை.	விரி.	தனு.	மக.	கும்.	மீ.
சுரங்கள் :	--	ப	--	த2	நி1	--	ச	---	ரி2	---	க2	ம1

இக் கட்டகத்தில் சுட்டியுள்ளபடி செம்பாலையில் இடம்பெறும் சுரங்களாவன : ஷட்ஜம், சதுஸ்ருதி ரிஷபம், அந்தர காந்தாரம், சுத்த மத்யமம், பஞ்சமம், சதுஸ்ருதி தைவதம். கைசிகி நிஷாதம் (ச, ரி2, க2, ம1, ப, த2 நி1) ஆகும். இதற்கு இணையான இன்றைய இராகம் 28ஆவது மேளகர்த்தாவான ஹரிகாம்போஜி ஆகும். இதுவே முல்லை நிலத்திற்குரிய முல்லை யாழ் ஆகும். இந்த முல்லை யாழின் சுரத்தானங்களிலிருந்தும் பண்ணுப் பெயர்ப்பதன் மூலமே மற்ற நிலங்களுக்குரிய பெரும் பண்கள் உருவாக்கப்பட்டன என்பதே தொன்றுபடு முறை யாகும். எனவே அனைத்துப் பண்களையும் உருவாக்குவதற்கு அடிப்படைப்

பாலையாக செம்பாலையையே இளங்கோவடிகளும், உரையாசிரியர்களும் சுட்டிக்காட்டியுள்ளனர். முதற்பொருளான நிலத்தைக் குறிப்பிடும் பொழுது தொல்காப்பியரும் முல்லை நிலத்தையே முதலில் வைத்துள்ளார் என்பது இங்கு கவனிக்கத் தக்கது.

மேற்சுட்டியுள்ள வண்ணம் கட்டகங்களில் சுரங்களை அமைத்து குறிஞ்சி யாழிலிருந்தும் செம்பாலையிலிருந்தும் நெய்தல் நிலத்திற்குரிய விளரிப் பண் பிறக்குமாற்றைக் காணலாம். குறிஞ்சி யாழ் என்னும் படுமலைப் பண்ணிலிருந்து விளரிப் பண் பிறத்தல் :

இராசிகள்:	மே.	இட.	இரட்.	கட.	சிங்.	கன்.	துலை.	விரி.	தனு.	மக.	கும்.	மீ.
படுமலை	--	ம1	--	ப	த1	--	நி1	---	ச	---	ரி2	க1
விளரி		நி1		ச	ரி1		க1		ம1		ப	த1

இதேபோன்று செம்பாலையிலிருந்து விளரிப் பண் பிறக்கு மாற்றைக் காணலாம்.

இராசிகள்:	மே.	இட.	இரட்.	கட.	சிங்.	கன்.	துலை.	விரி.	தனு.	மக.	கும்.	மீ.
செம்பாலை	--	ப	--	த2	நி1	--	ச	---	ரி2	---	க2	ம1
விளரி		நி1		ச	ரி1		க1		ம1		ப	த1

இங்கு கட்டகங்களுக்குள் காட்டியுள்ளபடி, குறிஞ்சி யாழ் என்னும் படுமலைப் பண்ணுக்குரிய சுரங்கள் : ச, ரி2, க1, ம1, ப, த1, நி1 -- இது இன்றைய இசையில் 20ஆவது மேளகர்த்தாவான நடபைரவி என்பது தெளிவு.

இதேபோன்று, நெய்தல் யாழ் என்னும் விளரிப் பண்ணுக்குரிய சுரங்கள் :

ச, ரி1, க1, ம1, ப, த1, நி1 -- இது இன்றைய இசையில் 8ஆவது மேளகர்த்தாவான ஹனுமத் தோடி எனப்படும் தோடி என்பது தெளிவு.

இம் முடிவுகள் தொல்காப்பியம், சிலப்பதிகாரம், மேற்சுட்டியுள்ள இசைத்தமிழ் நூற்பாக்கள் வழிநின்று பெறப்பட்டவையாகும்.

இம் முறையில் மட்டுமே திணைக் கோட்பாட்டு அடிப்படையில் பழந் தமிழ்ப் பண்களின் சுரத் தானங்களைக் குழப்பத்திற்கு இடமின்றிக் கண்டறிய இயலும்.

இதுகாறும் கூறியனவற்றால் நெய்தல் நிலத்திற்குரிய பண் விளரி என்பதும், அதற்கு இணையான இன்றைய பண் தோடி என்பதும் வெள்ளிடை மலை. இருப்பினும், பஞ்சமரபிலும், நிகண்டுகளிலும் நெய்தல் நிலத்திற்குரிய பண் செவ்வழி என்று கூறியிருப்பதையும் ஈண்டு கவனத்தில் கொள்ளவேண்டும். மேற்சுட்டியுள்ள அடியார்க்கு நல்லார் உரைப் பகுதியில் வட்டப் பாலை முறையில் செம்பாலையின் கைக்கிளை குரலாயது செவ்வழி என்றார்.

இதன்படி செவ்வழியில் இடம்பெறும் சுரங்கள்: ச, ரி1, க1, ம1, ம2 த1, நி1 ஆகும். இப் பண்ணை, **இரு மத்திமத் தோடி** என்றே இசை யியலார் குறிப்பிடுவர். எனவே, நெய்தல் நிலத்திற்குரிய இரங்கற் பண்ணாகவே செவ்வழியும் அமைந்திருப்பதைக் காணலாம். சங்கப் பாடல்களும் நெய்தல் திணைக்குரிய பண்களாக விளரியையும் செவ்வழியையும் குறிப்பதை இங்கு கவனத்தில் கொள்ளவேண்டும். எனவே விளரி, செவ்வழி ஆகிய இரண்டு பண்களுமே நெய்தல் நிலத்திற்குரியவை என்பதை இக்கட்டுரை உறுதிப்படுத்துகிறது.

இவ்வகை ஆய்வுகளில் நிலவும் குழப்பங்களும் தீர்வுக்கான வழிமுறையும் :

தொல்காப்பியம் கூறும் ஐந்து திணை(நிலம்)களுக் குரிய யாழ்களை (பெரும் பண்களை)க் கண்டறியும் முயற்சிகளில் கடந்த ஒரு நூற்றாண்டாக பல் வேறு கருத்து வேறுபாடுகளும் குழப்பங்களும் நிலவி வருகின்றன. ஆபிரகாம் பண்டிதர், விபுலானந்த அடிகள் தொடங்கி, தமிழிசைக் கலைக்களஞ்சிய ஆசிரியர் வீ.ப.கா.சுந்தரனார் வரை இம் முரண்பாடுகள் தொடர்ந்து நிலவி வருகின்றன. இதற்கு அடிப்படையான காரணிகளாகத் திகழ்வன தமிழகத்தில் தற்காலம் வழங்கி வரும் தேவாரப் பண்ணிசை என்னும் திருமுறை இசை முறைமையும், கர்நாடக இசை என்னும் தென்னிந்தியச் செவ்விசை

முறைமையுமே ஆகும். இவ்விரண்டு இசை முறைமைகளும் பழந்தமிழிசையின் தொடர்ச்சியே என்பதில் எள்ளளவும் ஐயமில்லை. எனினும் இவை இரண்டுமே 12ஆம் நூற்றாண்டு தொடங்கி, படிப் படியாக பல்வேறு மாற்றங்களைப் பெற்று வளர்ந்தவை என்பதை கவனத்தில் கொள்ளவேண்டும்.

குறிப்பாக கர்நாடக இசை, தமிழ், சமஸ்கிருதம், தெலுங்கு, கன்னடம், மராத்தி எனப் பல மொழிகளிலிருந்தும் பல்வேறு இசை உருக்களையும், இசை நூல்களையும் பெற்று, அதன் வழியாகப் பல மாற்றங்களை அடைந்தது. வட இந்திய இசையான இந்துஸ்தானி இசையிலிருந்து பெரிதும் மாறுபட்டு, தென்னிந்தியாவிற்கான செவ்விசையாக, ஒரு தனி அடையாளத்தை நிலைநிறுத்திக் கொண்டது. 72 மேளகர்த்தா பட்டியல் அறிமுகமான போது அது மேலும் ஒரு பரிமாணத்தைப் பெற்றது. எவ்வாறாயினும், கர்நாடக இசையின் முக்கியக் கூறுகளான இராக ஆலாபனை, கிரக பேதம், தாளம் முதலான இலக்கணங்களுக்கு அடி நாத மாகவும் அடிப்படையாகவும் விளங்குவது தொல்காப்பியம், சங்க இலக்கியம், சிலப்பதிகாரம் முதலானவற்றின் வழிபெறும் தொல் தமிழிசை மரபே என்பதை எவரும் மறுக்க இயலாது.

தேவார மூவர்களும், பன்னிரு ஆழ்வார்களும் பாடிய பண் முறைகளை அறிவதற்கான நூற் சான்றுகள் கிடைக்கவில்லை. அந் நிலையில் தமிழ் நாட்டிலிருந்த சைவத் திருமடங் களின் முயற்சியால் இன்றைய தேவாரப் பண் பாடும் மரபு உருப்பெற்றது. பல நூற்றாண்டுகளாக இத் திருமுறை இசை மரபை போற்றிப் பாதுகாத்துவரும் பெருமை திருக்கோயில் ஓதுவார் மரபினரையே சேரும். இதேபோன்று கால வெள்ளத்தாலடித்துச் செல்லப்படாது, நாலாயிரத் திவ்வியப் பிரபந்தத்தை நாத முனிகள் என்னும் வைணவப் பெரியார் பாதுகாத்துத் தொகுப்பு முறையையும் வகுத்து, நான்கு தொகுதிகளாக அவற்றை உருவாக்கினார். பின்னர், வைணவத் திருக்கோயில்களிலும் திரு மடங்களிலும் அவற்றைத் தவறாது நிரந்தரமாக ஓதும்படி செய்து, அழிவிலிருந்து மீட்டவர் இராமானுஜர் என்பதும் வரலாறு தரும் உண்மை.

இச் செய்திகளின் மூலம் நாம் அறிந்துகொள்ள வேண்டியது யாதெனில் தேவார இசை மரபு அவற்றைப் பாடி வந்தவர்கள் வாயிலாகக் கேட்டறியப்பட்டு அது ஒரு வழிபாட்டு மரபு இசையாக ஓதுவார் மூர்த்திகளாலும் சைவ ஆதீனத் திருமடங்களாலும் பேணிக் காக்கப்பட்டு வருகின்றது. இம் மரபிலும் பண்கள் குறித்தும், பண்களுக்கு இணையான இன்றைய இராகங்களைக் கண்டறிவதிலும் பல்வேறு முரண்பட்ட கருத்துக்கள் நிலவி வருகின்றன. பண்களின் எண்ணிக்கை 22, 23, 24, 26 என்ற வகைகளில் மாறுபடுகின்றன. ஆதீனங்களுக்கு இடையேயும் பண்கள் குறித்த மாறுபட்ட கருத்துகள் நிலவுவதைக் காண முடிகிறது. பொதுவாக, தேவாரம் பாடப்படுகின்ற முறையைக் கொண்டே அப் பண்ணுக்குரிய இராகம் சொல்லப்படுகிறது. பண் நட்டபாடையை, கம்பீரநாட்டை என்றும், காந்தார பஞ்சமத்தை கேதாரகௌளம் என்றும், இதே போன்று பிற பண்களுக்கான இராகங்களும் குறிப்பிடப்படுகின்றன. மூன்று பண்களுக்கு ஒரே இராகம் சொல்லப்படுகிறது. இதனுள்ளும் பல மாறுபட்ட கருத்துகள் உண்டு. இப் பண்களையெல்லாம் வரையறுத்துச் சொல்லக் கூடிய வகையில் இலக்கண நூல்கள் எதுவும் கிடைக்கவில்லை.

தீர்வுக்குரிய வழிமுறைகள் :

இம் முரண்பாடுகளுக்குத் தீர்வுகாண வேண்டுமெனில், சிலப்பதிகாரம் காட்டும் பழந்தமிழ்ப் பண்களான இந்தளம், காந்தாரம், செவ்வழி முதலான பண்களை உரையாசிரியர்கள் காட்டும் வழியிலேயே ஆய்வு செய்து அவற்றிற்கான சுர அமைப்புகளைக் காண வேண்டும். ஏனெனில் அதற்கான இலக்கண விதி முறைகள் வரையறுக்கப்பட்டிருப்பதை சிலப்பதிகாரத்தின் இரண்டு உரையாசிரியர்களுமே தெளிவாக விளக்குகின்றனர். சிலப்பதிகாரம் கூறும் செவ்வழிப் பண்ணை, தேவார மரபில் பாடப்பட்டு வரும் செவ்வழிப் பண்ணுடன் ஒப்பிடக் கூடாது. இப் பாடும் முறை செவிவழி மரபில் யதுகுல காம்போஜியில் பாடப்படுகிறது. தேவார மரபில் பாடப்படும் செவ்வழியும், சிலப்பதிகாரமும் சங்க நூல்களும் காட்டும் செவ்வழிப்பண்ணும் வெவ்வேறானவை என்று புரிந்துகொள்வதே

அறிவியல் அடிப்படையில் அமையும். மாறாக, செவ்வழிப்பாலை என்பது யதுகுல காம்போஜி என்று கொண்டால் அது பொருத்தமற்றதாகவே இருக்கும். இன்று பாடப்பட்டு வரும் தேவாரப் பண்களுக்கான இராகங்கள் ஓதுவார்கள் பாடும் முறையிலிருந்து பெறப்படுகின்றன. சங்காலப் பண்களுக்கான இராகங்களைக் கண்டறிய, தொன்றுபடு முறையில் சிலப்பதிகார உரையாசிரியர்கள் சுட்டிக்காட்டியுள்ள பல்வேறு சூத்திரங்களைப் பின்பற்றுவதே அறிவியல் அடிப்படையில் அமையும் ஆய்வாக விளங்கும் என்பதில் ஐயமில்லை. இரண்டு மரபுகளையும் ஒன்றோடொன்று தொடர்புபடுத்திப் பெறும் ஆய்வு முடிவுகள் தெளிவற்றவையாகவே விளங்கும். சங்க காலப் பண்கள் முழுவதும் திணைக் கோட்பாட்டு அடிப்படையிலேயே அமைந்தவை என்பதைப் பல வாறாக இக் கட்டுரை உறுதிப்படுத்தியுள்ளது.

நிறைவுரை :

நிறைவாக, ‘குரல் குரலாயது செம்பாலை’ என்னும் உரையாசிரியர்களின் கூற்றுக் கிணங்க, அதற்குரிய இன்றைய இராகம் ஹரிகாம்போஜி என்பதை சங்க காலப் பண்களை அறிவதற்கான மூலாதாரமாகக் கொள்ளவேண்டும். அதன் அடிப்படையில், ‘விளரி குரலாயது’ விளரிப்பண் என்றும், அதற்குரிய இன்றைய இராகம் தோடி என்பதும் குழப்பத்திற் கிடமின்றித் தெளிவாகிறது. இதுவே நெய்தல் நிலத்திற்குரிய யாழ் என்பதிலும் ஐயமில்லை. பஞ்ச மரபுச் செய்யுள் சுட்டும் நெய்தல் யாழான செவ்வழி என்பதும் அடியார்க்கு நல்லார் கூறும் ‘செம்பாலையின் கைக்கிளை குரலாயது செவ்வழி’ என்னும் இருமத்திமத் தோடியையே குறிக்கும். இவ்விரண்டும் நெய்தலுக்குரிய உரிப் பொருளான இரங்கலுக்கான பண்களாகும்.

இம் முறையிலேயே பிற நிலங்களுக்குரிய யாழ்களையும், திறப்பண்களையும் அறிய முற்படுதலே தொன்மை மிக்க நம் தமிழிசை ஆய்வுகளை வளப்படுத்தும் என்பதில் எள்ளளவும் ஐயமில்லை.

பார்வை நூல்கள் :

1. தொல்காப்பியர், தொல்காப்பியம் பொருளதிகாரம், இளம்பூரணம், சைவ சித்தாந்த நூற்பதிப்புக் கழகம், சென்னை. 1986.

2. இளங்கோவடிகளருளிச் செய்த சிலப்பதிகார மூலமும் அரும்பதவுரையும் அடியார்க்குநல்லாருரையும், உ.வே.சாமிநாதையர் பதிப்பு, தமிழ்ப் பல்கலைக்கழகம், தஞ்சாவூர், 1985.

3. சேறை அறிவனார் இயற்றிய பஞ்சமரபு, வீ.ப.கா.சுந்தரம், சைவ சித்தாந்த நூற்பதிப்புக் கழகம், சென்னை. 1993.

4. பிங்கல முனிவர், பிங்கலந்தை என்னும் பிங்கல நிகண்டு மூலமும் உரையும், சைவ சித்தாந்த நூற்பதிப்புக் கழகம், சென்னை. 1968.

5. வீ.ப.கா.சுந்தரம்,தொல்காப்பியத்தில் இசைக் குறிப்புக்கள், உலகத் தமிழாராய்ச்சி நிறுவனம், சென்னை, 1994.

6. ஏ.ஏன்.பெருமாள், தமிழர் இசை, உலகத் தமிழாராய்ச்சி நிறுவனம், சென்னை, 1984.

9. கல்லாடம் தரும் இசைத்தமிழ்

முன்னுரை :

> **"ஆய்ந்தமுது தமிழ் வடித்துக் கல்லாட**
> **மெனுமொருநூ லருளியிட்டார்**
> **காய்ந்த புல னடக்கியுயர் பெருஞானம்**
> **பழுத்தருள்கல் லாடனாரே"** *(கடவுள் வாழ்த்து)*

ஆழ்ந்த பெருஞானம் பெற்றிருந்த கல்லாடனார் தம் நூலில், இயல், இசை, நாடகம் என்னும் முத்தமிழிலும் தமக்கிருந்த புலமையை ஆங்காங்கே இடத்திற்குத் தகுந்தபடி பதிவு செய்துள்ளார். இது சங்க காலத்திற்குப் பின்வந்த நூல் என்பது அறிஞர் பலரின் கருத்து. கல்லாடம் இயற்றமிழ் நூலாக இருப்பினும் அதில் இசைத்தமிழ் குறித்த அரிய செய்திகள் பலவும் பரவலாகவும், சில இடங்களில் விரிவாகவும் காணப்படுகின்றன. இந் நூல் அச்செய்திகள் அனைத்தையும் விரித்துக் கூறின் பெருகும் என்ற நிலையில் ஈண்டு சுருக்க மாகச் சில தகவல்கள் மட்டும் தரப்பட்டுள்ளன.

15 அடிச் சிறுமையும் 66 அடிப் பெருமையும் உடையனவாக 100 பாடல்களில் அமைந்த அகத்திணை இலக்கியமான கல்லாடம்

இசைத் தமிழ் பண்கள், யாழ்கள், தோற்கருவிகள், சுர இயல், இசைக் குற்றங்கள் ஆகியன குறித்த பல செய்திகளை அள்ளித் தருகின்றது.

சங்க நூல்கள், காப்பியங்கள், பிற பழந்தமிழ் நூல்கள், பக்தி இலக்கியங்கள் ஆகியவற்றில் பழந்தமிழிசை குறித்து ஏராளமான செய்திகள் ஆங்காங்கே இடம்பெற்றுள்ளதைப் போன்றே அவற்றின் தொடர்ச்சியாக விளங்கும் கல்லாடத்திலும் தெளிவாக இடம்பெற்றுள்ளன. கல்லாடத்தில் பண்கள் குறித்த இலக்கணக் குறிப்புகளும் மறைபொருளாகக் குறிப்பிடப்பட்டுள்ளமை இந்நூலின் தனிச்சிறப்பாகும்.

பண்கள் :

i. முல்லையாழ்:

வரவெடுத்துரைத்தல் என்னும் துறையில் அமைந்த 14ஆம் பாடலில் முல்லை நிலத்துக்குரிய பெரும் பண்ணான **'முல்லையாழ்'** குறித்துச் சிறப்பாகக் குறிப்பிடப்பட்டுள்ளது. தொல்காப்பியர் முல்லை நிலத்திற்குரிய பெரும்பண்ணாக முல்லை யாழைக் குறிப்பிடுகின்றார். இது ஏறு நிரலிலும் இறங்கு நிரலிலும் ஏழு சுரங்களையும் கொண்டு அமைந்த பெரும் பண்ணாகும். இன்றைய கர்நாடக இசையில், 28 ஆவது மேளகர்த்தா 'அரிகாம்போதி' (ஹரிகாம்போஜி) என்று வழங்கப்பட்டு வருகிறது. தேவார இசை மரபில் அப்பர் சுவாமிகளின் 'திருத்தாண்டகம்' முழுதும் இப்பண்ணிலேயே பாடப்பட்டுவருகின்றது. சிலப்பதிகார இசை இலக்கணப்படி முல்லை நிலத்தில் உருவான இப் பண்ணே முதல் பெரும்பண் என்னும் 'செம்பாலை' ஆகும். ஏழ்பெரும் பாலைகளும் இப் பண்ணிலிருந்து உருவாக்கப்பட்டவையே. இப் பண்ணை அடிப்படையாகக்கொண்டே குழல் கருவியில் துளைகள் இடப்பட்டன. பழந்தமிழ் நூல்கள் பலவற்றிலும் செம்பாலை அல்லது பாலையாழ் தொடர்பாகக் குறிப்பிடப்பட்டிருப்பினும் தமிழிசை இலக்கண மரபு வழியில் இப் பண் அமைந்திருக்கும் நுட்பத்தை கல்லாடத்தின் பின்வரும் பாடலடிகள் சிறப்புற விளக்குகின்றன.

"பிடவலர் பரப்பிப் பூவைப் பூவிட்டு

உறவினை நட்புக் கிளைவியப் பெய்த

முகின்முழ வதிர, ஏழிசை முகக்கும்

முல்லை யாழொடு சுருதி வண் டலம்ப" *(14:12-15)*

செம்பாலை என்னும் பண் பகை நரம்பு (பகைச்சுரம்) எதுவுமின்றி உறவு நரம்புகளான இணைச்சுரம், கிளைச் சுரம், நட்புச் சுரங்களின் பொருந்திசையாக விளங்கிக் கேட்போர் வியக்கும்படி ஏழிசையுடன் கூடியது என்று பொருள். இப்பாடலடிகள் செம்பாலையின் இலக்கண அமைப்பையும் தமிழிசை மரபில் பாலைகள் (பெரும்பண்கள்) சுரங்களிடையேயான இணை, கிளை, நட்பு, பகை உறவுகளின் அடிப்படையிலேயே உருவாக்கப்பட்டன என்பதற்கு மிகச் சிறந்த சான்றாக இவ்வடிகள் உள்ளன. இசையியலில், இவை ச - க, ச - ம, ச - ப, உறவுகள் எனக் குறிப்பிடப்படும்.

இவ்வுறவுகள் குறித்து இன்னொரு பாடலிலும் குறிப்புகள் தரப்படுகின்றன.

"பட்டடை எடுத்துப் பாலையிற் கொளுவி

கிளையிற் காட்டி ஐம்முறைக் கிளத்தி" (100 : 13 - 14)

இதன் பொருள் : பட்டடை என்பது 'இளி' என்னும் நரம்பு. ப - என்னும் சுரம். இந்த 'இளி' என்னும் ப - சுரத்தைக் குரல் என்னும் ச - சுரமாகக் கொண்டு தொடங்கி கோடிப்பாலை முதலிய ஏழு பாலைப் பண்களையும் யாழிலே தோற்றுவித்தல் ஆகும். எல்லாப் பண்ணிற்கும் 'இளி' அடிமணையாதலால் பட்டடை என்று பெயர். 'பாலையிற் கொளுவி' என்பது இளி முறையாக ஏழு பாலைகளையும் யாழில் பிறக்கச் செய்தல் ஆகும். ஏழு சுரங்களின் ஒலிப்பும் அவற்றின் பெயர்களும் வருமாறு :

ச - குரல், ரி - துத்தம், க - கைக்கிளை, ம - உழை, ப - இளி, த - விளரி, நி - தாரம்.

இளி முறையில் ஏழு பாலைகளையும் பிறக்க வைக்கும் முறை :

இளி குரலாயது கோடிப் பாலை (ப -- ச) - கரஹரப்ரியா

விளரி குரலாயது விளரிப் பாலை (த -- ச) - தோடி

தாரம் குரலாயது மேற்செம்பாலை (நி -- ச) - கல்யாணி

குரல் குரலாயது செம்பாலை (ச -- ச) - ஹரிகாம்போதி

துத்தம் குரலாயது படுமலைப் பாலை (ரி -- ச) - நடபைரவி

கைக்கிளை குரலாயது செவ்வழிப் பாலை (க -- ச) - இருமத்திமத் தோடி

உழை குரலாயது அரும்பாலை (ம -- ச) சங்கராபரணம்.

(100 : 15 - 25அடிகளுக்கான சுருக்கமான விளக்கம்)

இவ்வாறு ஒரு பண்ணிலிருந்து வேறொரு பண்ணைப் பிறக்கச் செய்யும் முறையையே சங்க இலக்கியங்கள் பண்ணுப்பெயர்த்தல் என்றும் பாலை பெயர்த்தல் என்றும் குறிப்பிடுகின்றன. இவ்வாறு பாலை பெயர்த்தலையே, 'கிளையிற் காட்டி ஐம்முறைக் கிளத்தி' என்கிறார் இந் நூலாசிரியர். இப்பாடலில் மேற்சுட்டியுள்ள பண்களைத் தோற்றுவிக்கும் முறையை விரிவாக மேலும் பல அடிகளில் விளக்கியுள்ளார் கல்லாடனார்.

ஏழாம் நரம்பு ---- இணை; ஐந்தாம் நரம்பு ---- கிளை; நான்காம் நரம்பு ----நட்பு; மூன்றாம் , ஆறாம் நரம்புகள் ---- பகை.

தமிழிசையில் பண்களைத் தோற்றுவித்தற்கு இவ் இணை,கிளை, நட்பு நரம்புகளைத் தொடுத்தலே அடிப்படையானது. இதனை, கல்லாடம் மிகச்சிறப்பாக வெளிப்படுத்தியுள்ளது. ஏழு சுரங்களுக்கும் பனிரெண்டு சுரநிலைகள் (சுரத்தானம்) உள்ளன. எனவே, 'ச' முதல் 'நி' வரை 12 சுரத்தானங்களுக்கான நரம்பு எண்ணிக்கையைக் கொண்டே சுரங்கள் உறவு கொள்கின்றன. அதன்படி, ச - ரி1 - ரி2 - க1 - க2 - ம1 - ம2 - ப - த1 - த2 - நி1 - நி2 - என்று 12 நரம்புகளாகும்.

இவ்வாறு, முன்னர் கூறிய செம்பாலை என்னும் முல்லை யாழ் உறவுச் சுரங்களால் பொருந்திசையாக விளங்கும் பாங்கை உணரலாம்.

செம்பாலைக்கான சுரங்கள் : ச - ரி2 - க2 -ம1 - ப - த2 - நி1

இப்பண்ணின் பொருந்திசை பின்வருமாறு அமையும்.

ச - க; ச - ம; ச - ப; ரி - ப; க - த; ம - நி ; என்று ஏறு நிரலிலும் (ஆரோகணம்) நி - ம; த - க; ப - ரி; ம - ச; என்று இறங்கு நிரலிலும் (அவரோகணம்) பொருந்திசைக்கும் தன்மையுடையவை. இதனை எளிதாகப் புரிந்து கொள்ளும் வகையில் ச - க2 ; ச - ம1; உறவு என்று குறிப்பிடுவதுண்டு.

ii. சாதாரிப் பண் :

பாண்டிய நாட்டின் மானம் காக்கவும், ஏமநாதன் என்னும் பாணனின் அகந்தையை ஒழிக்கவும் மதுரையம் பதியில் சிவபெருமானே விறகு சுமந்து கொண்டு மனிதனாக வந்து பாடிய பண்ணாக சாதாரியைக் குறிப்பிடுகிறது கல்லாடம்.

"தாரியின் காட்டித் தரும்சா தாரி

உலகுயிர் உள்ளமும் ஒன்றுபட் டொடுங்க

இசைவிதி பாடிய இசைப்பகை துரந்த

கூடற்கிறையோன்" *(43 : 31-34)*

தாரியின் காட்டித் தரும் சாதாரி என்பது பண்ணிற்குரிய இசை விகற்பங்களை யெல்லாம் ஒழுங்காக எடுத்துக் காட்டக் கூடிய வகையில் பாடியருளிய 'சாதாரி' என்று பொருள்படும்.

"இணை, கிளை, நட்பு எனச் சார்ந்து நீண்டு ஒலிக்கும் சுரங்களையுடைய பண் 'சாதாரி'. தாரி = நீளம் உடையது; 'தாரியில் காட்டித் தரும் சாதாரி' என்ற வரியானது சொற் பொருள் விளக்க உதவுவது, கல்லாடர் ஒருவரே இவ்வாறு சாதாரிச் சொல்லை விளக்கியுள்ளார்."

(வீ.ப.கா.சுந்தரம். 1994. 54).

இன்றைக்கு கர்நாடக இசை மரபில் வழங்கிவரும் மோகனம் என்னும் இராகமே சாதாரிப் பண்ணாகும் என்பது முதுபெரும் இசைத்தமிழ் அறிஞர்களால் உறுதிப்படுத்தப்பட்டுள்ளது. இருப்பினும் தேவார இசை மரபில் சாதாரிப் பண் 'பந்துவராளி' என்னும் இராகமாகப் பாடப்பட்டு வருகிறது. கல்லாடரின் பாடல் இப்பண் மோகனமே என்பதை உறுதிப்படுத்துவதாக உள்ளது.

III. நெய்தல் பண் :

நெய்தல் நிலத்திற்குரிய பெரும் பண்ணினை **'நெய்தல் யாழ்'** என்று தொல்காப்பியர் குறிப்பிடுகிறார். 'நெய்தல் யாழ்' சிலப்பதிகாரத்தில் 'விளரிப் பாலை' என்று குறிப்பிடப் படுகிறது. இளங்கோவடிகள் பெரும்பண்ணைப் பாலை என்று குறிப்பிடுகிறார்.

சங்க இலக்கியத்திலும், பிற இலக்கியங்களிலும் விளரிப்பண் என்றே குறிப்பிடப் படுகிறது. ஏழு சுரங்களில் 'த' என்ற சுரத்திற்கும் விளரி என்றே பெயர். இது 'குரல்' நரம்பிலிருந்து ஆறாம் நரம்பு. விளரிப்பண் என்னும் பொழுது அது நெய்தல் நிலத்திற்குரிய பண்ணாகும். விளரிப் பண்ணே இன்றையச் செவ்விசை மரபில் 'தோடி' என்றழைக்கப்படும் இராக மாகும். பண்டைத் தமிழில் பாலை என்றும் யாழ் என்றும் குறிப்பிடப்பட்ட பெரும்பண் தற்கால இசையியலில் மேளகர்த்தா என்றும் ஜனகராகம் என்றும் அழைக்கப்பட்டு வருகின்றது.

"விரிகின்ற வலையினை உடைய பரதவர்கள் சந்தனக் குழம்பும் மலர்மாலையும் தம் தோளிலும் மார்பிலும் கமழ, நெய்தல் யாழினை துத்தமும் (ரி), கைக்கிளையும் (க) சரியான அளவில் ஒலிக்குமாறு இசைத்தனர்" என்று கல்லாடத்தின் பின்வரும் பாடலடிகள் குறிப்பிடுகின்றன.

"கலவையும் பூவும் தோள்முடி கமழ

விரிவலை நுளையர் நெய்தல் ஏந்தித்

துத்தங் கைக்கிளை அளவையின் விளைப்ப" *(38 : 13 -15)*

இவ்விடத்தும் கல்லாடர் தம் இசை நுட்பத்தை வெளிப்படுத்தத் தவறவில்லை. நெய்தல் பண்ணாகிய விளரிப் பண்ணிற்கு துத்தம் (ரி), கைக்கிளை (க), ஆகிய இரண்டு சுரங்களுமே உயிர்ப்பான சுரங்களாகும். மேலும் ரி, க, சுரங்களிலிருந்து இணை தொடுத்தால் விளரிப் பண் தோன்றும் என்பதையும் பெறும் ரி, க, ம, த, நி ஆகிய ஐந்து சுரங்களுமே மென் சுரங்களாகும். இதனை எண்ணியே 'துத்தங் கைக்கிளை அளவையின் விளைப்ப' என்று நுணுக்கமாகக் கூறுகின்றார். 'நுளையர் நெய்தல்' என்று கல்லாடர் குறிப்பிட்டுள்ளார். இதே பழந்தமிழர் இசைமரபைச் சார்ந்தே இளங்கோவடிகள், சிலப்பதிகாரக் கானல் வரியில் "நுளையர் விளரி"(சிலம்பு. 7: 48) என்று குறிப்பிடுகிறார். விளரிப்பண் இரங்கற் பண்ணாகும். இரங்கலும் இரங்கல் நிமித்தமும் நெய்தற்குரியவை என்பதை ஈண்டு ஒப்புநோக்க வேண்டும்.

iv. செவ்வழிப் பண்:

ஏழ்பெரும் பாலைகளுள் ஒன்றான செவ்வழிப் பாலையை எத்தகைய பேரிசைகளுக்கும் முற்பட்ட இசையாகிய 'செவ்வழி' என்று கூறுகிறது கல்லாடம். மிகுந்த தேனைப் பருகிய வண்டுகள் செவ்வழிப் பண்ணை விதி முறைகளின்படி இசைத்தன என்பதைக் கீழ்க் காணும் பாடல் அடிகள் தெரிவிக்கின்றன.

"செங்கதிர் விரித்தசெந் திருமலர்த் தாமரைப்

பெருந்தே னருந்தியெப் பேரிசை யனைத்தினும்

முதலிசைச் செவ்வழி விதிபெறப் பாடிய" (95 : 16 - 18)

இங்கும் செவ்வழி பற்றிய இசைக் குறிப்புகளோடு நூலாசிரியர் பண்ணை அறிமுகம் செய்திருப்பது கவனத்திற்குரியது. தமிழிசை மரபில் ஆதி இசைகளுள் ஒன்று செவ்வழி. சங்க இலக்கியங்களில் 'செவ்வழி நின்ற சீறியாழ்' என்று பரவலாக இடம்பெற்றுள்ளமையைக் காணலாம்.

தேவார இசை மரபில் செவ்வழி இன்றைய இசையியலில் 'யதுகுல காம்போதி' என்ற இராகத்திற்கு ஒப்பானதாகக்

கருதப்படுகிறது. இது பெரும்பண் அன்று; செம்பாலையிற் பிறந்த கிளைப் பண்.

கல்லாடம் பக்தி இலக்கியக் காலத்தில் தோன்றிய நூல் என்பது ஈண்டு நோக்கற் பாலது. கல்லாடர் கூறும் செவ்வழி முன்னரே குறிப்பிட்டது போல 'செம்பாலையின் கைக்கிளை (க) குரலாயது (ச) என்னும் செவ்வழிப் பாலையே ஆகும். இப்பண் விளரிப் பண்ணிலிருந்து ஒரே ஒரு சுரம் மட்டும் மாறுபட்டது.

விளரி - ச ரி1 க1 ம1 ப த1 நி1

செவ்வழி - ச ரி1 க1 ம1 ம2 த1 நி1

செவ்வழியில் இளி (ப) நரம்பிற்குப் பதிலாக வல் உழை (ம2) இடம் பெறுகிறது. எனவே, செவ்வழிப் பண்ணும் நெய்தல் நிலத்திற்கு உரிய பண்ணாகவே விளங்குகிறது.

இன்றைய இசையியலார்களிடையே செவ்வழி பற்றி இருவகைக் கருத்துகள் உள்ள நிலையில் கல்லாடம் அதனைப் போக்கும் வகையில் செவ்வழி தமிழின் ஆதி இசைப் பெரும் பண்களில் ஒன்றுதான் என்பதை உறுதி செய்கிறது, இதன் காரணமாகவே 'பேரிசை யனைத்தினும் முதலிசைச் செவ்வழி' என்று கல்லாடர் குறிப்பிடுகிறார்.

பல நூறு பண்கள் தோன்றும் முறை

சிலப்பதிகார அரங்கேற்று காதையில் இடம் பெற்றுள்ள,

'ஆடல் பாடல் இசையே' *(அரங்கேற்று . 45)*

என்னும் அடிக்கு உரை கூறும் அடியார்க்கு நல்லார், "இசையென்றது நரப்படைவால் உரைக்கப்பட்ட பதினோராயிரத்துத் தொள்ளாயிரத்துத் தொண்ணூற்றொன்றாகிய ஆதியிசைகள்" என்று விளக்குகிறார்.(உ.வே.சா. 1985, 108) நரப்படைவு என்பது 12 சுர நிலைகளைக் கொண்ட ஏழு சுரங்களின் பல்வேறுபட்ட சேர்க்கைகள் *(Permutation combination)* என்று பொருள்படும். செம்பாலையிலிருந்து ஏனைய ஆறுபெரும் பாலைகள் தோற்றுவிக்கப்படும் முறை முன்னரே விளக்கப்பட்டுள்ளது. அதேபோன்று இணை, கிளை,

நட்பு என்னும் தமிழிசை மரபு வழியில் பண்ணுப் பெயர்ப்பு செய்வதன் மூலம் ஏறத்தாழ 12000 பண்களை தோற்றுவிக்க முடியும் என்பதே சிலப்பதிகாரம் தரும் குறிப்பு. தம் உரைக்குச் சான்றா தாரங்களாக அடியார்க்கு நல்லார் இடைச்சங்கக் கால இசைத்தமிழ், நாடகத்தமிழ் நூல்களையே மேற்கோள்கள் மூலம் காட்டுகின்றார்.

இத் தொன்மையான மரபின் வழி நின்று பண்களைத் தோற்றுவித்தல் பற்றிக் கீழ்க்காணும் பாடலடிகள் மூலம் கல்லாடம் ஒரு இசை இலக்கண வரலாற்றையே பதிவு செய்கிறது.

“ஏழிசை முதலில் ஆயிரம் கிளைத்த

கானம் காட்டும் புள்ளடித் துணையினர்” (100 : 11-12)

‘கானம் காட்டும் புள்ளடித் துணையினர்’ என்பது இசைத்தமிழை உலகிற்குணர்த்திய, பறவையின் அடிபோன்ற அடிகளையுடைய இரட்டையராகிய தும்புருவும் நாரதரும் எனப் பொருள்படும். குரல், துத்தம், கைக்கிளை, உழை, இளி, விளரி, தாரம் என்னும் இந்த ஏழிசைகளின் வேரிலிருந்து எண்ணிறந்த (ஆயிரம்) பண்கள் பிறக்கும். ஆயிரம் என்பது பெரும் எண்ணிக்கையில் கிளைப்பண்கள் தோன்றும் என்பதைக் குறிக்கும் வகையில் அமைந்தது.

இவ்வாறு, கல்லாடம் பண்களைப் பற்றிக் குறிப்பிடும் போதே அவற்றிற்கான இலக்கண மரபையும் நெறிமுறைகளையும் பதிவு செய்திருக்கும் பாங்கு போற்றற்குரியது.

இசைக் கருவிகள்

கல்லாடத்தில் நான்கு வகை யாழ்கள், பல்வேறு தோல்கருவிகள் பற்றிய குறிப்புகள் காணப்படுகின்றன. இவற்றையும் இலக்கண நெறிகளுடனே குறிப்பிடுகிறார்.

நாரதப் பேரியாழ், தும்புரு யாழ், கீசக யாழ், தேவ யாழ் அல்லது மருத்துவ யாழ் என நான்கு வகை யாழ்கள் குறிப்பிடப்பட்டுள்ளன.

i. நாரதப்பேரியாழ் :

வடமொழி விதித்த இசைநூல் வழக்குடன்

அடுத்தன எண்ணான்கு அங்குலி அகத்தினும்

நாற்பதில் திரட்டி நாலங் குலியிலும்

குறுமையும் நெடுமையும் கோடல் பெற்றதாய்

ஆயிரந் தந்திரி நிறைபொது விசித்துக்

கோடி மூன்றிற் குறித்துமணி குயிற்றி

இருநிலம் கிடத்தி மனம் கரம் கதுவ

ஆயிரத் தெட்டில் அமைந்தன பிறப்புப்

பிறவிப் பேதத் துறையது போல

ஆரியப் பதங்கொள் நாரதப் பேரியாழ் (82 : 1- 10)

நாரதப் பேரியாழின் அமைப்பை விளக்குவதாக இந்த அடிகள் அமைகின்றன. 32 அங்குலி அகலமும் 84 அங்குலி நீளமும் உடைய இந்த யாழ் 1000 நரம்புகளைக் கொண்டது. முக்கோண வடிவில் செய்யப்படும் மூன்று மூலைகளில் மணிகள் பதிக்கப்பட்டிருக்கும். பெரிய அளவிலானதால் இந்த யாழைத் தரையில் வைத்து விரல்களால் தடவி இசைக்க வேண்டும். அங்குலி = விரல் அளவு; தந்திரி = நரம்பு; குயிற்றி = பதித்து. ஆயிரம் தந்திரி நிறைவுறச் சமனாக இறுக்கப்பட்டு என்று பொருள்படும். மனம் கரம் கதுவ என்பது மனத்தால் நினைந்து கைவிரல்களால் நரம்புகளை வருடுதல் எனப் பொருள்படும், இதற்கு நாரதம் என்று பெயர்.

ii. தும்புரு யாழ் :

“முந்நான்கு அங்குலி முழுவுடற் சுற்று

ஐம்பதிற் றிரட்டி ஆறுடன் கழித்த

அங்குலி நெடுமையும் அமைந்துள் தூர்ந்தே

ஒன்பது தந்திரி யுறுத்திநிலை நீக்கி

அறுவாய்க்கு ஆயிரண் டணைத்து வரைகட்டித்

தோள்கால் வதிந்து தொழிற்படத் தோன்றுந்

தும்புருக் கருவியுந் துன்னிநின் றிசைப்ப (82 : 12 - 18)

இந்த யாழ் அளவிற் சிறியது. 12 அங்குலிச் சுற்றளவும் 94 அங்குலி நீளமும் உடையது. ஒன்பது நரம்புகள் கொண்ட இந்த யாழில் சுருதி நரம்பு ஒன்று தனித்திருப்ப ஏனைய எட்டு நரம்புகளும் இரண்டிரண்டாக இணைத்துக் கட்டப்பட்டிருக்கும். பதுமாசனத்தில் அமர்ந்து தொடையிலும் தோளிலும் பொருந்த வைத்து இந்த யாழ் இசைக்கப்படும். 'தொழிற்படத் தோன்றும் தும்புரு கருவியும்' என்பது 'நரம்புகளை விரல்களால் வருடுதலாலே இசை தோன்றுகின்ற தும்புரு என்னும் யாழ்' என்று பொருள்படும்.

iii. கீசக யாழ்:

எழு என உடம்புபெற்று எண்பது அங்குலியின்

தந்திரி நூறு தழங்கிய முகத்த

கீசகப் பேரியாழ் கிளையுடன் முரல (82 : 19 - 21)

வைரம் போன்ற உடலை உடைய கீசக யாழ் 80 அங்குலி நீளமும் நூறு நரம்புகளையும் கொண்டதாகும்.

iv. தேவயாழ் அல்லது மருத்துவ யாழ் :

நிறைமதி வட்டத்து முயல்உரி விசித்து

நாப்பண் ஒன்றை நரம்பு கடிப்பு அமைந்து

அந்நரம்பு இருபத் தாறுஅங் குலிபெற

இடக்கரந் துவக்கி இடக்கீ ழமைத்துப்

புறவிரல் மூன்றின் நுனிவிர லகத்தும்

அறுபத் திரண்டிசை அனைத்துயிர் வணங்கும்

மருத்துவப் பெயர்பெறும் வானக் கருவி

தூங்கலுந் துள்ளலும் துவக்கிநின் றிசைப்ப (82 : 22 -29)

தேவயாழ் முழுநிலவு போன்று வட்ட வடிவாய் அமைந்து முயலின் தோலால் கட்டப்பட்டது. நடுவில் ஒரு நரம்பினை இருபத்தாறு அங்குலி அளவில் பத்தரின் மேல் செங்குத்தாக நிறுத்தப்பட்ட தண்டில் கட்டியிருக்கும். இடப் பக்கத்தில் வைத்துக் கொண்டு வலக்கையின் மூன்று புற விரல்களாலும் நுனிவிரல்களாலும் வருடி இந்த யாழ் இசைக்கப்படும். அப்பொழுது தூங்கலோசை, துள்ளலோசை என்னும் இசை விகற்பங்களைத் தழுவி அறுபத்திரெண்டு வகை இன்னிசைகள் தோன்றும். இதனை மருத்துவயாழ் என்றும் கூறுவர்.

பிற இசைக் கருவிகள் :

பல்வேறு இசைக்கருவிகள் இசைக்கப்பட்ட வரலாற்றை ஆங்காங்கே கல்லாடம் பதிவு செய்துள்ளது.

சிவபெருமானும் சக்தியும் தாண்டவமாடியதைக் குறிக்கும் இடத்து, துடி, வீணை ஆகிய கருவிகள் பற்றிக் குறிப்பிடப் பட்டுள்ளது.

பார்ப்பதில் பாணியைத் துடிமணி யெடுப்பச்

சுருதியைத் தண்டி வலிகொண் டமைப்ப

முதலே ழுதனை யொன்றினுக் கேழென

வீணை பதித்துத் தானந் தெரிக்க (99 : 32 - 35)

பாணிகளாகிய தாளத்தின் முழக்குகளைத் துடி (உடுக்கை) முழக்க, வீணையில் பாடல் இசைக்கப்பட்டது. **'துடிமணி' = துடியில் தோன்றிய அழகிய முழக்கு.**

'முதலேழுதனை யொன்றினுக் கேழென' = ஆதியில் தோன்றிய செம்பாலை முதலிய ஏழ் பெரும் பாலைகளிலும் ஒவ்வொரு பாலைக்கும் உரிய ஏழிசை நரம்புகளை வீணையின் அளவுடைத் தானங்களில் ஒலிக்கச் செய்தல் என்று பொருள்.

இவை தவிர, ஐம்முக முழவம், ஒருவாய்க் கோதை, கரடிகை, கல்லல், கல்லவடத் திறள், கைத்திரி, சல்லரி, தண்ணுமை, தகுணித்தம், படகம், முழவம், மொந்தை ஆகிய கருவிகள்

பற்றியும் கல்லாடம் குறிப்பிடுகின்றது. இவை அனைத்துமே தோல் கருவிகள் எனப்படும் தாளக் கருவிகளாகும்*(percussion instruments)*. இவையாவும் வடிவ அமைப்புகளோடு விளக்கப் பட்டுள்ளன.

ஐம்முக முழவம் :

தடாவுட லும்பர் தலைபெறு முழவம்

நான்முகம் தட்டி நடுமுகம் உரப்ப (8 : 15 - 16)

தனது பெரிய உடலின் மேல் உச்சியிலே ஐந்து முகங்களை உடையது. அதனை முழக்குவோர் அவ்வைந்து முகங்களிலும் மாறிமாறிப் புடைத்து முழக்குவர். முழக்கப்படுகிறது முழவு. ஐந்து முகங்களை உடையதால் ஐம்முக முழவம் ஆயிற்று. தற்காலத்தில் 'பஞ்சமுக வாத்தியம்' என்று வழங்கப்படுகிறது.

ஒருவாய்க் கோதை :

"மரக்கா லன்ன வொருவாய்க் கோதை" (8:27)

நெல் அளக்கக் கூடிய மரக்கால் போன்று அமைந்த ஒருமுகப் பறை. ஒரு கண் பறை என்றும் குறிப்பிடுவதுண்டு. இதுவும் தட்டி முழக்கப்டும் கருவி. ஒருவாய் என்பது ஒரு முகம் அல்லது ஒரு கண் என்று பொருள்படும்.

கரடிகை :

"வள்ளம் பிணைத்த செங் கரடிகை மல்க" (85 : 31)

நுண்ணிய ஒலிகளை எழுப்பக் கூடிய மரக்கால் கட்டிய கரடிகை என்னும் இசைக் கருவி ஆகும்.

கல்லல்:

"மூவுட லணைத்தமும் முகத்தொ ரோமுகத்து

எண்கடிப்பு விசித்த கல்லல் செறிய" (85 : 22 - 23)

கல்லல் மூன்று முகமுடைய ஒரு தோற்கருவி. இம் முகங்களில் எட்டு எட்டு வார்களால் இழுத்துக் கட்டப்பட்டிருக்கும் எண் கடிப்பு என்பது எட்டுவார்கள் எனப் பொருள்படும். "அப்பர்

தேவாரத்தில் குறிப்பிடப்படும் கல்லலகு என்னும் கருவியும் இதுவும் ஒன்றே". *(வீ.ப.கா.சுந்தரம். 1994. 52)* இக்கருவி ஒரு மும்முக முழவு எனலாம்.

கல்லவடத்திரள்:

"திருமல ரெழுதிய வரயிருபத்தைந்

தங்குலி யிரண்டிரண் டணைத்து விளர் நிறீஇ

மும்முகக் கயலுடன் மயிர்க்கயிறு விசித்த

கல்லவடத்திரள் விரற்றலை கறங்க" (8 : 23 - 26)

தாமரை மலர் வடிவம் எழுதப்பட்ட, இருபத்தைந்து அங்குலி வரை இரண்டிரண்டு விரலாக அணைத்து, வெள்ளை வண்ணம் பூசப்பட்டு மூன்று முகங்களை உடைய சேல் மீன் உருவத்துடன் மயிர்க் கயிறும் கட்டப்பட்டு விளங்கும் கல்லவடத்திரள் என்னும் கருவியின் தலையில் விரல்களால் தட்டி ஒலி எழுப்பப்படும். (விரற்றலை = விரல் + தலை) இக்கருவி பற்றிய குறிப்புகள் அப்பர், சுந்தரர் தேவாரப் பாடல்களிலும் காணப்படுகின்றன.

கைத்திரி :

"கயந்தலை யடியெனக் கயிறமை கைத்திரி" (8:19)

யானைக் கன்றின் அடிபோன்று பரந்த கண்களையுடைய கயிறுகளால் இறுகக் கட்டப்பட்ட துடி என்னும் கருவி. இதுவும் விரல்களால் முழக்கப்படும். கைத்திரியை இடக்கை என்றும் கூறுவதுண்டு. (பாடபேதம் - கைத்தரி)

சல்லரி :

"ஒருவாய் திறந்துட் கடிப்புடல் விசித்த

சல்லரி யங்கைத் தலைவிரற் றாக்க" (8 : 17 -18)

ஓரிடத்தைத் திறந்து குமிழினை உள்ளே கட்டிய உடலினையுடைய சல்லரி என்னும் கருவி உள்ளங்கையாலும் நுனி விரலாலும் தட்டி முழக்கப்படுவது ஆகும்.(அங்கை = உள்ளங்கை; தலைவிரல் = நுனிவிரல்)

தண்ணுமை :

"இருதலைக் குவிந்த நெட்டுடல் தண்ணுமை"

இது மத்தள வகைகளுள் ஒன்று. இதன் இரண்டு தலைப்பகுதியும் குவிந்தும் நடுப்பகுதி உயர்ந்தும் நீண்ட உடலினையும் உடைய தோற்கருவியாகும். இன்றைக்கு மிருதங்கம் என்று வழங்கப்படும் கருவி தண்ணுமையின் வளர்ச்சியடைந்த நிலையேயாகும்.

தகுணித்தம் :

"இதழவிழ் தாமரை எனுந்தகு ணித்தம்" (85 : 27)

இது மலர்ந்த தாமரை மலர் போன்ற வடிவத்தையுடைய தகுணித்தம் என்னும் கருவியாகும்.

படகம் :

"ஒருவிரற் றெரித்தும் ஐவிரற் குவித்தும்

பெருவா யொருமுகம் படகம் பெருக்க" (8:13-14)

பரந்த வாயினையும் ஒரே முகத்தையும் உடைய படகம் என்னும் தோற்கருவி ஒற்றை விரலாலும், ஐந்து விரல்களைக் குவித்தும் முழக்கப்படுவதாகும்.

மொந்தை :

"கரிக்கா லன்ன மொந்தைகலித் திரங்க" (85:29)

மொந்தை யென்னும் இசைக்கருவி யானைக் காலை ஒத்தது. மிகவும் வலிமையான ஒலியை யெழுப்ப வல்லது. (கரிக்கால் = யானைக் கால்)

கல்லாடத்தில் காணப்படும் மேற்சுட்டிய கருவிகளின் பெயர்கள் தேவாரத்திலும் பிற பக்தி இலக்கியங்களிலும் பரவலாக இடம் பெற்றுள்ளன. சில இசைக்கருவிகள் சங்க இலக்கியங்களிலும் இடம்பெற்றுள்ளன.

தொல்காப்பியர் கருப்பொருள் கூறும்போது 'பறை' என்றது தாளக் கருவிகளுக்கான பொதுப் பெயரே ஆகும். இதுவே சங்க

காலத்தில் முழவு அல்லது முழவம் என்ற பொதும் பெயரானது. எனவே, இருமுகப் பறை அல்லது இருமுக முழவம் என்பன ஒன்றே எனப் புரிந்துகொள்ளல் வேண்டும்.

மேலும், இங்கு சுட்டப்பட்டுள்ள கருவிகள் பலவும் அழிந்து விட்டதாகவோ மறைந்துவிட்டதாகவோ கருத முடியாது. காலந்தோறும் அவை வடிவில் சிறுசிறு மாற்றங்களைப் பெற்றதுடன் காலப்போக்கில் பெயர்களிலும் மாற்றம் பெற்றுள்ளன என்பதே வரலாற்று உண்மையகும்.

இசை பாடுங்கால் நேரும் குற்றங்கள் :

இதனைத் தற்கால இசையியலில் 'காயக தோஷம்', அதாவது பாடுவோர் செய்யும் குற்றங்கள் அல்லது இலக்கணப் பிழைகள் என்று கூறப்படும். சிலப்பதிகாரத்தில் பாடலாசிரியன், ஆடலாசிரியன் என இசைக் கலைஞர்களுக்கான இலக்கணங்கள் கூறப்பட்டுள்ளன. ஆனால், இசை இலக்கணம் பற்றிக் கூறும் கல்லாடம் மிகத் தெளிவாக இக் குற்றங்கள் பற்றிக் குறிப்பிடுகின்றது. கல்லாடம் தவிர வேறு எந்த இயற்றமிழ் இலக்கியத்திலும் இவை பற்றிய குறிப்புகள் இல்லை எனக் கூறலாம். கல்லாடம் பட்டியலிடும் குற்றங்கள் வருமாறு :

விரல்நான்கு அமைந்த அணிகுரல் வீங்காது,
நான்மறை துள்ளும் வாய்பிள வாது,
காட்டிஉள் உணர்த்தும் நோக்கம் ஆடாது,
பிதிர்கனன் மணிசூழ் முடிநடுங்காது,
வயிறுகுழி வாங்கி, அழுமுகம் காட்டாது;
நாசி, காகுளி, வெடிகுரல், வெள்ளை,
பேசாக் கீழிசை, ஒருபுறம் ஓட்டல்,
நெட்டுயிர்ப்பு எறிதல், எழுந்துநின் றிரட்டல்,
ஓசை இழைத்தல் கழிப்போக்கு என்னப்
பேசுறு குற்றம் அசைவொடு மாற்றி (21: 40 - 49)

கல்லாடம் 'குற்றம்' என்ற சொல்லையே பயன்படுத்தியிருப்பது கவனத்திற்குரியது. இதனை உடற் குற்றங்கள், ஓசைக் குற்றங்கள் எனப் பட்டியலிட்டு வகைப்படுத்துகிறது கல்லாடம்.

உடல் குற்றங்கள் :

1. குரல் வீங்குதல்
2. வாயைப் பெரிதும் அங்காத்தல்
3. கண்கள் நிலைப்பின்றி ஆடுதல்
4. தலை அசைத்தல்
5. வயிற்றைக் குழிவித்துக்காட்டுதல்
6. அழுமுகம் காட்டுதல்

ஓசைக் குற்றங்கள் :

1. நாசிப்பாட்டு = நெஞ்சு முதலிய தானத்தே பாட, அது மற்றொரு தானத்திற்கு நழுவிச் செல்வது
2. காகுளி = பேய் கத்தினாற்போல் பாடுதல்
3. வெடித்தகுரலில் பாடுதல்
4. நிறமில்லாத வெள்ளை ஓசையில் பாடுதல்
5. நிறமும் தானமும் குறைந்த கட்டையான கீழிசையில் பாடுதல்
6. பாடும் நிறத்தை ஒதுக்கிப் பாடுதல் நெட்டுயிர்ப்பெறிதல்
7. ஒரு பண்ணைப் பாட, அது வேறொரு பண்ணில் விலகிநின்று இரட்டுதல்
8. காகம் கரைந்தாற்போல ஓசையிழைத்துப் பாடுதல்
9. கழிப்போக்கு = பல ஓசையில் பாடுதல்

இக்குற்றங்களை எல்லாம் களைந்து பாடுவோன் சோம்பலின்றி இருக்க (அசைவோடு மாற்றி) வேண்டும் என்று இப்பாடலடிகள் விளக்குகின்றன. இவை பற்றிய குறிப்புகள் திருவிளை யாடல் புராணத்தில் இறைவன் விறகு விற்ற படலத்தில்

பாணபத்திரருக்காக விறகு வெட்டி இக் குற்றங்களை நீக்கி இறைவன் பாடியதாக இந்நூல் குறிப்பிடுகின்றது.

நிறைவுரை :

இக்கட்டுரை கல்லாடத்தில் உள்ள இசைக்குறிப்புகள் பற்றிய அறிமுகம் மட்டுமே. முழுமையும் விளக்கின் அது ஒரு தனி நூலாக விரிவடையும். இலக்கணக் குறிப்புகள், விளக்கங்களுடன் கூடிய பாடலடிகள் சில மட்டுமே இங்கு எடுத்தாளப்பட்டுள்ளன. மிகுந்த இசை நுணுக்கங்களோடு கூடிய ஏராளமான இசைத்தமிழ் பற்றிய தகவல் திரட்டாக விளங்கும் கல்லாடம் ஓர் இயல் தமிழ்நூல் மட்டுமின்றி இசைத் தமிழ்க் களஞ்சியமும் ஆகும் என்பதில் ஐயமில்லை.

★ ★ ★

10. சமயங்கள் வளர்த்த இசைத்தமிழ்

முன்னுரை :

தமிழக வரலாற்றில் சமயங்களின் தோற்றம், வளர்ச்சி, அவற்றிற்கிடையே நிகழ்ந்த போராட்டங்கள் பற்றிய செய்திகள் யாவுமே சங்க காலத்திற்குப் பின்னர் தான் இடம்பெறுகின்றன. பல்வேறு தெய்வ வழிபாடுகளும் சடங்குகளும் நம்பிக்கைகளும் சங்க காலத் தமிழர் வாழ்வியலின் பகுதிகளாக விளங்கிய போதும், அவற்றை மதம் அல்லது சமயம் சார்ந்த கூறுகளாக அடையாளப்படுத்தவில்லை. எனவேதான், சங்ககாலச் சமூகம் சமயங்களற்ற சமூகமாக முன்னிறுத்தப்படுகிறது. தமிழின் முதல் நூலான தொல்காப்பியம் முதல் பொருளாக நான்கு நிலங்களைக் கூறி, கருப்பொருளாக அவற்றிற்கு தெய்வங்களையும் குறிப்பிடுகிறது. ஆயினும், அத் தெய்வங்கள் சமயத்திற்கு உரியனவாகக் காட்டப்படவில்லை. திணைகளுக்கு உரியனவாகவே கூறப்படுகின்றன. இவ்வுண்மையைப் பின்வரும் நூற்பாக்கள் மூலம் உணரலாம்.

மாயோன் மேய காடுறை யுலகமும்,
சேயோன் மேய மைவரை யுலகமும்,
வேந்தன் மேய தீம்புன லுலகமும்,
வருணன் மேய பெருமண லுலகமும்,
முல்லை, குறிஞ்சி, மருதம், நெய்தலெனச்
சொல்லிய முறையாற் சொல்லவும் படுமே". (அகத்திணை. 5)

இப் பாடலில் முல்லை நிலத்திற்கு மாயோன், குறிஞ்சிக்குச் சேயோன், மருதத்திற்கு வேந்தன், நெய்தலுக்கு வருணன் என்றும் தெய்வங்களைக் குறிப்பிடுதல் சொல்லிய முறையால் சொல்லப் பட்டுள்ளது. மாயோன் என்பது கண்ணனையும், சேயோன் என்பது முருகனையும், வேந்தன் என்பது இந்திரனையும் குறிக்கும். ஈண்டு கண்ணனும் முருகனும் முறையே முல்லை, குறிஞ்சி நிலங்களுக்கான தெய்வங்களேயன்றி, வைணவ, சைவ சமயங்களுக்கான தெய்வங்கள் அல்ல என்பது தெளிவாக உணர்த்தப்பட்டுள்ள பாங்கு நம் கவனத்திற்குரியது.

நான்கு நிலங்களுக்குரிய கருப்பொருளைக் குறிப்பிடும் தொல்காப்பியர், அவற்றைத் தெய்வத்திலிருந்தே தொடங்கு கின்றார்.

தெய்வ முணாவே மாமரம் புட்பறை
செய்தி யாழின் பகுதியொடு தொகை
அவ்வகை பிறவுங் கருவென மொழிப (அகத்திணை.20)

முன்பு கூறப்பட்ட தெய்வங்கள் நிலங்கள் சார்ந்தவையே என்பதை இப்பாடல் உறுதிப்படுத்துகிறது. தொல்காப்பியர் வகுத்துக் காட்டிய இத் திணைக்கோட்பாட்டின் அடிப்படையிலேயே சங்க இலக்கியமும், பழந்தமிழ் நூல்களும் பயின்றுவந்திருப்பதைக் காணமுடிகிறது.

சங்க இலக்கியத்தில் **திருமுருகாற்றுப்படை,** முருகனின் பெருமையையும் ஆறுபடை வீடுகளையும் பற்றியும், **பரிபாடல்,** திருமால், செவ்வேள் ஆகிய இரு தெய்வங்களைப் பற்றியும் அமைந்துள்ளன. ஆயினும் அவற்றுள் சமயப் பரப்புரை எதுவுமில்லை. பரிபாடல் இசை இலக்கியமாகவும்,

திருமுருகாற்றுப்படை பக்தி இலக்கியங்களுக்கு முன்னோடியாகவும் திகழ்கின்றன. மேலும், இவை இரண்டு நூல்களுமே காலத்தால் பிந்தியவை என்ற கருத்தும் ஆராய்ச்சியாளர்களிடையே நிலவி வருகிறது.

சமயங்களும் இசைத்தமிழும் :

பண்டைக் காலத் தமிழ்ப் புலவர்கள் எச்சமயத்தைச் சார்ந்தவர்களா யிருப்பினும், அவர்கள் தம் படைப்புகளில் சமயப் பரப்புரையைக் காட்டிலும் தமிழ் மொழியையும் தமிழ்ப் பண்பாட்டின் சிறப்பினையுமே முன்னிலைப்படுத்துகின்றனர். சமயங்கள் வளர்ந்த நிலையுடன் கூடவே தமிழும் வளர்ந்து வந்ததை வரலாறு நமக்கு உறுதிசெய்கிறது.

பாலுந் தெளிதேனும் பாகும் பருப்புமிவை

நாலுங் கலந்துனக்கு நான் தருவேன் - கோலஞ் செய்

துங்கக் கரிமுகத்துத் தூமணியே நீயெனக்கு

சங்கத் தமிழ் மூன்றும் தா!

இப்பாடலில் ஔவையார் இறைவனிடம் வேறொன்றையும் வேண்டாது சங்கம் வளர்த்த மூன்று தமிழ்களை மட்டும் தருமாறு கேட்கும் பாங்கு நம் கவனத்திற்குரியது.

சமண சமயத்தைத் தழுவியவராகக் கருதப்படும் இளங்கோவடிகள் அருளிய சிலப்பதிகாரம் பற்றிச் சிலவற்றைக் காண்போம். தமிழ்ச் சமூகத்தின் ஈராயிரம் ஆண்டுக்கு முற்பட்ட தொல் மரபின் பெருமைகள் அனைத்தையும் உள்ளடக்கிய ஒரு களஞ்சியத்தை உருவாக்கும் நோக்கத்துடன் ஒரு காப்பியத்தைப் படைக்க எண்ணிய **இளங்கோவடிகள்,** புகார் நகரின் செல்வம் நிறைந்த வணிகர் குலத்தைச் சேர்ந்த இணையர் - கோவலன், கண்ணகி, கணிகையர் மரபில் தோன்றிய ஆடற்கலை யரசியான மாதவி ஆகிய இம் மூவரின் கதையை அதற்கு மூலமாகக் கொண்டார். சமயச் சார்பின்றிப் பல்வேறு வாழ்வியல் நன்னெறிகள், பழந்தமிழிசை, நாடகம், ஆடற்கலை, பிற கலைகள், பல்வேறு சடங்குகள், மரபு சார்ந்த நம்பிக்கைகள்,

தொன்மங்கள், பண்பாட்டுக் கூறுகள், ஆகியன குறித்த செய்திகள் காப்பியம் முழுவதும் ஆங்காங்கே பொதிந்து கிடக்கின்றன. அவற்றை மிகுந்த கவனத்துடன் நுணுக்கமாகவும் அடிகள் பதிவு செய்திருப்பதன் மூலம் படைப்பின் நோக்கம் பரந்து விரிந்தது என்பதைக் குறிப்பால் உணர்த்துகிறார். எனவே தான் சிலம்பு 'குடிமக்கள் காப்பியம்', முத்தமிழ்க் காப்பியம்', 'நாடகக் காப்பியம்' என்றெல்லாம் போற்றப்படுகிறது. மேலும், எச் சமயத்தையும் சாராது, அதே வேளையில் அனைத்துச் சமயங்களின் நன்னெறிகளையும் உள்ளடக்கி, உலகில் முதன்முதல் தோன்றிய '**சமய நல்லிணக்கக் காப்பியம்** *(Secular Epic)*, என்னும் பெருமை சிலப்பதிகாரத்திற்கு மட்டுமே உரியது என்பதில் ஐயமில்லை. மேலும், தொல்காப்பியத் திணைக்கோட்பாடு, இலக்கியக் கொள்கை, பண்டைக் காலத்தில் வழக்கிலிருந்த இசைத்தமிழ், நாடகத்தமிழ் நூல்களை அடிப்படையாகக் கொண்டு தம்முடைய காப்பியத்தைத் தமிழ் பண்பாட்டு மரபின் தலைசிறந்த அடையாளமாக இளங்கோ அடிகள் படைத்துள்ளார் என்பதை நிறுவுவதாகவே அடியார்க்கு நல்லார் உரை விளங்குகிறது. எனவேதான் தமிழ்க் காப்பியங்களின் வரிசையில் முதல் நூல் என்று அனைவராலும் இது போற்றப்படுகிறது.

காவிரியின் நீர்வளம் மிக்க மருத நிலத்தையுடைய சோழநாட்டின் தலைநகரில் இந்திர விழா, கானல் வரியில் வருணன் ('கடல் தெய்வம் காட்டி'), வேட்டுவ வரியில் கொற்றவை, ஆய்ச்சியர் குரவையில் கண்ணன், குன்றக் குரவையில் குமரன் என்று தெய்வங்கள் சுட்டப்பட்டிருப்பது தொல்காப்பியத் திணைக்கோட்பாட்டின் அடிப்படையில் அமைந்தவை என்னும் உண்மை சொல்லாமலே விளங்கும். இத் தெய்வங்கள் சிலம்பில் சமய சார்ந்தவைகளாக எவ்விடத்தும் சுட்டப்படவில்லை என்பது தெளிவு. பண்டைத் தமிழருக் கென ஒரு தொன்மையான இசை மரபும், நாடக மரபும், ஆட்டக் கலைகளும் செழிப்பாக வழங்கி வந்ததற்கான சான்றாக சிலப்பதிகாரம் மட்டுமே திகழ்கிறது.

தமிழகத்தில் சைவ, வைணவ சமயங்களிடையே கடுமையான பூசல்கள் நிலவி வந்த காலத்தில் இயற்றப்பட்ட வைணவர்களின் வழிபடு தெய்வமான இராமனின் கதையைப் பாடும் கம்பராமாயணத்தின் இறைவாழ்த்துக் கூட சமயச் சார்பின்றி பாடப்படுகிறது.

உலகம் யாவையும் தாமுள வாக்கலும்
நிலை பெறுத்தலும் நீக்கலும் நீங்கலா
அலகிலா விளையாட் டுடையவ ரவர்
தலைவர் அன்னவர்க்கே சரண் நாங்களே!

என்று சமயம் சாராது இறைவனின் பொதுப்பண்புகளை விளக்குவதாகவே கம்பர் இப் பாடலை மரபு வழி நின்று பாடியிருப்பதை உணரலாம். வைணவ சமயப் பரப்புரை எதுவும் காப்பியத்தின் ஊடே நிகழவில்லை என்பதும் கவனத்திற் குரியது. மேலும், கம்பராமாயணத்தில் பல இசைப் பாடல்களும், இசைத்தமிழ் குறித்த செய்திகளும் விரவிக் கிடப்பதைக் காணலாம்.

கீழ்க் கணக்கு நூல்களும் இசைத்தமிழும் :

சங்கம் மருவிய காலம் தொடங்கி, ஏறத்தாழ மூன்று நூற்றாண்டுகளுக்கு மேல் தமிழ் வரலாற்றில் களப்பிரர் காலம் என்று குறிக்கப்படும். வட இந்தியாவிலிருந்து பௌத்த, சமண சமயங்கள் தமிழகத்துக்குள் நுழைந்து வேரூன்றத் தொடங்கி, வடமொழிச் செல்வாக்குப் பெற்ற காலமும் அதுவே. "இசை நாடகங்களை அருவெறுப்பாரான பௌத்த, சமண சமயத்த வர்கள் வட நாட்டினின்றும் பெருந்திரளாகப் போந்து இத்தமிழ் நாடெங்கணும் குடிபுகுந்து கி.பி.இரண்டாம் நூற்றாண்டு முதல் அவர்தம் கோட்பாடுகளில் சிக்குண்ட தமிழாசிரியர்களும் அவர் போல் அவற்றை அருவெறுத்துவிடவே அந் நூல்களெல்லாம் அழிந்துவிடலாயின." என்பார் மறைமலையடிகள். இதே கருத்தினையுடைய பரிதிமாற் கலைஞரும், "ஒழுக்க நிலை வகுக்கப் புகுந்த ஆரியரும், சைனரும் நாடகக் காட்சியாற் காமமே அறிவினும் மிகப் பெருகுகின்றதென்ற போலிக் கொள்கை உடையவராய்த் தமது நூல்களால் கடியப்படுவனவற்றுள்

நாடகத்தையுஞ் சேர்த்துக் கூறினர்” என்று உரைக்கிறார். இத்தகைய கருத்துகள் பொதுவாக அண்மைக் காலம் வரை தமிழர்களிடையே நிலவி வந்ததுடன் களப்பிரர் காலம் வரலாற்றில் ஓர் இருண்ட காலம் என்று குறிப்பிடும் போக்கும் இருந்து வந்தது. இதற்குச் சான்றாக கீழ்க்கணக்கு நூல்களுள் ஒன்றான **ஏலாதி**யில் இடம்பெற்றுள்ள பின்வரும் பாடல் எடுத்துக்காட்டப்படுவதும் உண்டு.

பாடகஞ் சாராமை பாத்திலார் தாம்விழையும்

நாடகஞ் சாராமை நாடுங்கால் - நாடகம்

சேர்ந்தாற் பகைபழி தீச்சொல்லே சாக்காடே

தீர்ந்தாற் போல்தீரா வரும்.

இதுபோன்ற சில பாடல்களை அடிப்படையாகக் கொண்டு சமண சமயத்தைச் சார்ந்தவர்களெல்லாம் இசை, நாடகம் முதலான நிகழ்த்துக் கலைகளுக்கு எதிரானவர்கள் என்றும், அவற்றை வெறுத்து ஒதுக்கியவர்கள் என்றும் ஒரு கருத்தியல் அக் கால அறிஞர்களிடையே உருப்பெற்று நிலைபெற்றிருக்கக் கூடும். ஆனால் சிலப்பதிகாரம், மணிமேகலை, சீவக சிந்தாமணி, பெருங்கதை ஆகிய காப்பியங்களும், கீழ்க்கணக்கு நூல்களுள் இடம்பெற்றுள்ள பல பாடல்களும் இக் கருத்தியலை மறுத்து, ஒதுக்கத்தக்க சான்றுகளாகவே விளங்குகின்றன. இவற்றின் விளைவாக, தற்காலத்தில் இதுகுறித்த மாற்றுச் சிந்தனைகளும் கருத்தியல்களும் பல்வேறு ஆராய்ச்சியாளர்களிடையே மலரத் தொடங்கியுள்ளன.

சிலப்பதிகாரம், மணிமேகலை, சிந்தாமணி, பெருங்கதை ஆகியவற்றில் இடம் பெற்றுள்ள இசைத் தமிழ்ச் செய்திகள் குறித்து, தமிழில் பல்வேறு ஆய்வு நூல்களும், கட்டுரைகளும் வெளிவந்துள்ள நிலையில், அவற்றைத் தவிர்த்து, கீழ்க்கணக்கு நூல்களுள் இடம்பெற்றுள்ள சில பாடல்களை மட்டும் இங்கு காண்போம்.

நீதி நூல்களுள் தலையாயதாக விளங்கும் **திருக்குறள்** இரண்டு பாக்களில் இசை பற்றி மிகச் சிறப்பான நிலையில் உவமையாகக் குறிப்பிடுகிறது.

பண்ணென்னாம் பாடற் கியைபின்றேல் கண்ணென்னாம்
கண்ணோட்ட மில்லாத கண். (573)

குழலினிது யாழினிது என்பதம் மக்கள்
மழலைச்சொல் கேளா தவர். (66)

திருக்குறளையடுத்து தமிழிலிருந்து அதிகமாக மொழிபெயர்ப்புகளைப் பெற்ற நூல் என்ற சிறப்பினையுடைய **நாலடியார்** இசைக் கருவியை நுட்பமாக உவமை நயத்துடன் தலைவி கூற்றாக அமைந்த பின்வரும் பாடல் உணர்த்துகிறது.

கொடியவை கூறாதி பாண! நீ கூறின்
அடிபைய இட்டொதுங்கிச் சென்று - துடியின்
இடக் கண் அனைய யாம் ஊரற்கதனால்
வலக் கண் அனையார்க் குரை. (388)

தலைவனைப் பிரிந்து வாடும் பாணனிடம் கூறுவதாக அமைந்த பாடல்.

உவமை: துடி என்னும் சிறிய இருமுகப் பறை. கண் என்பது தோற் கருவியான துடியின் இரண்டு பக்கங்கள். இதனை இசைக்கும் போது வலப்பக்கக் கண் மட்டுமே பயன்படும். இடது கையில் கருவியை வைத்துக் கொண்டு வலதுகையால் மட்டும் இசைத்தலால் இடக் கண் பயன்படாமலே இருக்கும். பயன்படுகின்ற வலக்கண் தலைவன் - பரத்தை யிடையேயான உறவையும், பயன்படாது விளங்கும் இடக்கண், தலைவன் - தலைவி உறவையும் குறிக்கிறது. வலக் கண் -பரத்தை; இடக் கண் - தலைவி.

இனி, பிற நூல்களிலிருந்து சில எடுத்துக்காட்டுகளைக் காண்போம்.

நான்மணிக் கடிகை : . . . . **பண்ணிய**
யாழொக்கும் நட்டார் கழறுஞ்சொல் பாழொக்கும்

பண்புடையாள் இல்லா மனை. (101: 3 - 4)

மண் அதிர்ப்பின் மன்னன் கோலதிர்க்கும் - பண் அதிர்ப்பின்
பாடல் அதிர்ந்து விடும். (21 : 3 - 4)

பறை நன்று பண்ணமையா யாழின் (15 : 1)
(அபசுரம் பேசும் யாழைவிட பறையே நல்லது)

இன்னா நாற்பது :

பண்ணமையா யாழின் கீழ்ப் பாடல் பெரிதின்னா (31: 1)

திணைமாலை நூற்றைம்பது :

பாலை யாழ்ப் பாண்மகனே ! பண்டுநின் னாயகர்க்கு
மாலை யாழோதி வருடாயே - காலை யாழ்
செய்யும் இடம் அறியாய் சேந்தா நின் பொய்ம்மொழிக்கு
நையும் இடம் அறிந்து நாடு. (133)

(மாலைப் பண், காலைப் பண் பற்றிய குறிப்பு)

போதாரி வண்டெலா நெட்டெழுத்தின் மேற்புரியச்
சாதாரி நின்றையும் சார்ந்து. (95)

(நெட்டெழுத்து = இசைச் சுரங்கள் (காண்க: பிங்கல நிகண்டு) ; சாதாரி = ஒரு ஐந்திசைப் பண்; முல்லை யாழ்த் திறம்; இன்றைய இராகம் - மோகனம்)

திணை மொழி ஐம்பது :

யாழும் குழலும் முழவும் இயைந்தென
வீழும் அருவி விறல்மலை நல்நாட (7 : 1 -2)

திரிகடுகம் :

குருடன் மனையாள் அழகும் இருள் தீரக்
கற்றறி வில்லான் கதழ்ந் துரையும் - பற்றிய
பண்ணின் தெரியாதான் யாழ் கேட்பும் இம் மூன்றும்
எண்ணின் தெரியாய் பொருள். (53)

கட்டுரையளவு கருதி, ஒரு சில எடுத்துக்காட்டுகளே இங்கு தரப்பட்டுள்ளன. இவண் சுட்டியுள்ள பாடல் அடிகளே இப்புலவர்களின் இசை நுட்பத்தையும் இசைத்தமிழ் பால் அவர்களுக்கிருந்த ஈர்ப்பையும் புலப்படுத்தக்கூடிய சான்றுகளாகத் திகழ்கின்றன. எனவே, சமண சமயத்தவரின் கலைக் கோட்பாடு பற்றிய முந்தைய தமிழ்க் கருத்தியல் குறித்த புதிய தேடல்கள் தமிழ்ச் சூழலில் உருவாக வேண்டும்.

நிறைவுரை :

பண்டைத் தமிழ்ப் புலவர்கள் எச்சமயத்தைச் சார்ந்தவராயினும் அவர்களின் தமிழ்ப் பணியையும், தமிழ்க் காதலையும், 'தமிழோடு இசை பாடல்' மறந்தறியேன் என்பதற் கேற்ப இயல் தமிழுக்கும் இசைத் தமிழுக்குமான பங்களிப்பினையும் எவரும் குறைத்து மதிப்பிட இயலாது. அதேபோன்று இந்து சமயத் திருக்கோயில்களும் மடங்களும் பழந்தமிழ் ஏடுகளைப் பேணிப் பாதுகாத்ததைப் போன்றே பௌத்த, சமண சமய நிறுவனங்களும் அப்பணியில் பெரும் பங்களிப்புச் செய்திருக்கின்றன என்பது உண்மை வரலாறு; வெறும் புகழ்ச்சி யில்லை. சமயத் தலைவர்கள் அவர்களுடைய சமயங்களை வளர்க்கும் முயற்சிகளில் கடுமையாக ஈடுபட்டிருந்தபோது, அச் சமயங்களைச் சார்ந்த பல்வேறு தமிழ்ப் புலவர்களும் முத்தமிழையும் முன்னிறுத்தும் பணிகளைக் கடமையாக ஆற்றிவந்தனர் என்பதே அவர்களின் இறவாத் தன்மை பெற்ற படைப்புகள் நமக்குத் தருகின்ற செய்தி என்பது உள்ளங்கை நெல்லிக்கனி.

★ ★ ★

11. கம்பனின் இசை வண்ணம்

தோற்றுவாய் :

இயற்றமிழ்த் துணையின்றி இசைத் தமிழும், இயல், இசை இரண்டுமின்றி நாடகத் தமிழும் தனித்து இயங்க முடியாது. இயற்றமிழில் இவ்விரண்டு தமிழ்களும் இயல்பாகவே ஒன்றி யிருப்பதன் காரணமாகவே வேறு எந்த மொழிக்கும் இல்லாத தனிப் பண்பாக (unique feature) முத்தமிழ் என்னும் சிறப்பினைத் தமிழ் மொழி பெற்றுள்ளது. அதுவே தமிழிலக்கியத்தின் தொல் மரபும் ஆகும். அதனையும் கம்பனின் இப் பாடலே நமக்கு உணர்த்துகிறது.

முத்தமிழ்த் துறையின் முறை போகிய
உத்தமக் கவிகட்கு ஒன்று உணர்த்துவன்;
பித்தர் சொன்னவும் பேதையர் சொன்னவும்
பத்தர் சொன்னவும் பன்னப் பெறுபவோ?

தற்சிறப்புப் பாயிரம், அவையடக்கத்தில் எட்டாவது பாடலாக இடம்பெற்றுள்ள இப் பாடலின் வாயிலாக தம் காலத்து தமிழ்ப் புலவர்களை, "முத்தமிழ்த் துறையின் முறை போகிய உத்தமக் கவிகள்" என்று போற்றுகின்றார். எனவே, தமிழ்ச் சான்றோர்கள் அனைவரும் அக்காலத்தில் முத்தமிழிலும்

புலமை மிக்கவர்களாகவே விளங்கினர் என்ற உண்மை விளங்குகிறது. முத்தமிழில் இசை நடுநாயகமாகத் திகழ்கிறது என்ற உண்மையையும் மறுப்பதற்கில்லை.

இசை நோக்கில் கம்ப ராமாயணம் :

i. *பாரம்பரியச் சிறப்பு மிக்க முத்தமிழின் நீண்ட நெடிய வரலாற்றில், 18ஆம் நூற்றாண்டில்* **'கீர்த்தனை நாடகம்'** *என்னும் புதிய வகை இலக்கியம் ஒன்று தோன்றியது. அது தான் சீர்காழி அருணாசலக் கவிராயர் இயற்றி அரங்கேற்றிய* **'இராம நாடகக் கீர்த்தனைகள்'** *என்னும் நூல். இசை, நாடகத் துறைகளுக்குப் பெரும் கருவூலமாகத் திகழும் அருணாசலக் கவிராயரின்* **'இராம நாடகக் கீர்த்தனைகள்'** *என்னும் புதிய வகை இலக்கியப் படைப்பிற்குக் கம்பராமாயணமே மூலமாகவும் முதல் நூலாகவும் விளங்கியது. இதனை,*

கம்ப ராமாயணப்பாற் கடலைஉண்டு
நம்பவரும் ராமநாடகமாம் மாமழையை
அம்புவியில்காழி அருணாசல மேகம்
கும்பூயிர்ப் பயிர்க்குப் பெய்துவினை கொய்ததுவே.

என்ற இராம நாடகத்தின் காப்புப் பகுதியில் ஆக்கியோன் பெருமை கூறும் பாடல் மூலம் அறியலாம். தாம் மிகவும் போற்றிய கவிச் சக்கரவர்த்தி இராமாயணத்தை அரங்கேற்றிய திருவரங்கத்திலேயே கவிராயரும் தம் நூலை அரங்கேற்றினார் என்பது வரலாறு.

மேலும், இதே காப்புப்பகுதியில் தொடர்ந்து இடம்பெற்றுள்ள

ஐயனே ரகுராமனே

என் சொல் அபசாரம் உபசாரம்

எனத் தொடங்கும் சாவேரி ராகக் கீர்த்தனையின் மூன்றாவது சரணத்தில்,

உத்தம முனி முன்னம்

உரைக்கக் கம்பர் சொன்ன

நற்றமிழ் தன்னைச் சின்ன

நாடகம் ஈ தென்ன

வைத்திப்படி கண்டேன் – பெரியோர் முன்

புத்திப் பிழை கொண்டேன் என்சாமி

என்று கம்பனைப் புகழ்கின்றார்.

தொடர்ந்து, **'பிழை பொறுக்க வேணும் பெரியோரே'** *என்று தொடங்கும் மத்தியமாவதி இராகக் கீர்த்தனையின் முதல் சரணத்தில்,*

ஓதிய கம்பர் பன்னீராயிரம் கவி ஆக

உரைசெய்து தமிழிலே பதித்தாரே

காதலால் இவர் செய்ய நான் அதுக் கிப்பாலே

கருடன் பறக்கவொரு கொசுவும் பறந்தால்ப் போலே

ஈதொரு நாடகமா ஓதினேன் புவிமேலே

எட்டும்ரண்டும் தெரியா ஏழைநான் ஆகையாலே (பிழை)

என்றும் பாடுகின்றார். இங்கு கம்பனை கருடனாகவும் தம்மை ஒரு கொசுவாகவும் கவிராயர் உருவகப்படுத்தியிருப்பதிலிருந்து கம்பன் மீது அவர் கொண்டிருந்த பக்தியை உணர முடியும். (குறிப்பு. பாடலடிகள் யாவும் இராமநாடகப் பதிப்பில் கண்டவாறு இங்கு தரப்பட்டுள்ளன.)

ii. *'தமிழ்க் கவிதையின் சிகரம்' என்று போற்றப்படும் கம்பராமாயணம் தமிழ்த்தாய் சூடியிருக்கும் இலக்கிய மணி மகுடத்தில் ஒளிரும் வைரமாகத் திகழ்கிறது.*

இராகம் : ஆபேரி விருத்தம்

இம்பர் நாட்டில் செல்வ மெல்லா மெய்தி, அரசாண் டிருந்தாலும்,

உம்பர் நாட்டில் கற்பகக் கா ஓங்கும் நீழ லிருந்தாலும்,

செம்பொன்மேரு அனைய புயத் திறல்சேர் இராமன் திருக்கதையில், கம்பநாடன் கவிதையில்போல், கற்றோர்க்கு இதயம் களியாதே. *(காப்பு. 8)*

இராகம் : கானடா விருத்தம்

அம்பிலே சிலையை நாட்டி யமரர்க்கன் றமுத மீந்த
தம்பிரா னென்ன தானுந் தமிழிலே தாலை நாட்டிக்
கம்பநா டுடைய வள்ளல் கவிச்சக்ர வர்த்தி பார்மேல்
நம்புபா மாலை யாலே நரருக்கின் றமுதம் ஈந்தான். *(காப்பு 11)*

இத் தனியன் பாடல் **கம்பராமாயணம்** *என்னும் பாமாலை பூவுலகில் வாழும் மனிதர்களுக்குக் கம்பர் வழங்கிய அமரத் தன்மை யளிக்கவல்ல 'இந்திரர் அமிழ்தம்' எனப் புகழ்கிறது. இதனைக் கருதியே, தமிழ்ச் சாதி அமரத் தன்மை வாய்ந்து விளங்கும் என்ற நம்பிக்கையுடன் மகாகவி பாரதியார் 'இருதலைக் கொள்ளியின் இடையே' என்னும் கவிதையில்,*

எல்லையொன்றின்மை எனும் பொருள் அதனைக்
கம்பன் குறிகளால் காட்டிட முயலும்
முயற்சியைக் கருதியும் , முன்பு நான் தமிழ்ச்
சாதியை அமரத் தன்மை வாய்ந்தது என்று
உறுதி கொண்டிருந்தேன்

- என்று கம்பனைப் போற்றுகின்றார்.

"அளக்கலாகா இயற்கையறிவின் மாட்சி நன்கு பெற்ற ஒருவருக்குப் பல பெரிய புலவர்களின் புலமையையும் அளந்து கண்ட செயற்கையறிவும் நன்கு கூடுமாயின் அவருக்கு அரியவாவன யாவை? மதிநுட்ப நூலோடுடையார்க் கதிநுட்பம், யாவுன முன்னிற்பவை என்பது பொய்யாமொழியன்றோ?" என்று கம்பனைப் போற்றிப் புகழ்கின்றார் தமிழ் அறிஞர் **ரா. இராகவையங்கார்.**

சடகோபரைப் போற்றி வணங்கும் முகத்தான் தாம் படைத்துள்ள **சடகோபர் அந்தாதியில்,**

பண்ணுந் தமிழுந் தவஞ்செய்தன என்றும்,
ஞானமென்னுங் கண்ணும் மனமுஞ் செவியுந்
தவஞ்செய்த காலத்திலே"

என்றும் குறிப்பிடுவதன் மூலம் தம் இசைத் தமிழ் ஆற்றலையும் "கேள்வியால் தோட்கப்பட்ட செவிகள்" தம்முடையவை என்பதையும் அழுத்தமாகப் பதிவுசெய்துவிடுகிறார் கம்ப நாட்டாழ்வார்.

எனவேதான் மகாகவி பாரதி,

யாமறிந்த புலவரிலே கம்பனைப் போல்,
வள்ளுவர் போல், இளங்கோவைப் போல்
பூமி தனில் யாங்கணுமே பிறந்ததிலை
உண்மை, வெறும் புகழ்ச்சியில்லை!

என்று பெருமிதப்படுகிறார்.

இனி, கம்பராமாயணத்தின் நூல் அமைப்பு, உள்ளடக்கம், பாடல் வகைகளைப் பற்றி விளக்கும் பாடலைக் காண்போம்.

இராகம் : ஆனந்தபைரவி விருத்தம்

கரைசெறி காண்டம் ஏழு, கதைகள் ஆயிரத் தெண்ணூறு,
பரவுறு சமரம் பத்து, படலம் நூற்றிருபத் தெட்டே;
உரைசெயும் விருத்தம் பன்னீராயிரத்து ஒருபத்தாறு;
வரமிகு கம்பன் சொன்ன வண்ணமும் தொண்ணூற்றாறே.
(தனியன்.11)

கம்பன் 96 வகை வண்ணங்களைத் தம் படைப்பில் கையாண்டிருப்பதாக இப் பாடல் குறிப்பிடுகிறது. அவற்றுள் மிகச் சில பாடல்கள் மட்டுமே இங்கு எடுத்தாளப்படுகின்றன.

சந்தம் - வண்ணம் வேறுபாடு

கம்பனின் வண்ணப் பாடல்கள் பற்றிப் புரிந்துகொள்ள முற்படுமுன், தமிழில் சந்தம், வண்ணம் ஆகியவை குறித்தும்,

அவற்றிற்கு இடையேயான வேறுபாட்டினையும் ஓரளவிற்கேனும் அறிந்துகொள்வது நன்மை பயக்கும்.

'சந்தம்' என்ற சொல்லுக்கு, அழகு, நிறம், செய்யுளின் வண்ணம், என்று சென்னைப் பல்கலைக்கழக அகராதி பொருள் தருகிறது. சந்தம் என்பது தமிழ்ச் சொல்; சந்திக்கும் தன்மையெனப் பொருள்படுவது. சந்தங்களில் ஓசை அலைபோல மீண்டும் மீண்டும் சந்திப்பதினால் இதற்குச் சந்தம் என்று பெயர். சந்திப்பது சந்து. சந்து + அம் = சந்தம் (ஒப்பு நோக்க : சந்து < சந்தை, சந்தி, சந்திப்பு, சந்தித்தாள்)" என்று தமிழிசைக் கலைக்களஞ்சியம் கூறுகிறது. "சந்தம் என்ற தமிழ் வார்த்தை, சொல்லகராதியில் 'அழகு', 'கவியின் வண்ணம்' என்னும் பொருள்களில் குறிக்கப் பெற்றுள்ளது". (தொகுதி.2.ப. 274)

இனி, தமிழில் சந்தம், வண்ணம் இரண்டு சொற்களுக்குமான வேறுபாட்டினைக் காண்போம். இரண்டும் ஒன்றேபோன்று தோற்றம் அளிப்பினும் தமிழ் இலக்கண விதிகளின்படி இரண்டும் வேறுபட்டவை.

'வண்ணம்' எனும் தமிழ்க் கொள்கை வேறு; சந்தம் எனும் தமிழ்க் கோட்பாடு வேறு. வண்ணப்பாடலில் சந்தம் கட்டாயம் சிறப்பாக இருக்கும்; ஆனால் சந்த இனிமை உள்ள ஒரு பாட்டில் வண்ணம் இருக்கவேண்டும் என்ற நியதி இல்லை. சந்தம் - பொது ஓசை; வண்ணம் - கட்டுப்பட்ட ஓசை" என்று இதனை எளிதாகப் புரிந்துகொள்ளலாம்.

தமிழில் சிலப்பதிகாரம், தேவாரம், நாலாயிர திவ்வியப்பிரபந்தம், சீவக சிந்தாமணி, சூளாமணி, கம்பராமாயணம், பெரியபுராணம், கந்தபுராணம், வில்லிபாரதம், கலிங்கத்துப்பரணி என அனைத்து வகை இலக்கியங்களிலும் சந்தப்பாக்கள் ஏராளமாகக் காணப்படுகின்றன. எனினும் தொல்காப்பியம் முதல் யாப்பருங்கலம் வரையில் உள்ள யாப்பிலக்கண நூல்களில் சந்தப்பாவிற்கான இலக்கணம் கூறப்படவில்லை. வீரசோழியத்தில் சந்த இலக்கணம் பற்றி ஓரளவு கூறப்பட்டுள்ளது. தொன்னூல் விளக்கம் சந்தப்பா என்பதொன்று உண்டு என்பதைத் தொட்டுக்காட்டுகிறது. 11-ஆம் நூற்றாண்டில் புத்தமித்திரனார்

தாம் இயற்றிய 'வீரசோழியம்' என்ற நூலின் யாப்புப் படலத்தில் (நூற்பா 130 முதல் 136 வரை) சந்த இலக்கணத்தைக் கூறியுள்ளார்.

18-ஆம் நூற்றாண்டில் வீரமாமுனிவர் இயற்றிய தொன்னூல் விளக்கத்தில்,

சந்த விருத்தம் தம்முள் ஒத்து எழுத்தசை
வந்து ஒலி பற்றி வரும் உளபிறவே *(249)*

என்று மட்டுமே சந்த விருத்தத்தைச் சுருக்கமாக அறிமுகப் படுத்துகிறார்,

1885இல் வீரபத்திரனார் 'விருத்தப்பாவியல்' என்றொரு யாப்பிலக்கண நூலை இயற்றி வெளியிட்டார். தமிழில் சந்தவிலக்கணம் பற்றி வந்த முதல் இலக்கண நூல் இதுவே எனலாம்.

இசைத் தமிழுக்கான 'சந்தப்பா' இலக்கணத்தை வீரபத்திர முதலியார் **'விருத்தப்பா வியல்'** எனும் நூலிலும், **'வண்ணப்பா'** இலக்கணத்தைத் தண்டபாணி சுவாமிகள் **'வண்ணத் தியல்பு'** எனும் நூலிலும் படைத்துள்ளனர்.

"சந்தப்பாவின் உறுப்புகளாக எழுத்து, மாத்திரை, அளபெடை, சீர், அடி, தொடை ஆகியவற்றைக் கொள்ளலாம்."

"சந்தம் பல சேர்ந்து துள்ளல் ஆகும்; துள்ளல் ஒன்றாகவோ மூன்றாக அடுக்கியே குழிப்பு வரும்; குழிப்பின் இறுதியில் தொங்கல் வரும்; குழிப்பும் தொங்கலும் சேர்ந்தது கலை எனப்படும்; இரண்டு கலைகள் மோனையால் இணைந்தது அடியாகும்; அடிகள் நான்கு ஓர் எதுகையால் தொடுக்கப்பட்டு ஒரு வண்ணப்பாடலாகும்.

இதன்மூலம், வண்ணப்பாடலில் உள்ள சந்தம் வேறு, பொதுவாகப் பிற பாடல்களில் வரும் சந்தம் வேறு என உணரலாம். அகவற் பாட்டிலிருந்து அம்மானைப் பாடல் வரையில் அனைத்து பாவகைகளும் சந்தம் உடையனவே. ஆனால், வண்ணப் பாடல்களில் உள்ள பிணிப்பு சந்தம்

அவற்றில் இருக்கவேண்டும் என்பதில்லை. வண்ணப் பாடல் யாவும் சந்தக் கட்டுப்பாட்டிற்குக் கட்டுப்பட்டவை என்பது தெளிவு.

வண்ண அமைப்பு இன்றி சந்த ஓசை நிறைந்த கம்பன் பாடல்களில் இரண்டை மட்டும் இங்கு காண்போம்.

பால காண்டம் - நாட்டுப் படலம் - பாடல் - 4
மருத நிலத்தில் ஒரு நாட்டியக் காட்சி

தண்டலை மயில்க ளாடத் தாமரை விளக்கந் தாங்கக்
கொண்டல்கள் முழவி னேங்கக் குவளை
கண் விழித்து நோக்கத்
தெண்டிரை எழினி காட்டத் தேம்பிழி மகர யாழின்
வண்டுக ளினிது பாட மருதம் வீற் றிருக்கு மாதோ!

பால காண்டம் - நாட்டுப்படலம் -- பாடல். 53

வண்மை யில்லை யோர் வறுமை யின்மையாற்
திண்மை யில்லை யோர் செறுந ரின்மையா
லுண்மை யில்லை பொய் யுரையி லாமையால்
வெண்மை யில்லை பல் கேள்வி மேவலால்.

சந்தம் : தன்ன தானனா -- தனன தானனா

தன்ன தானனா -- தனன தானனா

தமிழில் வண்ணம்

'வண்ணம்' இசைப் பாடல் வகைகளுள் ஒன்று எனப் பின்வரும் பஞ்சமரபுப் பாடல் குறிப்பிடுகிறது.

செப்பிய சிந்து திரிபாதஞ் சீர்ச்சவலை
தப்பொன்று மில்லாச் சமபாதம் - மெய்ப்படியுஞ்
செந்துறையே வெண்டுறையே தேவபாணி வண்ணமெனப்
பைந்தொடியாய் யின்னிசையின் பா". (3 :17: 87)

தொல்காப்பியர் 'வண்ணங்கள் இருபது' எனக் கூறுவதிலிருந்து தமிழில் வண்ண மரபு தொல்காப்பியர் காலத்திற்கும் முன்பே தோன்றியிருக்க வேண்டும்.

வண்ணந்தானே நாலைந்தென்ப" (தொல். செய் : 212)

"வண்ணம் என்பது பாட்டின் கண்ணே நிகழும் ஓசை விகற்பமாகும். உயிர் எழுத்துக்களுள் குறில், நெடில் ஆகிய மாத்திரை யளவு பற்றியும், மெய்யெழுத்துக்களுள் வல்லெழுத்து, மெல்லெழுத்து, இடையெழுத்து ஆகிய இனம் பற்றியும், செய்யுளுக்குரிய அசை, சீர், அடி, தொடை முதலிய பிற உறுப்புக்கள் பற்றியும் செய்யுட்கள் வெவ்வேறு ஓசை நயம் உடையனவாய், படிப்போர்க்கும், கேட்போர்க்கும் சுவை பயக்கும் இனிய பாக்கள் 'வண்ணம்' என வழங்கப் பெறும். வண்ணம் என்பது சந்த வேறுபாடு. அவை நூறும் பலவுமாகி வேறுபடினும் இவ்விருபதுள் அடங்கும்."

இந்த 20 வண்ணங்களையும் மேலும் விரிவாக்கி 100 வண்ணங்கள் உருவானதாக 'யாப்பருங்கல விருத்தி' என்னும் இலக்கண நூல் கூறுகிறது.

'வண்ணத்தியல்பு' என்னும் இலக்கண நூலை 19ஆம் நூற்றாண்டில் 'வண்ணச் சரபம்' **தண்டபாணி சுவாமிகள்** இயற்றியுள்ளார். ஆயிரக் கணக்கான வண்ணப் பாடல்களை இயற்றியவர். இவரே நாடகத் தந்தை சங்கரதாஸ் சுவாமிகளின் குருவும் ஆவார்.

இசைப் பாடல்களாக விளங்கும் வண்ணங்களை, **'எழுத்தோசையின் தன்மை பற்றிய வண்ணங்கள்'**, **'எழுத்தோசையின் நீளம் பற்றிய வண்ணங்கள்'**, **'எழுத்தின் கால வேகம் பற்றிய வண்ணங்கள்'** எனப் பொதுவாக மூன்று வகைப்படுத்தலாம்.

எழுத்தோசைகளின் தன்மை பற்றிய வண்ணங்கள் :

1. வல்லின வண்ணம் (வல்லிசை வண்ணம்) 2. மெல்லின வண்ணம் (மெல்லிசை வண்ணம்) 3. இடையின வண்ணம் (இயைபு வண்ணம்)

எழுத்தோசைகளின் நீளம் பற்றிய வண்ணங்கள் :

1. குறில் வண்ணம் (குறுஞ்சீர் வண்ணம்)

2. நெடில் வண்ணம் (நெடுஞ்சீர் வண்ணம்)

3. நெடில் குறில் வண்ணம் (சித்திர வண்ணம்)

எழுத்தின் கால வேகம் பற்றிய வண்ணங்கள்:

1. உருட்டு வண்ணம் 2. முடுகு வண்ணம்

கம்பனின் வண்ணங்கள் :

கம்ப ராமாயணத்தில் இடம்பெற்றுள்ள சில வண்ணப் பாடல்களை மட்டும் இனிக் காண்போம். இவை அனைத்தும் இசைக் கலைஞர்கள் பொருத்தமாக இசை யமைத்துத் தாளக்கட்டுடன் விரிவாகப் பாடத் தக்கவை.

1. வல்லிசை வண்ணம் :

"வல்லிசை வண்ணம் வல்லெழுத்துப் பயிலும்" *(தொல். செய்யு. 208)*

பாடலில் வல்லெழுத்துகள் (க, ச, ட, த, ப, ற) மிகுந்து வருவது வல்லிசை வண்ண மாகும்.

(எ.கா.)

> **முத்தைத்தரு பத்தித்திருநகை அத்திக்கிரை சத்திச்சரவண**
> **முத்திக்கொரு வித்துக்குருபர எனவோதும் (திருப்புகழ்)**

யுத்த காண்டம் - அதிகாயன் வதைப் படலம் பாடல் - 142

இராகம் : ஹம்ஸத்வனி
தாளம் : சதுஸ்ர ஏகம் - திஸ்ர நடை

> **பிறைபற்றிய வெனுநெற்றிய பிழையற்றன பிறழப்**
> **பறையற்றமில் விசைபெற்றன பரியக்கிரி அமரர்க்கு**
> **இறையற்றைய முனிவில்படை யெறியப்புடை யெழுபொற்**
> **சிறையற்றன வெனயிற்றன சினமுற்றிய மதமா.**

*இப்பாடலின் சந்தம் '***தனதத்தன - தனதத்தன - தனதத்தன - தனனா** *என்று அமைந்துள்ளது. இதனைத் தாள நடையில் சொல்லும் போது. தக தத்திமி -* **தக தத்திமி - தக தத்திமி - தக தாம்** *என்று குறிக்கலாம். இவ்வாறே பின்வரும் சந்தப் பாடல்களுக்கும் தாளக்கட்டுகளை நிர்ணயம் செய்துகொள்ள வேண்டும். இப்பாடல் நல்ல தாளக்கட்டுடன் அமைந்திருப்பதைக் காணலாம்.*

மூலபல வதை படலம் -- பாடல் - 137

அரக்கர் சேனை கடும்போர் புரிந்து. இராம பாணத்தால் மடியும் காட்சி.

இராகம் : ஹம்ஸத்வனி *தாளம் : கண்ட நடை*

எடுத்தவ ரிரைத்தவ ரெறிந்தவர் செறிந்தவர் மறங்கொ டெதிரே
தடுத்தவர் சலித்தவர் சரிந்தவர் பிரிந்தவர் தனிக்க ளிறுபோல்
கடுத்தவர் கலித்தவர் கறுத்தவர் செறுத்தவர் கலந்து சரமேல்
தொடுத்தவர் துணித்தவர் தொடர்ந்தனர் கிடந்தனர் துரந்த கணையால்.

இப்பாடலின் சந்தம் :

தனத்தன - தனத்தன - தனந்தன - தனந்தன - தனந்தன - த்னனா

தனத்தன - தனத்தன - தனந்தன - தனந்தன - தனத் . த - தனனா

என்று ஆறு சீர்களில் அமைந்துள்ளது. பாடலின் ஒவ்வொரு அடியும் ஆறு எண்ணிக்கை கொண்டு கண்ட நடையில் பாடப்பட வேண்டும். ஒரு வண்ணப் பாடலில் இடம்பெறும் சீர்களின் எண்ணிக்கையும் சந்தக் குழிப்புகளுமே அதன் தாளத்தை முடிவுசெய்கின்றன. அவ்வகையில் இப்பாடலின் தாளம். ஒவ்வொரு அடியும் ஆறு எண்ணிக்கை கொண்டு கண்டநடையில் பாடுவதாக அமைகிறது. சந்தங்களின் அடிப்படையில் தாளம் அமைவ தால் இதனை சந்த தாளம் என்று வழங்குதலே பொருத்தமாகும். வண்ணப் பாடல்களை சப்த தாளங்களுக்குள் அமைத்துப் பாட முயற்சி செய்தால் பாடலின் வண்ண அமைப்பு சிதைந்துவிடும் என்பதை இசை அமைக்கும் போது கவனத்தில்கொள்ள வேண்டும்.

2. மெல்லிசை வண்ணம்

“மெல்லிசை வண்ண மெல்லெழுத்து மிகுமே”

(தொல். செய். நூ. 209)

மெல்லெழுத்துகள் (ங, ஞ, ண, ந, ம, ன) மிகுந்து வருவது மெல்லிசை வண்ணம் ஆகும்.

(எ.கா.) **பந்தத்தால் வந்தெப்பால் பயின்று நின்ற வம்பரப்**
பாலே சேர்வாய் ஏனோர்காண் பயில்கண முனிவர்களும்

(சம்பந்தர்.1359)

இனி, இம் மெல்லிசை வண்ணம் கம்பனில் பயின்றுவந்திருக்கும் பாங்கினை சில பாடல்களின் வழி காண்போம்.

அயோத்தியா காண்டம் - கைகேயி சூழ்வினைப் படலம் - பாடல். 70

இராகம்: சிந்துபைரவி தாளம் : மிஸ்ர சாபு

வங்கி யம்பல தேன்வி ளம்பின வாணி முந்தின பாணியின்
பங்கி யம்பர மெங்கும் விம்மின பம்பை பம்பின பல்வகைப்
பொங்கி யம்பல வுங்க றங்கின நூபு ரங்கள்பு லம்பவெண்
சங்கி யம்பின கொம்ப லம்பின சாம கீதநி ரம்பவே.

சந்தம் : தந்த தந்தன - தந்த தந்தன - தான தந்தன - தானனா
தந்த தந்தன - தந்த தந்தன - தந்த தந்தன தானனா

சூர்ப்பனகைப் படலம் - பாடல். 31

சூர்ப்பனகையின் நடை அழகினை வருணிக்கும் இப்பாடலைக் கம்பன் ஒரு படைப்பாக்க உத்தியாக மெல்லிசை வண்ணத்தில் அமைக்கிறான். சூதும் வாதும் வலிமையும் நிறைந்த அரக்கியின் வருகையை மெல்லோசைகளால் வெளிப்படுத்தி யிருப்பது நாடக உத்திகளில் ஒன்றான நகைமுரண் (irony) ஆகும்.

இராகம் : சிந்துபைரவி
தாளம் : சதுஸ்ர ஏகம் - கண்ட நடை

பஞ்சியொளிர் விஞ்சுகுளிர் பல்லவம னுங்க.
செஞ்செவிய கஞ்சநிகர் சீறடிய ளாகி
அஞ்சொலிள மஞ்ஞையென அன்னமென மின்னும்
வஞ்சியென நஞ்சமென வஞ்சமகள் வந்தாள்.

சந்தம்: தந்ததன - தந்ததன - தந்ததன - தானா

இரண்டாம் அடியில் மூன்றாவது சீர் மட்டும் தானதன என்று ஒலிக்கும்.

யுத்த காண்டம் -- கும்பகருணன் வதைப் படலம் -- பாடல் . 45

கும்பகருணனை உறக்கத்திலிருந்து எழுப்புவதற்குக் கிங்கரர்கள் கோபத்துடன் கூறுவதாக இப்பாடல் அமைந்துள்ளது. ஆயினும் இப்பாடலை மெல்லிசை வண்ணத்தில் பாடியுள்ளது இலக்கிய நயத்திற்கான சிறந்த எடுத்துக்காட்டாகும். மேலும் இப்பாடல் உலக்கை குத்திப் பாடும் உலக்கைப் பாடலுக்கான (வள்ளைப் பாட்டு) சந்தத்தில் அமைந் துள்ளது சிறப்பான அம்சமாகும். கும்பகர்ணனை எழுப்புவதற்குப் பல்வேறு உபாயங்களைக் கையாளும் அரக்கர்கள். சில சமயம் உலக்கைகளைக் கொண்டு அவனைக் குத்துவார்கள். அக் காட்சி, படிப்போர்க்கு மனக்கண் முன் தோன்றும் வகையில் கம்பர் சந்தங்களை இப்பாடலில் அமைத்துள்ளார்.

இராகம் : பெஹாக்
தாளம் : சதுஸ்ர ஏகம் - திஸ்ர நடை

உறங்குகின்ற கும்பகன்ன உங்கள்மாய வாழ்வெலாம்
இறங்குகின்ற தின்றுகாணெ ழுந்திராயெ ழுந்திராய்
கறங்குபோல விற்பிடித்த காலதூதர் கையிலே
உறங்குவாயு றங்குவாயி னிக்கிடந்து றங்குவாய்.

சந்தம் : தனந்த தந்த - தந்த தந்த - தந்த தான - தானனா
தனந்த தந்த - தந்த தான - தந்த தான - தந்தனா
தனந்த தான - தத்த தனத்த - தான தான - தானனா
தனந்த தான - தந்த தான - தத்த தந்த - தாந்தனா

இச் சந்த அமைப்பிற்கான தாளச் சொற்கட்டு திஸ்ர நடையில்,

'தகிட தகிட - தகிட தகிட - தகிட தகிட - தகிட தாம்' என்று அமைகிறது.

யுத்த காண்டம் - அதிகாயன் வதைப் படலம் -- பாடல். 151

இராகம் : பெஹாக்
தாளம்: சதுஸ்ர ஏகம் - திஸ்ர நடை

கடைகண்டில தலைகண்டில கழுதின்திரள் பிணமா
இடைகண்டன மலைகொண்டென எழுகின்றன திரையால்
புடைகொண்டெறி குருதிக்கடல் புணர்கின்றன பொறி வெம்
படைகொண்டிடை படர்கின்றன மதயாறுகள் பலவால்.

சந்தம் : தன தந்தன - தன தந்தன - தன தந்தன - தனனா

இச் சந்த அமைப்பிற்கான தாளச் சொற்கட்டு திஸ்ரநடையில்,

'தகதீம்தக - தகதீம்தக - தகதீம்தக - தகதீம்தக' என்று அமைகிறது.

3. இயைபு வண்ணம்

வல்லிசை, மெல்லிசை வண்ணங்களையடுத்து இயைபு வண்ணம் பற்றிக் குறிப்பிடுகிறார் தொல்காப்பியர்.

இயைபு வண்ண மிடையெழுத்து மிகுமே *(தொல். பொ. செ. நூ. 210)*

இடையின யெழுத்துகள்(ய, ர, ல, வ, ழ, ள) மிகுந்து வருவது இயைபு வண்ணம் ஆகும். எடுத்துக்காட்டாக ஞானசம்பந்தரின் பாடல் வருமாறு.

இயலாடிய பிரமன்னரி இருவர்க்கறி வரிய
செயலாடிய தீயாருரு வாகியெழு செல்வன் *(சம்.127)*

இனி இயைபு வண்ணத்தி லமைந்த கம்பனின் பாடல்கள் சிலவற்றைக் காண்போம்.

அயோத்தியா காண்டம் -- கைகேயி சூழ்வினைப் படலம் -- பாடல். 58

இராகம் : மோகனம் தாளம் : மிஸ்ர சாபு - சம எடுப்பு.

தழையொ லித்தன வண்டொ லித்தன தாரொ லித்தன பேரியாம்
முழ வொ லித்தன தேரொலித்தன முத்தொ லித்தன மல்குபே

ரிழை யொலித்தன புள்ளொலித்தன யாழொ லித்தன வெங்கணு
மழை யொலித்தன போல்கலித்தம னத்தின்முந்துறு வாசியே.

சந்தம்: தன தனத்தன - தன தனத்தன - தன தனத்தன - தானனா

இச் சந்த அமைப்பிற்கான தாளச் சொற்கட்டு :

த கி ட த க தி மி - த கி ட த க தி மி

தழையொ லித் த ன வண்டொ லித் தன - என்றவாறு அமையும்.

மூலபல வதைப் படலம் - பாடல். 113

இராகம் : ஹிந்தோளம்

தாளம் : சதுஸ்ர ஏகம் - திஸ்ர நடை

பிரிந்தார் பலர் இரிந்தார் பலர் பிழைத்தார்பல ருழைத்தார்
புரிந்தார் பலர் நெரிந்தார் பலர் புரண்டார் பல ருருண்டார்
எரிந்தார் பலர் கரிந்தார் பலர் எழுந்தார் பலர் விழுந்தார்
சொரிந்தார் குடல் துமிந்தார் தலை கிடந்தாரெதிர் தொடர்ந்தார்.

சந்தம் : தனந்தா தன - தனந்தா தன - தனந்தா தன - தனனா

இச்சந்த அமைப்பிற்கான தாளச் சொற்கட்டு திஸ்ரநடையில்,

'தகதீம்தக - தகதீம்தக - தகதீம்தக - தகதீம்தக' என்று அமைகிறது.

3. நெடுஞ்சீர் வண்ணம்

"நெடுஞ்சீர் வண்ணம் நெட்டெழுத்துப் பயிலும்"

(தொல். செய். நூ. 212)

நெடில் எழுத்துகள் மிகுந்து வருவது நெடுஞ்சீர்வண்ணம் ஆகும். அதாவது பாடல் களின் ஒவ்வொரு அடியிலும் நெடிலோசை நிறைந்து விளங்கும்.

ஆரணிய காண்டம் -- அயோமுகிப் படலம் -- பாடல். 68

இராகம் : ஆரபி
தாளம் : சதுஸ்ர ஏகம் - திஸ்ர நடை

தள்ளா வினையேன் தனியா ருயிரோ
யுள்ளா யொருநீ யுமொளித் தனையோ
பிள்ளாய் பெரியாய் பிழைசெய் தனையால்
கொள்ளா வுலகுன் னையிதோ கொடிதே .

சந்தம் : தய்யா -- தனனா -- தனனா -- தனனா

இராவணன் வதைப் படலம் -- பாடல். 55

இராகம் : ஆரபி தாளம் : சதுஸ்ர ஏகம் - திஸ்ர நடை

வேலாயிர மழுவாயிர மெழுவாயிரம் விசிகக்
கோலாயிரம் பிறவாயிர மொருகோல்படக் குறைவ
காலாயின கனலாயின வுருமாயின கதிய
சூலாயின மழையன்னவன் தொடை பல்வகை தொடுக்க.

சந்தம் : தானா தன - தானா தன - தானா தன - தனனா

இச்சந்த அமைப்பிற்கான தாளச் சொற்கட்டு திஸ்ரநடையில்,

'தககீம்தக - தககீம்தக - தககீம்தக - தககீம்தக' என்று அமைகிறது.

5. குறுஞ்சீர் வண்ணம்

குறில் எழுத்துகள் மிகுந்து குறிலோசையை வெளிப்படுத்தும் பாடல் குறுஞ்சீர் வண்ணம்.

'குறுஞ்சீர் வண்ணம் குற்றெழுத்துப் பயிலும் *(தொல். செய். நூ. 213)*

எடுத்துக்காட்டு : 1. சிலப்பதிகாரத்து **வேட்டுவ வரி** *(18 - 20) யில் மூன்று பாடல்கள்.*

சுடரொடு திரிதரு முனிவரு மமரரும்
இடர்கெட வருளுநி னிணையடி தொழுதேம்

அடல்வலி யெயினர்நி னடிதொடு கடனிது
மிடறுரு குருதிகொள் விறறரு விலையே.

பாலகாண்டம் - தைலம் ஆட்டுப் படலம் -- பாடல். 13

இராகம் : நாட்டை
தாளம் : சதுஸ்ர ஏகம் - கண்ட நடை

தகவுமிகு தவமுமிவை தழுவவுயர் கொழுநர்
முகமுமவ ரருளு நுகர் சிலர்கடுயர் முடுக
அகவுமிள மயில்களுயி ரலசியன வனையார்
மகவுமுலை வருட இள மகளிர்களது யின்றார்.

சந்தம் : தனனதன - தனனதன - தனனதன தனனா

யுத்த காண்டம் - மூலபல வதைப் படலம் -- பாடல். 156

இராகம் : நாட்டை   சந்த தாளம்

மலையு மறிகடலும் வனமு மருநிலமும்
உலைவி லமரருறை யுலகு முயிர்களொடு
தலையு முடலுமிடை தழுவு தவழ்குருதி
அலையு மரியதொரு திசையு மிலதனுக.

சந்தம் : தனன -- தன தனன -- தனன -- தன தனன

போர்க் காட்சிகளைக் கண் முன் நிறுத்தும் விதமாக இச் சந்த அமைப்பு தகிட + தகதகிட என்ற தாளச் சொற்கட்டில் என மாறி மாறி வருவது கம்பனின் தாள ஞானத்தைப் பறை சாற்றக் கூடியது.

6. சித்திர வண்ணம்

நெடுஞ்சீர், குறுஞ்சீர் வண்ணங்களையடுத்து இரண்டின் கலப்பாக சித்திர வண்ணத்தைத் தொல்காப்பியர் குறிப்பிடுகிறார்.

சித்திர வண்ணம்

நெடியவும் குறியவும் நேர்ந்துடன் வருமே *(தொல். செய். நூ. 214)*

இதில் குறில் ஓசையும் நெடில் ஓசையும் கலந்து கலந்து இடம்பெறும்.

எடுத்துக்காட்டு :

பாழியுறை வேழநிகர் பாழமணர் சூழுமுட லாளருணரா
ஏழினிசை யாழின்மொழி யேழையவள் வாழுமிறை
தாழுமிடமாங்
கீழிசைகொள் மேலுலகில் வாழரசு சூழரசு வாழவரனுக்
காழியசில் காழிசெய வேழுலகி லூழிவளர் காழி நகரே.

(சம்.3 : 67 :10)

அயோத்தியா காண்டம் -- கைகேயி சூழ்வினைப் படலம் -- பாடல். 46

இராகம் : தோடி தாளம் : மிஸ்ர சாபு - சம எடுப்பு.

சேணுலாவிய நாளெலாமுயி ரொன்றுபோல்வன செய்துபின்
ஏணுலாவிய தோளினானிட ரெய்தவொன்றுமி ரங்கிலா
வாணிலாநகை மாதராள்செயல் கண்டு மைந்தர்முன் நிற்கவும்
நாணினா ளென ஏகினாள் நளிர் கங்குலாகிய நங்கையே.

சந்தம் : தான தானன -- தான தானன -- தான தானன -- தானனா

கங்கைப் படலம் -- பாடல். 1

இராகம் : மோகனம் தாளம் : சதுஸ்ர ஏகம் - திஸ்ர நடை

வெய்யோனொளி தன்மேனியில் விரிசோதியின் மறையப்
பொய்யோவெனு மிடையாளொடு மிளையானொடும் போனான்
மையோ மர கத மோமறி கடலோ மழை முகிலோ
வையோ இவன் வடிவென்பதோ ரழியாவழ குடையான்.

சந்தம் : தய்யா தன -- தன தானன -- தன தானன -- தனனா

இச் சந்த அமைப்பிற்கான தாளச் சொற்கட்டு திஸ்ரநடையில், 'தகதீம்தக - தகதீம்தக - தகதீம்தக - தகதீம்தக' என்று அமைகிறது.

யுத்த காண்டம் -- இராவணன் வதைப் படலம் -- பாடல். 53

இராகம் : ஹிந்தோளம்
தாளம் : சதுஸ்ர ஏகம் - திஸ்ர நடை

நூறாயிரம் வடிவெங்கணை நொடியொன்றினின் விடுவான்
ஆறா விறன் மறவோனவை தனி நாயக னறுப்பான்
கூறாயின கனல் சிந்துவ குடிக்கப்புனல் குறுகி
சேறாயின பொடியாயின திடராயின கடலும்.

சந்தம் : தானா தன -- தன தந்தன -- தன தந்தன -- தனனா

தானா தன -- தன தானன -- தன தானன -- தனனா

இச் சந்த அமைப்பிற்கான தாளச் சொற்கட்டு திஸ்ரநடையில்,

'தாதீம்தக - தகதீம்தக - தகதீம்தக - தகதீம்தக' என்று அமைகிறது.

7. உருட்டு வண்ணம்

வண்ணங்கள் இருபதில் தொல்காப்பியர் உருட்டு வண்ணத்தைப் பத்தொன்பதாவதாகக் குறிப்பிடுகிறார்.

உருட்டு வண்ண மராகந் தொடுக்கும்" *(தொல். செய். நூ. 224)*

உருட்டு வண்ணமாவது அராகம் தொடுக்கும் என்பது இதன் பொருள்.

குறிலெழுத்துக்களை மிகுதியாகக்கொண்டு துரித நடையில் அமைந்த பாடலடிகள் உருட்டு வண்ணமாகும். இதற்கு அராகம் என்றும் பெயர்.

குறிப்பாக **அதிகாயன் வதைப் படலம், இராவணன் வதைப் படலம்** ஆகிய இரண்டிலும் உருட்டு வண்ணத்தில் பல பாடல்கள் அமைத்திருப்பதால் அச் சந்த ஓசைகள் போர்புரியும் உக்கிரகக் காட்சிகளைப் படிப்போர் முன் படம் பிடித்துக் காட்டுகின்றன.

யுத்த காண்டம் - அதிகாயன் வதைப் படலம்

இராகம் : நாட்டை தாளம் : ஏகம் - சதுஸ்ர நடை

இறுவன கொடியவை எரிவன இடை யிடை

துறுவன சுடுகணை துணிவன மதகரி

அறுவன அவையவை கடவினர் தடிதலை

வெறுமைகள் கெடுவன விழிகுழி கழுதுகள். *132*

சந்தம் : தனதன - தனதன - தனதன தனதன

மிடலொடு விடுகணை மழையினு மிகையுள

படலொடு முருமெறி பருவரை நிலையன

உடலொடு முருள்கரி உதிரம துருகெழு

கடலொடு பொருதது கரியொடு கரிஎன. *133*

சந்தம் : தனதன - தனதன - தனதன தனதன

இராவணன் வதைப் படலம்

படையுக விமையவர் பருவரல் கெடவந்து

இடையுறு திசை திசை யிழுகுற யிறைவன்

அடையுறு கொடிமிசை அணுகின னளவில்

கடையுக முடிவெழு கடல்புரை கலுழன். *85*

சந்தம் : தனதன - தனதன - தனதன தனதன

முன்னரே குறிப்பிட்டுள்ளபடி இங்கு ஆறு வண்ணங்களுக்கு மட்டும் இரண்டிரண்டு எடுத்துக்காட்டுகள் தரப்பட்டுள்ளன. கம்பராமாயணத்தில் இடம்பெற்றுள்ள ஏராளமான பாடல்கள் இசைக் கலைஞர்களின் மனோதர்மத்திற்கும், புலமைக்கும், இசை யமைப்புக்கும் பெரிதும் இடம்தரக் கூடியவை. இங்கு பாடல்களுக்குக் குறிப்பிடப்பட்டிருக்கும் இராகங்கள் இக்கட்டுரையாளரின் மனோதர்மத்திற்கேற்பவும் பாடுபொருளின் தன்மை கருதியும் அமைந்தவை. இந்த அடிப்படையில் இசைக்

கலைஞர்கள் தத்தமது மனோதர்மத்திற்கேற்ப இராகங்களைப் பொருத்தமாகத் தேர்ந்தெடுத்துக்கொள்ள முடியும். ஆயினும், தாளத்தைப் பொறுத்தவரை, வண்ணப் பாடல்களும் சந்தப் பாடல்களும், சந்தக் குழிப்புகள், சீர் அமைப்பு, எழுத்து எண்ணிக்கை என்னும் கட்டளை அமைப்பு ஆகிய அடிப்படைகளைக்கொண்டு மட்டுமே தாளம் அமையும். தாள நடைகளும் எண்ணிக்கைகளுமே தாளத்திற்கு அடிப்படையாக அமையும். தாளமின்றிப் பாடக்கூடிய வண்ண, சந்த விருத்தங்களும் ஏராளமாக இருக்கின்றன. இவற்றுள் பலவும் இசையரங்குகளிலும் நாட்டிய அரங்குகளிலும் இசையமைத்து மிகவும் விஸ்தாரமாகப் பாடத் தக்கவையாகும்.

மாத்திரையளவுக்கான சந்த வாய்ப்பாட்டினையும், தாளச் சொற்கட்டினையும் கீழ்க்காணும் அட்டவணை மூலம் தெளிவாக அறிந்துகொள்ளலாம்.

மாத்திரை	சந்தம்	சொற்கட்டு	சமஸ்கிருதம்	தமிழ்
மூன்று	தனன, தன்ன, தந்த, தய்ய, தான	தகிட,தக்க, தின்ன, நம்த, தீம்த, தாகு	திச்ரம்	மூன்றன் நடை
நான்கு	தனதன, தானன தத்தன, தந்தன தந்தா, தன்னா தனத்த, தானா	தகிதின, தகதிமி, தக்கிட, தாகிட, தாதா, தொம்கிட, தொம்தா, தொம்தொம்	சதுச்ரம்	நான்கன் நடை
ஐந்து	தனதனன, தாதனன தனதான, தானனா தய்யதன, தனதனா தனாதன	தகதகிட, தாதகிட தாகதீம், தகிடதீம் தகதீம்த, ததாம்கிட, திமித்தா, தரித்தா	கண்டம்	ஐந்தன் நடை

நிறைவுரை:

தமிழ் இலக்கிய வரலாற்றில் வண்ணம் பாடியதில் ஞானசம்பந்தர், கம்பர், அருணகிரிநாதர், வண்ணச்சரபம் தண்டபாணி சுவாமிகள், சங்கரதாஸ் சுவாமிகள் ஆகியோர் குறிப்பிடத்தக்கவர்கள். ஊத்துக்காடு வேங்கடசுப்பையர் பாடல்களில் வண்ண அமைப்புகள் விரவிக் கிடப்பதைக் காணலாம். முடுகு வண்ணம் குறிப்பாக காவடிச் சிந்துப் பாடல்களிலும், நாட்டுப்புறப் பாடல்களிலும் காணப்படும். இவையன்றி, நாடகத் தமிழ் இலக்கியங்களிலும் வண்ண அமைப்புகள் பரவலாக இடம்பெற்றுள்ளன. தற்காலத்தில் வண்ணங்கள் பெரும்பாலும் சந்தங்கள் என்ற பெயரிலேயே அறியப்படுகின்றன. இருப்பினும் வண்ணப் பாடல்களுக்கான சிறந்த சான்றுகளாக இசை உலகில் திருப்புகழ்ப் பாடல்கள் இன்றளவும் திகழ்ந்து வருகின்றன. அருணாசலக் கவிராயரின் ‘இராம நாடகம்’ தமிழில் புதியதோர் இசை நாடக மரபிற்கு வித்திட்டது. இவரது அடியொற்றி கவிகுஞ்சர பாரதியார், கோபால கிருஷ்ண பாரதியார் முதலானோரின் படைப்புகளும் அவர்களின் வழியில் நாடகத் தந்தை சங்கரதாஸ் சுவாமிகளின் இசை நாடக சகாப்தமும் உருவாயின. இவ்வாறு, கவிராயரின் ‘இராம நாடகம்’ இசைத் தமிழ், நாடகத் தமிழ் வரலாற்றில் மறுமலர்ச்சியைத் தோற்றுவித்து, இத் துறைகளின் இரண்டாவது பொற்காலம் பிறக்க வழி வகுத்தது. எனவே, அன்னாருடைய படைப்பிற்கு அடிப்படையாகத் திகழும் கம்பனின் படைப்பினை இசைக் கலைஞர்களும், இசை அறிஞர்களும் இசை நோக்கில் அணுகி ஆராய்வதுடன், சொற்சுவையும் பொருட் சுவையும் பாவமும் அழகும் நிறைந்து ததும்பும் கம்ப ராமாயணப்

பாடல்கள் பலவற்றையும் இசை, நாட்டிய, கதாகாலட்சேப அரங்குகளில் எல்லாம் இசைக் கலைஞர்கள் பாடி இடம்பெறச் செய்ய வேண்டும் என்பதே இக்கட்டுரையின் முக்கிய நோக்கமாகும்.

வான்வளஞ் சுரக்க நீதி மதுநெறி முறையெந் நாளுந்
தான்வளர்ந் திடுக நல்லோர் தங்கிளை தழைத்து வாழ்க
தேன்வளர்ந் தறாத மாலைத் தெசரத ராமன் செய்கை
யானளந் தறிந்த பாட லிடையறா தொளிர்க எங்கும்.

★ ★ ★

12. பழந்தமிழ் மரபில் கூத்தும் பண்ணும்

முன்னுரை:

உலகில் மொழி உருப்பெறுவதற்கும் முன்னரே இசையும் கூத்தும் பிறந்துவிட்டன என்பது பரிணாம வளர்ச்சித் தத்துவத்தின் அடிப்படையிலானது. மனிதன் முதன் முதலில் தன் உணர்ச்சிகளை வெளிப்படுத்தப் பயன்படுத்தியது உடல் மொழி (Body Language). அதுவே கூத்திற்கு அடிப்படையாக அமைந்தது; அடுத்துப் பிறந்தது இசைமொழி. அதற்குப் பின்னர்தான் மொழி தோன்றி, இயலும், பாடலும் பிறந்தன. இவ்வடிப்படையில் தமிழை விடத் தமிழரின் கூத்தும் பண்ணும் மிகவும் தொன்மையானவை என்பது வெள்ளிடைமலை. தொல் பழங்காலத்தில் கூத்தும் இசைக்கலையும் சீருடனும் சிறப்புடனும் விளங்கியமைக்குத் தொல்காப்பியமே சான்று பகர்கின்றது. பின்வரும் நூற்பாக்கள் மூலம் தொல்காப்பியர் காலத்திலும் அதற்கு முன்பும் கூத்தர்களும் பாணர்களும் பிற கலைஞர்களும், தமிழ்ச் சமூகத்தில் மிக முக்கியமான நிலை பெற்றுச் சிறந்து விளங்கிய பாங்கினை அறியலாம்.

பாணன் கூத்தன் விறலி பரத்தை
யாணஞ் சான்ற அறிவர் கண்டோர்
பேணுதகு சிறப்பிற் பார்ப்பான் முதலா
முன்னுறக் கிளந்த அறுவரொடு தொகைஇத்
தொன்னெறி மரபிற் கற்பிற்குரியர் *(செய்யு:188)*

அவர்கள் மூலம் கற்பியலில் தலைவியின் ஊடலைத் தீர்ப்பது முந்தையோர் கடைப்பிடித்த வழக்கம் என்று இந்நூற்பா அறிவுறுத்துகின்றது.

கூத்தரும் பாணரும் பொருநரும் விறலியு
மாற்றிடைக் காட்சி யுறழத் தோன்றி .... *(புறத்.36)*

கூத்தரும் பாணரும் பொருநரும் விறலியரும் பரிசில் பெற்று வந்தபோது வரும் வழியில் கண்ணுறும் கலைஞர்களை பரிசில் பெற்றுவரும்படி ஆற்றுப்படுத்தும் பாங்கினை இந்நூற்பா அடிகள் விளக்குகின்றன.

சங்க இலக்கியம் எனப்படும் பத்துப்பாட்டு நூல்களில் பொருநராற்றுப்படை, சிறுபாணாற்றுப்படை, பெரும்பாணாற்றுப்படை, மலைபடுகடாம் என்னும் கூத்தராற்றுப் படை என நான்கு ஆற்றுப்படை நூல்கள் இக் கலைஞர்களின் பெயர்களைக் கொண்டு அமைந்திருப்பதிலிருந்து அவர்களின் தொன்மை நிலை, சமூக மதிப்பு குறித்து அறிந்து கொள்ள முடியும். மேலும், பாணரும் கூத்தரும் மிக நெருங்கிய தொழில் முறை உறவு கொண்டவர்கள் என்பதும் தெள்ளென விளங்கும்.

கூத்தும் பண்ணும் ஒன்றோடொன்று நெருங்கிய தொடர்புடையவை மட்டுமின்றி அவை ஒன்றோடொன்று பின்னிப் பிணைந்திருப்பவையு மாகும். பழந்தமிழ் நூல்கள் வழி நின்று இவை பற்றி முழுமையாக விளக்குவதாயின் பெரு நூலாக அது விரிவடையும். எனவே, சிலப்பதிகாரம், கூத்த நூல் ஆகிய இரண்டு நூல்களிலிருந்தும் சில செய்திகளை மட்டும் இக்கட்டுரையில் காண்போம்.

பழந் தமிழர் கூத்துகள் *: பழந் தமிழ் இலக்கண நூல்களில் ஒன்றான கூத்த நூல் கூத்துக்கும் பண்ணுக்கும் உள்ள நெருங்கிய*

தொடர்பினைப் பற்றிப் பின்வருமாறு விளக்குகின்றது. இந் நூல் சாத்தனார் என்னும் பெரும் புலவரால் இயற்றப்பட்டது.

கண்வழி முகனே; முகவழி மெய்யே;
மெய்வழிக் கையே; கைவழிப் பண்ணே;
பண்வழித் தட்டே; தட்டிடல் காலே;
கால்வழிப் போக்கே; போக்கது கூத்து.

(கூத்த நூல் : சுவை - 17)

அகம் உயிராகச் சுவை உளமாக
இழை உடலாக இயல்வது கூத்து. *(கூத்த நூல் : சுவை - 18)*

அகத்தியல் அகமே; அகப்புறம் சுவையே;
புறமது மெய்யே; புறப்புறம் கையே;
அகப்புறக் கலவி ஆட்டமே கூத்து.

(கூத்த நூல் : சுவை - 23)

இப் பாடல்கள் "கூத்தின் பல்வேறு அம்சங்களை முக்கியத்துவம் நோக்கி உயிர், உள்ளம், உடல் என நிறுத்திப் பல்வேறு வகையாகப் பின்னிப் பிணைத்துப் பெருமை செய்வன. முதலில் பாவம் உயிர்; சுவை உள்ளம்; இழை உடல்; இஃது இயல்பு. அடுத்தது, இராகம் உயிர்; ஸாஹித்யம் உள்ளம்; தாளம் உடல் எனப் பாட்டுக்குத் தக்க கூத்தாகிறது. இவ்வாறு கூத்து, பாட்டு,காட்சி, தாண்டவம் என இவை தம்முள் பின்னிப்பிணைகின்றன." (ச.து.சு.யோகியார்,1968. 43.)

மேலும், இந் நூலின் முதல் பாடலிலேயே இசைக்கும் ஆட்டத்திற்குமான உறவு பிரிக்க முடியாத ஒன்று எனும் இதே கருத்து வலியுறுத்தப்படுகிறது.

மோனத்து இருந்த முன்னோன் கூத்தில்
உடுக்கையில் பிறந்தது ஓசையின் சுழலே;
ஓசையில் பிறந்தது இசையின் உயிர்ப்பே;
இசையில் பிறந்தது ஆட்டத்தின் இயல்பே;
ஆட்டம் பிறந்தது கூத்தினது அமைவே;
கூத்தில் பிறந்தது நாட்டியக் கோப்பே;
நாட்டியம் பிறந்தது நாடக வகையே.

இப் பாடல் மூலம் கூத்திற்கு உயிர்ப்பாக விளங்குவது இசையே என்பது விளங்கும். மேலும், கூத்து, நாட்டியம், நாடகம் மூன்றும் வேறுபட்டு நிற்பவை என்றும் உணர்த்துகிறது.

கூத்துக்கும் பண்ணுக்கும் இடையிலான உறவு குறித்து கீழ்க் காணும் சூத்திரங்களிலும் குறிப்புகள் காணப்படுகின்றன.

ஆட்டம் பாட்டம் அவிநயம் என்ன

மூவகை என்பர் கூத்தின் முறைமை.

(கூத்த நூல்: தொகை - 2)

ஆட்டம் பிறந்தது பாட்டம்; பாட்டம்

அதனிடைப் பிறந்தது அவிநயக் கூத்தே.

(கூத்த நூல்: தொகை - 3)

ஆட்டம் தட்டாம்; பாட்டம் பண்ணாம்;

யாப்புக் கூத்தின் அவிநயம் என்ப.

(கூத்த நூல்: தொகை - 5)

ஆட்டம் அகமாம்; பாட்டம் சுவையாம்;

(கூத்த நூல்: தொகை - 6)

ஆட்டம் உடலாம்; பாட்டம் முகமாம்;

(கூத்த நூல்: தொகை - 7)

இச் சூத்திரங்கள் உணர்த்தும் பொதுவான கருத்து: "தன்னிச்சையாகத் தானாக ஆடிய மனிதன், தன்னிச்சையாகத் தானாகப் பாடினான். ஆட்டம் வெறுஞ் சொக்கக் கூத்தாய், சுத்த நிருத்தமாய் இருந்தது. இப் பாட்டு வெற்றிசையாய் இருந்தது. பின்னர்ச் சிறிது சிறிதாக இசைக்குச் சுரங்கள் ஏற்பட்டன. அது வெறும் பண்ணாய், பண்ணின் இசையாய், ஏழு சுரங்களின் இசையாய் மட்டுமே விளங்கியது. ஆட்டம் கூத்தாயது போலவே, ஓசை இசை யாயிற்று. இதனாலேயே சாத்தனார்,ஆட்டம் பிறந்தது பாட்டம் என்றார்."(ச.து.சு.யோகியார். 1968. 154.)

குதித்து ஆடும் ஆட்டம் கூத்து எனப்படும் என்றும், அது ஏழு வகைப்படும் என்றும் பிற்கால இலக்கண நூலான நாடகவியல் (சூத்திரம் 200) கூறும்.

குதித்தா டுறுவது கூத்தெனப் படுமதிற்
பரத நாட்டியங் குரவை நகைவரி
முதலிடை கடையென விதமேழாகும்.

(வி.கோ.சூரியநாராயண சாஸ்திரியார்.2004.155.)

இச் சூத்திரமும் கூத்திற்கும் நாட்டியத்திற்குமான வேறுபாட்டினை உணர்த்துவதைக் காணலாம்.

சிலப்பதிகாரம் :

இனி, சிலப்பதிகாரத்தில் காணப்படும் கூத்து, பண் பற்றிய குறிப்புகளைச் சுருக்கமாகக் காண்போம். சிலப்பதிகாரத்தில் ஒரு தொன்மை வாய்ந்த, முழுமையான, தெளிவான, வளமை யான நாடகத்தமிழ் இயல் அடங்கியுள்ளது. குறிப்பாக, அரங்கேற்று காதை, கடலாடு காதை, கானல்வரி, வேனிற்காதை, வேட்டுவவரி, ஆய்ச்சியர் குரவை, வாழ்த்துக் காதை ஆகிய பகுதிகள் இசை, நாடக இலக்கணம் பற்றிய குறிப்புகள் நிறைந்து காணப்படுபவை.

இரு வகைக் கூத்தின் இலக்கணம் அறிந்து, *(சிலம்பு. 3 : 12)*

உரை ஆசிரியர் விளக்கம்: இரு வகைக் கூத்தாவன: வசைக் கூத்து, புகழ்க் கூத்து; வேத்தியல், பொதுவியல்; வரிக் கூத்து, வரிச்சாந்திக் கூத்து; சாந்திக் கூத்து, விநோதக் கூத்து; ஆரியம், தமிழ்; இயல்புக் கூத்து, தேசிகக் கூத்து எனப் பல வகைப்பட்டவை. ஈண்டு சாந்தியும் விநோதமும். சாந்திக் கூத்து, சொக்கம், மெய், அவிநயம், நாடகம் என்பன.

விநோதக் கூத்தாவது : குரவை, கலிநடம், குடக் கூத்து, கரணம், நோக்கு, தோற்பாவை என்பன. இவை பற்றி விரித்தால் பெருகும் எனக் கட்டுரை யளவு கருதி விளக்கப்படவில்லை. .

பல வகைக் கூத்தும் விலக்கினில் புணர்த்து, *(சிலம்பு. 3 : 13)*

பல் வகைக் கூத்தாவன: வென்றிக் கூத்து, வசைக் கூத்து, விநோதக் கூத்து முதலியன.

கடலாடு காதையில் இளங்கோ அடிகளே பின்வரும் பதினோறு வகை ஆடல்களைக் கூறுகிறார். இவையும் கூத்துக்களே யாம்.

இமையவன் ஆடிய கொடுகொட்டி ஆடலும்;
பாரதி ஆடிய வியன் பாண்டரங்கமும்;
அஞ்சன-வண்ணன் ஆடிய ஆடலுள்,
அல்லியத் தொகுதியும்; அவுணன் கடந்த
மல்லின் ஆடலும்; மாக் கடல் நடுவண்,
சூர்த் திறம் கடந்தோன் ஆடிய துடியும்;
குடை வீழ்த்து, அவர் முன் ஆடிய குடையும்;
நீள் நிலம் அளந்தோன் ஆடிய குடமும்;
காமன் ஆடிய பேடி ஆடலும்;
மாயவள் ஆடிய மரக்கால் ஆடலும்:
திருவின் செய்யோள் ஆடிய பாவையும்;
அயிராணி மடந்தை ஆடிய கடையமும்-
அவரவர் அணியுடன்; அவரவர் கொள்கையின்;
நிலையும், படிதமும், நீங்கா மரபின்;
பதினோர் ஆடலும், பாட்டின் பகுதியும்,
விதி மாண் கொள்கையின் விளங்கக் காணாய்;

(கடலாடு. 43 - 67)

பதினொரு வகைக் கூத்துக்களாவன :

1. வெற்றிக்களிப்பால் சிவபெருமான் கைகொட்டியாடிய கொடுகொட்டி
2. சிவபெருமான் வெண்ணீற்றை யணிந்து ஆடிய பாண்டரங்கம்
3. திருமால் ஆடிய அல்லியம்
4. கண்ணன் ஆடிய மல்லாடல்
5. முருகன் துடி கொட்டி ஆடிய துடிக் கூத்து
6. முருகன் குடையை முன்புறம் சாய்த்து ஆடிய குடைக் கூத்து
7. உலகளந்த திருமால் ஆடிய குடக் கூத்து
8. காமன் பெண்மைக் கோலத்தோடு ஆடிய பேடிக் கூத்து
9. துர்க்கை மரக்கால்களைக் கொண்டு ஆடிய மரக்கால் கூத்து
10. திருமகள் ஆடிய பாவைக் கூத்து

11. இந்திராணி ஆடிய கடையம் கூத்து.

இக் கூத்துகளில் சில இன்றும் நாட்டுப்புற ஆட்டங்களில் நிகழ்ந்து வருவதைக் காண முடியும். இக்கூத்துகள் பெரும்பாலும் பாடலின்றி சுத்த நிருத்தங்கள் எனப்படும் சொக்கக் கூத்துகளாகவே அமைகின்றன.

இந்திர விழவூரெடுத்த காதையில் மறக்குல மகளிர் இரு கைகளையும் மடக்கி அடித்து ஆடிய துணங்கைக் கூத்தினையும், கைகோத்தாடும் குரவைக் கூத்தினையும் ஆடியதாக இளங்கோவடிகள் பதிவுசெய்கிறார். (இந்திர. 70)

இனி, வேனிற்காதையில் அடிகள் கூறும் எட்டு வகை வரிக்கூத்துகளைக் காணலாம்.

காதலின் தோன்றிய கண்கூடு வரியும்;
கரு நெடுங் கண்ணி காண் வரிக் கோலமும்
ஒரு தனி வந்த உள் வரி ஆடலும்;
புறத்து நின்று ஆடிய புன்புற வரியும்;
தளர்ந்த சாயல், தகை மென் கூந்தல்
கிளர்ந்து வேறு ஆகிய கிளர் வரிக் கோலமும்;
தேர்ந்து தேர்ந்து உரைத்த தேர்ச்சி வரி;
கண்டவர்க்கு உரைத்த காட்சி வரியும்;
எடுத்து அவர் தீர்த்த எடுத்துக் கோள் வரியும்; *(76 - 108)*

(விளக்கம் காண்க: வேனிற் காதை அடியார்க்கு நல்லார் உரை)

ஆடலும், பாடலும், பாணியும், தூக்கும்,
கூடிய நெறியின் கொளுத்தும் காலை - *(சிலம்பு. 3 :16-17)*

இங்கு பாடலும் பாணியும், தூக்கும் என்றது இலக்கண நெறிகளின் வழிநின்று மேற்சொன்ன கூத்துகளுக்குரிய பண்களையும் பாடல்களையும் தாளங்களையும் அவற்றின் தூக்குகளையும் தேர்ந்தெடுத்து அவை தம்முள் ஒத்தியங்குமாறு இசையமைத்துப் பாடுதல் என்று பொருள்படும்.

எண்ணும், எழுத்தும், இயல் ஐந்தும், பண் நான்கும்,
பண் நின்ற கூத்துப் பதினொன்றும், மண்ணின்மேல்
போக்கினாள் - பூம் புகார்ப் பொற்றொடி மாதவி, தன்
வாக்கினால் ஆடரங்கின் வந்து.

அரங்கேற்று காதையின் நிறைவாக இடம்பெற்றுள்ள இவ் வெண்பா, இயற்றமிழின் எழுத்து, சொல், பொருள், யாப்பு, அணி என்பவற்றையும், இசைத்தமிழின் நான்கு பெரும் பண்களையும் குறிப்பிடுவதுடன், 'பண் நின்றகூத்துப் பதினொன்றும்' என்றதால் நாடகத் தமிழுக்கென பண்கள் பொருத்தமாக அமைக்கப்பட வேண்டும் என்றும் கூத்துகள் பண்கள், பாடல்களுடனேயே ஆடப்படுவன என்பதும் வலியுறுத்தப்படுகின்றது. நாடகத்தமிழுக்கெனத் தனியான இசை மரபு தமிழருக்கு உண்டு எனும் கருத்து இதிலிருந்து பெறப்படும்.

இக் கருத்தினை உறுதிப்படுத்தும் அடியார்க்குநல்லார் உரையின் சில பகுதிகளை இங்கு காண்போம்.

அரங்கேற்று காதை

பதினோ ராடலும் பாட்டுங் கொட்டும் *(14)*

இதில் 'பாட்டுங் கொட்டும்' என்பதற்கான உரை நோக்கற்பாலது.

பாட்டுமென்றது அகநாடகங்களுக்கும் புறநாடகங்களுக்கும் உரிய உருக்களு மென்க.

அகநாடகங்களுக்குரிய உருவாவன:- கந்த முதலாகப் பிரபந்தவுரு ஈறாவுள்ள இருபத்தெட்டும்.

புறநாடகங்களுக்குரிய உருவாவன :- தேவபாணி முதலாக அரங்கொழி செய்யுளீறாகவுள்ள செந்துறை விகற்பங்களெல்லா மென்க.

கொட்டுமென்றது கூத்து விகற்பங்களுக்கு அமைந்த வாச்சியக் கூறுகளுமென்றவாறு. அவை கீதாங்கம், நிருத்தாங்கம், உபயாங்கமென்பன. அவற்றுள், கீதாங்கம் கீதத்துக்கு

வாசிப்பது; நிருத்தாங்கம் - நிருத்தத்திற்கு வாசிப்பது; உபயாங்கம் இரண்டிற்கும் வாசிப்பது.

கடலாடு காதை

மாயோன் பாணியும் வருணப் பூதர் *(35)*

இதில் பாணி என்ற சொல்லுக்கு ஆசிரியர் தரும் நீண்ட விளக்கம் இசைத்தமிழுக்கும் நாடகத் தமிழுக்குமான இசை வேறுபடும் என்ற இலக்கணத்தைக் கூறுவதாக அமைகிறது. ஊரையின் சிறு பகுதி வருமாறு:

மாயோன் திருமால். பாணி - தேவபாணி . பாணியென்றது பாட்டு. அது முத்தமிழுக்கும் பொது. அஃது இயற்றமிழில் வருங்காற் கொச்சகவொருபோகாய் வரும். இசைத்தமிழில் வருங்கால், முகநிலை கொச்சகம் முரியென்ப ஒரு சாராசிரியர். இனி, நாடகத்தமிழில் வருங்காற் பெருந்தேவ பாணி பலதேவரையும் சிறுதேவபாணி வருணப்பூதரையும் மூவடிமுக்கால் வெண்பாவால் துதிக்கின்றுழி, அவரணியும் தாரும் ஆடையும் நிறனும் கொடியும் துதித்து அவராற் பெறவேண்டு வனவும் துதிக்கப்படும். .... இனி, முற்கூறிய பதினோராடற்கும் முகநிலையாகிய தேவபாணி மாயோன்பாணி.

சிலப்பதிகாரத்தில் கூத்துகள் பற்றிய செய்திகள் வருமிடங்களில் எல்லாம் அவற்றிற்குரிய பண்ணும் பாடலும் தாளமும் ஒருங்கே அமையப் பெற்றதாகவும் குறிப்பிடப்படுகிறது. ஆயினும் அவற்றிற்குரிய பண்களின் பெயர்கள் அடிகளால் குறிப்பிடப்பட வில்லை. ஆனால், ஆய்ச்சியர் குரவையிலும், குன்றக் குரவையிலும் பண்களின் பெயர்களும் இளங்கோ அடிகளாலேயே தரப்பட்டுள்ளன.

ஆய்ச்சியர் குரவை

ஆயர் பாடியில், எரு மன்றத்து,
மாயவனுடன் தம்முன் ஆடிய
வால சரிதை நாடகங்களில்,
வேல் நெடுங் கண் பிஞ்ஞையோடு ஆடிய

குரவை ஆடுதும் யாம்' என்றாள்–
அவர் தாம்
செந்நிலை மண்டிலத்தான், கற்கடகக் கை கோர்த்து,
அந் நிலையே ஆடல் சீர் ஆய்ந்துளார், முன்னைக்
குரல்–கொடி தன் கிளையை நோக்கி, 'பரப்பு உற்ற
கொல்லைப் புனத்துக் குருந்து ஒசித்தான் பாடுதும்,
முல்லைத் தீம் பாணி' என்றாள்.
குரல் மந்தம் ஆக, இளி சமன் ஆக,
வரன்முறையே, துத்தம் வலியா, உரன் இலா
மந்தம் விளரி பிடிப்பாள், அவள் நட்பின்
பின்றையைப் பாட்டு எடுப்பாள்.

இங்கு ஆய்ச்சியர்கள் வால சரிதையை குரவைக் கூத்தாக ஆடும் போது பாடுதும்,

'முல்லைத் தீம் பாணி' என்றாள். அதற்குரிய சுரங்களையும் கூறுகிறாள். 'முல்லைத் தீம் பாணி' என்பது முல்லை நிலத்துக் குரிய திறப் பண் ஆகும். இப் பண்ணுக் குரிய இன்றைய இராகம் மோகனம் ஆகும்.

குன்றக்குரவை

தொண்டகம் தொடுமின்; சிறுபறை தொடுமின்;
கோடு வாய் வைம்மின்; கொடு மணி இயக்குமின்;
குறிஞ்சி பாடுமின்;

இங்கு குறிஞ்சி நிலத்தில் குன்றுப் பகுதியில் குரவைக் கூத்து நிகழ்வதால், அந் நிலத்திற் குரிய இசைக்கருவிகளையும் கூறி குறிஞ்சிப் பண்ணையும் கூறினார். குறிஞ்சிப் பண் என்பது இன்றைய நடபைரவி இராகத்தைக் குறிக்கும். அன்றி அதன் திறமான பைரவி யாகவும் இருக்கக் கூடும்.

எனவே, முல்லை நிலத்தில் முல்லைப் பண்ணும், குறிஞ்சி நிலத்தில் குறிஞ்சிப் பண்ணும் பாடப்பட்டிருப்பதால் அக்காலத்தில் தொல்காப்பியத் திணைக் கோட்பாட்டின் அடிப்படை யிலேயே கூத்தும் பண்ணும் நிகழ்த்தப்பட்டிருக்க வேண்டும் எனும் கருத்தினைப் பெற முடியும்.

நிறைவுரை :

முருகப் பெருமான் வள்ளியை மணம் புரிந்த நிகழ்வைக் கூறும் கதை, வள்ளிக் கூத்து என்ற பெயரில் பண்டைக் காலத்திலிருந்தே நிகழ்த்தப்பட்டிருப்பதற்கான குறிப்புகள் பல பழந்தமிழ் நூல்களில் காணப்படுகின்றன. அக் கூத்து, இன்றளவும் வள்ளி திருமணம் என்னும் இசை நாடகமாக நிகழ்த்தப்பட்டு வருவது கண்கூடு.

சங்கரதாஸ் சுவாமிகளின் வள்ளி திருமணம் நாடகத்தில் தினைப் புனம் காக்கும் வள்ளியை வேடன் உருவில் முருகப் பெருமான் வந்து சந்திக்கும் காட்சியில் 'காயாத கானகத்தே' எனத் தொடங்கும் பாடல் இடம் பெறும். ஒரு நூற்றாண்டாக மக்களின் மனத்தில் நீங்கா இடம் பெற்றுள்ள இப் பாடல் பைரவி இராகத்தில் அமைந்தது. இதனை வேறு பண்ணில் எவரும் பாட மாட்டார்கள். குறிஞ்சி நிலத்திற்குரிய பண்ணே பாடப்படுவது ஈண்டு கவனிக்கத் தக்கது. இவ்வாறே இன்றைய நாட்டார் கூத்துகளாக விளங்கும் இசை நாடகங்களிலும், தெருக்கூத்துகளிலும், பிற கூத்து வகைகளிலும் பாடப்படும் பண்கள் பெரும்பாலும் திணைக் கோட்பாட்டின் அடிப்படையிலேயே இயங்கி வருவதை உணர முடியும். இதனைத் தமிழின் தொன்றுபடு மரபின் தொடர்ச்சி எனக் கொள்ள வாய்ப்புண்டு.

அன்றைய கூத்துகளே இன்று தெருக் கூத்துகள், நாட்டார் கூத்துகள், இசை நாடகங்கள், நாட்டுப்புற ஆட்டங்கள், நாட்டிய நாடகம், கரகாட்டம், ஒயிலாட்டம், பரத நாட்டியம் முதலான பல்வேறு வகைகளில் இன்றையச் சூழல்களுக்கேற்ப தேவையான மாற்றங்களைப் பெற்றுள்ளன. ஏனெனில், உலகில் மாற்றம் என்பது தவிர்க்க முடியாதது; அது மட்டுமே நிரந்தரமானது. எவ்வாறாயினும் நம் பெருமை மிக்க தொன்மையான மரபின் வேர்கள் அறுபடா வண்ணமே, இன்றளவும் நம் கூத்தும், இசையும், பிற கலைகளும் நம் மண் வாசனையுடன் நிகழ்த்தப்பட்டு வருகின்றன என்பதில் எள்ளளவும் ஐயமில்லை.

★ ★ ★

பார்வை நூல்கள்

1. தொல்காப்பியம் பொருளதிகாரம், பேராசிரியம், தமிழ்மண் பதிப்பகம், சென்னை, 2003.

2. தொல்காப்பியம் தெளிவுரை, ச.வே.சுப்பிரமணியன், மணிவாசகர் பதிப்பகம், சென்னை,1998

3. இளங்கோவடிகளருளிச் செய்த சிலப்பதிகார மூலமும் அரும்பதவுரையும் அடியார்க்கு நல்லாருரையும், உ.வே. சாமிநாதையர், தமிழ்ப் பல்கலைக்கழகம், தஞ்சாவூர், 1985.

4. சாத்தனார் அருளிச் செய்த கூத்த நூல், ச.து.சு.யோகியார், மே.வீ.வேணுகோபாலப் பிள்ளை (ப.ஆ.) தமிழ்நாடு சங்கீத நாடக சங்கம், மத்திய சங்கீத நாடக அகாடமி, 1968.

5. நாடகவியல், வி.கோ.சூரியநாராயண சாஸ்திரியார் (பரிதிமாற்கலைஞர்), உலகத் தமிழாராய்ச்சி நிறுவனம், சென்னை, 2004.

6. முனைவர் அரிமளம் சு.பத்மநாபன், தமிழிசையும் இசைத்தமிழும், காவ்யா, சென்னை, 2009.

13. இசை, நாடகத் தமிழ்த் திறனாய்வாளர் அடியார்க்குநல்லார்

வாயில் :

தமிழருக்கென ஓர் இசைமரபு தொல்பழங்காலந்தொட்டு நீண்ட நெடுங்காலமாகத் தனித்தன்மையுடன் விளங்கிவந்ததென்ற உண்மை கி.பி. 1892ஆம் ஆண்டில் உ.வே. சாமிநாதையர் அவர்களால் பதிப்பிக்கப்பட்டு வெளியிடப்பட்ட இளங்கோவடிகளருளிச் செய்த சிலப்பதிகார மூலமும் அரும்பதவுரையும் அடியார்க்குநல்லாருரையும் என்ற நூலின் மூலமாகவே அறியப்படலாயிற்று. மேலும், இயல், இசை, நாடகம் என்னும் மூன்று தமிழ்களுக்கும் தனித்தனியே இலக்கணங்கள் வகுக்கப்பட்டுப் பல நூல்கள் எழுதப் பட்டிருந்தன என்பதும், அவை காலப்போக்கில் பல்வேறு காரணங்களால் அழிந்துபட்டன என்பதும் இந்நூலின் வழி உறுதிப்படுத்தப்பட்டது. தமிழிசையின் தொன்மை, இலக்கணம், வரலாறு, கலைஞர்கள், இசைக் கருவிகள் எனப் பல்வேறு கூறுகளையும் முழுமையாக அறிந்துகொள்ள அடிப்படையாக விளங்குவது சிலப்பதிகாரத்திற்கு அடியார்க்கு நல்லார் எழுதிய உரையேயாகும். சிலப்பதிகார மூலநூலில் மட்டுமின்றித்

தொல்காப்பியத்திலும் சங்க இலக்கியத்திலும் தேவாரத்திலும் பொதிந்து கிடக்கும் பல்வேறு இசைச் செய்திகளையும் அடியார்க்கு நல்லார் உரையின் மூலமே உணர்ந்துகொள்ள முடியும். எனவே, அடியார்க்கு நல்லார் உரையைத் தமிழிலக்கிய வரலாற்றில் ஒரு சிறந்த முன்னோடியாக அமைந்த திறனாய்வாக மட்டுமின்றி இசைத்தமிழுக்கான முதல் திறனாய்வாகவும் விளங்குகின்ற தன்மை மேலைத் திறனாய்வாளர்களின் கோட்பாடுகளை அடிப்படையாகக் கொண்டு இக் கட்டுரையின் மூலம் விவரிக்கப்படுகின்றது.

தமிழில் திறனாய்வு :

தமிழின் முதல் நூலாம் தொல்காப்பியத்திலேயே திறனாய்வு பற்றிய இலக்கணக் குறிப்புகள் காணப்படுகின்றன. தற்காலத்தில் ஏற்றுக்கொள்ளப்பட்டுள்ள திறனாய்வுக் கோட்பாடுகளின் அடிப்படையில் தொல்காப்பிய உரையாசிரியர்களான இளம்பூரணர், நச்சினார்க்கினியர், பேராசிரியர், சேனாவரையர் முதலானோரின் உரைகளையும், அடியார்க்கு நல்லார், பரிமேலழகர் முதலானோரின் உரைகளையும் உற்று நோக்கினால் இவ்வுரையாசிரியர்கள் யாவரும் திறனாய்வாளர்களே என்பதை உணரலாம். மேலும், இவர்கள் இலக்கிய நயத்துடன் திறனாய்வைப் படைத்த முன்னோடிகள் என்பதில் ஐயமில்லை. ஆயினும், திறனாய்வு என்ற வகையில் இவ்வுரைகள் நோக்கப்பட வில்லை என்பதுடன் மேலைநாட்டுத் திறனாய்வாளர்கள் ஏற்படுத்திய கோட்பாடுகளின் செல்வாக்குக் காரணமாகத் தமிழிலக்கிய வரலாற்றில் திறனாய்வு என்ற சொல்லாடல் இருபதாம் நூற்றாண்டின் தொடக்கத்தில்தான் தமிழில் வெகுவாக வழங்கலாயிற்று என்பதையும் ஈண்டு நினைவில் கொள்ளவேண்டும். இன்றளவும் தமிழ்நாட்டு அறிஞர்களுள் ஒரு சாரார் உரையாசிரியர்களின் உரைகளைத் திறனாய்வாக ஏற்றுக் கொள்வதில்லை. மேலைநாட்டுக் கோட்பாடுகளை அடிப்படையாகக் கொண்டு, ஆங்கில இலக்கியப் படைப்புகளின் திறனாய்வுகளோடு நம் உரையாசிரியர்களின் உரைகளை ஒப்புநோக்குவதன் விளைவாகவே இத்தகைய கருத்தியல்

உருவாகின்றது. ஷேக்ஸ்பியரின் நாடகத்திற்கான ஒரு திறனாய்வுடன் சிலப்பதிகார உரையையோ, தொல்காப்பிய உரையையோ ஒப்புநோக்கி முடிவெடுக்க இயலாது. இரண்டு படைப்புகளுக்குமான அடிப்படைகளும் தேவைகளும் வேறுபட்டவை. அதேபோன்று, இரண்டு திறனாய்வாளர் களுக்கான தேவைகளும் மாறுபடுவதுடன் வாசகர்களுக்கான சூழலும் தேவைகளும் வெவ்வேறானவை என்பதையும் கவனத்தில் கொள்ளவேண்டும். இவ்வடிப்படையில், மேலைத் திறனாய்வாளர்களின் ஐந்து கருத்துகளை மட்டும் எடுத்துக்கொண்டு, அவை அடியார்க்குநல்லாரின் உரையில் பலவிடத்தும் பொதிந்து காணப்படுகின்ற பாங்கினை இனிக் காண்போம்.

மேலைத் திறனாய்வுக் கோட்பாடுகள் :

“பொருள்களை வகைப்படுத்திக் காணும்போது ஒவ்வொரு வகைக்கும் உரிய தனிக்கூறுகளைத் துல்லியமாக வேறுபடுத்திக் காண்பது ஓர் அறிஞனுக்குரிய இலக்கணமாகும். இத்தகைய துல்லியமான வேறுபாட்டை அறிந்து கொள்ள இடம் தரும் பொருள்களில் மட்டும் இதனை அறிஞன் மேற்கொள்ளலாம்” என்பார் அரிஸ்டாட்டில் *(Nicomachean ethics).*

திறனாய்வாளனின் தலையாய பணி நூல் விளக்கமே *(Elucidation of a work of art)”* என்பார் டி.எஸ். எலியட்.

ஓர் இலக்கியத்தின் வகையை அடையாளம் கண்டுகொள்ளத் துணை செய்யும் வகையில் செயல்படும் திறனாய்வாளனின் பணி சிறப்புடையதென்று ஃபிரை கூறுவார்.

“தான் போற்றுகின்ற நூலைத் திறனாய்வு செய்து அதன் நிறைகளை வெளிக் கொணர்தலே திறனாய்வாளனின் கடமையென்றும் எதிர்மறைத் திறனாய்வால் எப்பயனும் இல்லை” யென்றும் ஃபிரை, ஹோரஸ், போப் ஆகியோர் கூறுவர்.

“ஒரு திறனாய்வாளரின் துணையின்றி ஒரு வாசகன் ஓரிலக்கியத்தின் உட்பொருளை முழுமையாக உணர்ந்துகொள்ள

இயலாது" என்பார் ஹெலன் கார்டனர்.

அடியார்க்குநல்லார் :

இவருடைய வருணம், சமயம், காலம் ஆகிய இவற்றுள் ஒன்றும் புலப்படவில்லை: ஆனாலும் நச்சினார்க்கினியரால் மறுக்கப்படுவனவற்றுட் சில இவருடைய கொள்கையாக இருத்தல் பற்றி இவரது காலம் நச்சினார்க்கினியருடைய காலத்திற்கு முந்தியதாக இருக்கலாமென்று ஊகிக்கப்படுகின்றது. (1985 உ.வே. சாமிநாதையர் xvii)

இவ்வாசிரியர் பற்றிய குறிப்புகள் எதுவும் கிடைக்க வில்லையாயினும், இவருடைய உரைத்திறன், புதிய உத்திகள், மேற்கோள்கள் ஆகியன பிற ஆசிரியர்களிடமிருந்து பெரிதும் மாறுபட்டு விளங்கும் தன்மைகளை உ.வே.சா. பின்வருமாறு குறிப்பிடுகின்றார்.

"இவர் மற்றை யுரையாசிரியர்கள் போலன்றித் தாம் எடுத்துக்காட்டும் மேற்கோள்கள் இன்ன இன்ன நூல்களின் கண் உள்ளனவென்று சில சில விடத்துப் பதப்பிரயோசனமும் அலங்காரமும் மெய்ப்பாடுகளும் வேறு சில குறிப்புகளும் இவரால் எழுதப்பட்டுள்ளன. இந்நூல் செய்யப்படும் பொழுதிருந்த இசைத்தமிழ், நாடகத்தமிழ் நூல்கள் பலவும் இறந்து போனமையால், இவர் அவ்விசை நாடகப் பகுதிகட்கு இசை நுணுக்கம், இந்திரகாளியம், பஞ்சமரபு, பரதசேனாபதீயம், மதிவாணர் நாடகத்தமிழ்நூல் என்னும் ஐந்து நூல்களையுமே மேற்கோளாகக் கொண்டனர்.

இவருடைய உரைநடை சிற்சில விடத்து எதுகை மோனை முதலியவற்றோடு கூடி இனியசுவை பயந்து செய்யுள் நடையாக அமைந்துள்ளது. மூலத்தில் எவ்விடத்தேனும் திசைச்சொற்கள் வந்திருப்பின் அவற்றைத் தனிதனியே எடுத்துக்காட்டி இன்னசொல் இன்ன நாட்டு வழக்கென்றும் புலப்படுத்துவார்." (மேலது xvii, xviii)

இவரின் காலம் பதினோறாம் நூற்றாண்டு என்பர். (1994 வீ.ப.கா.சுந்தரம் 301)

இனி, அடியார்க்குநல்லாரின் கூற்றின் வழி நின்றே அன்னாருடைய திறனாய்வுப் பண்பினை அறியலாம்.

எழுத்தின் றிறனறிந்தோ வின்சொற் பொருளின்
அழுத்தந் தனிலொன் றறிந்தோ - முழுத்தும்
பழுதற்ற முத்தமிழின் பாடற் குரையின்
றெழுதத் துணிவதே யான் *(1985 உ.வே.சா. 11)*

என்னும் சிலப்பதிகார உரைச்சிறப்புப் பாயிரத்தில் இடம் பெற்றுள்ள இப்பாடலடிகள் ஒரு தேர்ந்த திறனாய்வாளனின் நற்பண்புகளை விளக்குவதுடன் மட்டுமின்றி அப்பெரியாரின் திறனாய்வு நெறிமுறைகளையும் வெளிப்படுத்துவதாக அமைந்துள்ளன.

அடியார்க்குநல்லார் உரையில் திறனாய்வு நெறிமுறைகள் :

சிலப்பதிகாரத்திற்கு உரை செய்த அடியார்க்குநல்லார் அதனை வெறும் பதவுரை யாகவோ பொழிப்புரையாகவோ மட்டும் எழுதவில்லை. மாறாக, மேற்சுட்டியுள்ள மேலை நாட்டுத் திறனாய்வுக் கோட்பாடுகளின் பல்வேறு கூறுகளையும் உள்ளடக்கியதாகவே அவருடைய உரை விளங்குகிறது என்பதைப் பின்வரும் கருத்துரை உறுதிப்படுத்துகிறது.

“அடியார்க்குநல்லாருரை முதலிலிருந்து கானல்வரி நீங்கலாக ஊர்சூழ்வரி முடியவே உள்ளது. மேற்கூறிய அரும்பதவுரையை அது பெரும்பாலுந் தழுவியும், சிறுபான்மை மறுத்தும், சிலவிடத்துப் பதவுரையாயும் சிலவிடத்துப் பொழிப்புரையாயும் எழுதப்பட்டு, சொன்னயம், பொருணயங்களை இனிது புலப்படுத்தி, உரியவிடங்களில் இயற்றமிழ்ப் பகுதியாகிய ஐந்திலக்கணங்களையும், இசைத்தமிழ், நாடகத்தமிழின் பகுதிகளையும் பல நூன்மேற்கோள் முகமாக நன்கு விளக்கும் விசேடவுரையோடு கூடி மிக விரிவாக அமைந்துள்ளது. இவ்வுரையில், இக்காலத்தில் விசேடித்து வழங்காத இசைத்தமிழ் நாடகத்தமிழிலக்கணங்களும் அவற்றிற்குரிய சூத்திரங்களும், பரிபாஷைகளும், இன்னும் வேறு பலவும் நிறைந்திருக்கின்றனவாதலால் இது நூலாராய்ச்சி செய்வோருக்கு மிகவும் பயன்படும்.” *(மேலது x)*

மேலைநாட்டு அறிஞர்கள் திறனாய்வு பற்றிச் சிந்திக்கத் தொடங்குவதற்குப் பல நூறு ஆண்டுகளுக்கு முன்பே எழுதப்பட்டது அடியார்க்குநல்லாருரை என்பதை இங்கு நினைவில்கொள்ள வேண்டும்.

தற்காலத் திறனாய்வின் பல்வேறு கூறுகளும் இவ்வுரையில் விரவிக் கிடப்பதைப் பின்வரும் உரைப் பகுதிகளிலிருந்து உணரலாம்.

எடுத்துக்காட்டுகள்: **பதிகவுரை**

பதிகவுரையில், நானிலப் பெரும்பண்களாகிய முல்லையாழ் (செம்பாலை), குறிஞ்சி யாழ் (படுமலைப்பாலை), மருதயாழ் (கோடிப்பாலை), நெய்தல்யாழ் (விளரிப்பாலை) ஆகியவற்றினை விளக்கும் பொருட்டு தொல்காப்பியத்தை அடிபடையாகக் கொண்டு மிக நீண்டதொரு விளக்கத்தினை அளித்துள்ளார். அதன் ஒரு சிறு பகுதி வருமாறு:

இனி, பொருளாராய்ச்சி எண்வகைய:- அவை திணை, பால், செய்யுள், நிலம், காலம், வழு, வழக்கு, இடமென்பன. அவற்றுள், திணை இரண்டு; ஆவன: அகத்திணை புறத்திணை யென்பன. பால் பதினான்கு; ஆவன: கைக்கிளைமுதல் பெருந்திணை யிறுவாய் ஏழும், வெட்சிமுதல் பாடாண்டிணை இறுவாய் ஏழும். செய்யுள் அறுவகை; ஆவன: வெண்பா, ஆசிரியப்பா, கலிப்பா, வஞ்சிப்பா, பரிபாடற்பா, மருட்பா வென்பன. நிலன் நால்வகை; ஆவன: முல்லை, குறிஞ்சி, மருதம், நெய்தலென்பன. காலம் பன்னிரண்டு; ஆவன: சிறுபொழுதாறும் பெரும் பொழுதாறும். வழுபதினான்கு; ஆவன: அகத்திணை வழுவேழும் புறத்திணை வழுவேழும். வழக்கு இருவகை; ஆவன: நாடகவழக்கும், உலகியல் வழக்கு மென்பன. இடம் இருவகை; ஆவன: வழக்கிடமும், செய்யுளிடமும்.

இனி, இசைநாடகத் தமிழ்நூலது பகுதியும், இவைபோலப் பெரு வழக்கின்றாத லானும் நிலத்தோடும், கலத்தோடும் கண்டத்தோடும் கருவியோடும், நிலையோடும் இயக்கத்தோடும் இருவகை பலவகை விலக்குறுப்புக் கை கால் வட்டணை

பொருள் யோனி விருத்தி சந்தி சுவை சாதி குறிப்பு சத்துவம் அவிநயம் சொல் சொல்வகை வண்ணம் வரி சேத மென்பனவற்றோடும் கதையோடும் பல கூத்துக் கூறுங்கால் உய்த்துணர்வில்லோர்க்குச் செவிச்சுவை பயக்குமாத லானும் ஈண்டு விரியாது விரித்தலைக் கருதிற்று இவ்வுரையெனக் கொள்க. *(மேலது 14-18)*

அரங்கேற்று காதை

அ. **பதினோ ராடலும் பாட்டுங் கொட்டும்** *(14)*

ஆடலென்றது எல்லாக்கூத்துக்களும் . பாடலென்றது -- பண்ணல் முதலிய எல்லாப்

பாட்டுமென்றது அகநாடகங்களுக்கும் புறநாடகங்களுக்கும் உரிய உருக்களு மென்க.

அகநாடகங்களுக்குரிய உருவாவன:- கந்த முதலாகப் பிரபந்தவுரு ஈறாவுள்ள இருபத்தெட்டும். புறநாடகங்களுக்குரிய உருவாவன :- தேவபாணி முதலாக அரங்கொழி செய்யுளீறாக வுள்ள செந்துறை விகற்பங்களெல்லா மென்க.

கொட்டுமென்றது கூத்து விகற்பங்களுக்கு அமைந்த வாச்சியக் கூறுகளு மென்றவாறு.

அவை கீதாங்கம், நிருத்தாங்கம், உபயாங்கமென்பன. அவற்றுள், கீதாங்கம் - கீதத்துக்கு வாசிப்பது; நிருத்தாங்கம் - நிருத்தத்திற்கு வாசிப்பது; உபயாங்கம் இரண்டிற்கும் வாசிப்பது.

ஆ. **ஆடல் பாட லிசையே தமிழே**

பண்ணே பாணி தூக்கே முடமே *(45, 46)*

இவ்விரு அடிகளுக்கும் அடியார்க்குநல்லாரின் உரை வருமாறு :

பாடல் இயல்பும் . இசையென்றது நரப்படைவாலுரைக்கப்பட்ட பதினோராயிரத்துத் தொள்ளாயிரத்துத் தொண்ணூற்றொன்றாகிய ஆதியிசைகளும்.

அவையாவன :-

"உயிருயிர் மெய்யள வுரைத்தவைம் பாலினும்,
உடறமி ழியலிசை யேழுடன் பகுத்து,
மூவேழ் பெய்தந்... ... ... தொண்டு மீண்ட பன்னீ ராயிரம்,
கொண்டன ரியற்றல் கொளைவல்லோர் கடனே"

என்னும் சூத்திரத்தால் உறழ்ந்து கண்டுகொள்க.

தமிழென்றது வடவெழுத்தொரீஇ வந்த எழுத்தானே உறழ்ந்து கட்டப்பட்ட வாக்கியக் கூறுகளும், இயலிசை நாடகமென்று சொல்லப் பட்ட மூவகைத் தமிழ்களும்

பண்ணென்றது நரப்படைவால் நிறந்தோன்றப் பண்ணப் படாநின்ற பண்ணும் பண்ணியற்றிறமும் திறமும் திறத்திறமும்

பாணியென்றது இருவகைத்தாள விகற்பங்களும்

தூக்கென்றது செந்தூக்கு முதலாய ஏழு தூக்குக்களும்

முடமென்றது இவற்றின் குற்றங்களும்

(விரிக்கின் பெருகும் என்பதால் இங்கு உரையின் ஒரு பகுதி மட்டுமே இங்கு தரப்பட்டுள்ளது.)

இப்பகுதியில் பாடல், இசை, பண், பாணி, தூக்கு ஆகிய சொற்களுக்குத் தரப்பட்டுள்ள விளக்கங்களே, இன்றைய இந்திய இசைக்கு அடிப்படையாகவும் மூலமாகவும் விளங்குவது தமிழிசையே என நிறுவுவதற்குத் துணை புரிகின்றன.

கடலாடு காதை

மாயோன் பாணியும் வருணப் பூதர் *(35)*

இதில் பாணி என்ற சொல்லுக்கு ஆசிரியர் தரும் நீண்ட விளக்கம் இசைத்தமிழுக்கும் நாடகத் தமிழுக்குமான இசை வேறுபடும் என்ற இலக்கணத்தைக் கூறுவதாக அமைகிறது.

உரையின் சிறு பகுதி வருமாறு:

மாயோன் திருமால். பாணி - தேவபாணி . பாணியென்றது பாட்டு. அது முத்தமிழுக்கும் பொது. அஃது இயற்றமிழில் வருங்காற் கொச்சகவொருபோகாய் வரும். இசைத்தமிழில்

வருங்கால், முகநிலை கொச்சகம் முரியென்ப ஒரு சாராசிரியர். அன்றி இசைப்பா, இசை யளவுபா வென்னும் இரு பகுதியுள் இஃது இசைப்பாவின் பகுதியென்ப. அது பத்து வகைப்படும் : .... இனி, நாடகத்தமிழில் வருங்காற் பெருந்தேவபாணி பலதேவரையும் சிறுதேவபாணி வருணப்பூதரையும் மூவடிமுக்கால் வெண்பாவால் துதிக்கின்றுழி, அவரணியும் தாரும் ஆடையும் நிறனும் கொடியும் துதித்து அவராற் பெறவேண்டுவனவும் துதிக்கப்படும். .... இனி, முற்கூறிய பதினோராடற்கும் முகநிலையாகிய தேவபாணி மாயோன்பாணி.

ஆய்ச்சியர் குரவை

> **குடமுத லிடமுறை யாக்குர றுத்தம்**
> **கைக்கிளை யுழையிளி விளரி தாரமென**
> **விரிதரு பூங்குழல் வேண்டிய பெயரே.** *(13 : 8 -10)*

இம்மூன்று அடிகளுக்குப் பொருள் கூறும் ஆசிரியர், ஆயப்பாலை, சதுரப்பாலை, திரிகோணப்பாலை, வட்டப்பாலை என நான்கு வகைப் பாலைகளைப் பல்வேறு மேற்கோள்களுடன் விரிவாக விளக்குகின்றார். மேலும், பழந்தமிழிசையில் வழங்கிவந்த பண்ணுப்பெயர்த்தல் பற்றிய இலக்கணத்தையும் விரித்துரைக்கின்றார். இவ்வுரை விளக்கமே சங்க இலக்கியப் பரப்பில் விரவிக் கிடக்கும் இசை குறித்த செய்திகளைப் புரிந்துகொள்ள உறுதுணை புரிவதாகும். இனி, இவ்வடிகளுக்கான ஆசிரியரின் உரையிலிருந்து ஒரு சிறு பகுதியை மட்டும் காண்போம்.

இனி, வட்டப்பாலையிலே நாலுபண்ணும் பிறக்கும்;

> **“தாரத் துழை தோன்றப் பாலையாழ் தண்குரல்**
> **ஒருமுழை தோன்றக் குறிஞ்சியாழ் – நேரே**
> **இளிகுரலிற் றோன்ற மருதயாழ் துத்தம்**
> **இளியிற் பிறக்க நெய்தலியாழ்.”**

இவற்றுள், பாலையாழுள்ளே ஏழுபாலையிசை பிறக்கும்.

> **“குரலிளியிற் பாகத்தை வாங்கியோ ரொன்று**
> **வரையாது தாரத் துழைக்கும்- விரைவின்றி**

எத்தும் விளரி கிளைக்கீக்க வேந்திழையாய்
துத்தங் குரலாகுஞ் சொல்."

இந்நரம்பிற் பாலை பிறக்குமிடத்துக் குரலும் துத்தமும் இளியும் நான்கு மாத்திரை பெறும்; கைக்கிளையும் விளரியும் மூன்று மாத்திரை பெறும்; உழையும் தாரமும் இரண்டு மாத்திரை பெறும்; இவற்றுள் குரல் குரலாய் ஒத்து நின்றது செம்பாலை; இதனிலே குரலிற்பாகத்தையும் இளியிற்பாகத்தையும் வாங்கிக் கைக்கிளை உழை விளரி தாரத்திற்கு ஒரோவொன்றைக் கொண்டு சேர்க்கத் துத்தம் குரலாய் படுமலைப் பாலையாம்; இவ்வாறே திரிக்க இவ்வேழு பெரும்பாலைகளும் பிறக்கும்; பிறக்குங்கால் திரிந்தகுரல் முதலாக ஏழும் பிறக்கும்.

அவை பிறக்குமாறு :- குரல்குரலாயது செம்பாலை; துத்தம் குரலாயது படுமலைப்பாலை: கைக்கிளை குரலாயது செவ்வழிப்பாலை; உழை குரலாயது அரும்பாலை; இளி குரலாயது கோடிப்பாலை; விளரி குரலாயது விளரிப்பாலை: தாரம் குரலாயது மேற்செம்பாலையென வலமுறையே ஏழு பாலையும் கண்டுகொள்க. இதனை வலமுறையென்றாம்; மேற்கே முகமாக இருந்து திரிதலான். கிழக்கே நோக்கியிருக்கின் இடமுறையாமெனக் கொள்க.

சிலப்பதிகாரத்தில் ஒரு தொன்மை வாய்ந்த, முழுமையான, தெளிவான, வளமை மிக்கத் தமிழிசையியல் அடங்கியுள்ளது. குறிப்பாக, அரங்கேற்று காதை, கடலாடு காதை, கானல்வரி, வேனிற்காதை, வேட்டுவவரி, ஆய்ச்சியர் குரவை ஆகிய பகுதிகள் இசை இலக்கணம் பற்றிய குறிப்புகள் நிறைந்து காணப்படுபவை. சிலம்பில் மறைபொருளாகவும் குறிப்பால் உணர்த்தப்பட்டும் பொதிந்து கிடக்கும் இசைச் செய்திகளை அடியார்க்குநல்லார் உரையின்றி முழுமையாக அறிந்துகொள்ள இயலாது என்பதற்கு இவண் சுட்டப்பட்டுள்ள உரைப் பகுதிகளே சான்றுகளாகும்.

நிறைவுரை :

இதுகாறும் கூறியனவற்றால் அடியார்க்குநல்லார் உரையில் மேலைத் திறனாய்வாளர்களின் கீழ்க்காணும் கோட்பாடுகள்

இடம்பெற்றிருக்கும் பாங்கினை ஐயந் திரிபற உணர முடியும்.

★ தனிக் கூறுகளைத் துல்லியமாக வேறுபடுத்திக் காண்பது (அரிஸ்டாட்டில்)

★ நூல் விளக்கம் (டி. எஸ். எலியட்)

★ நூலின் நிறைகளை வெளிக்கொணர்தல் (ஃபிரை, ஹோரஸ், போப்)

★ ஓர் இலக்கியத்தின் வகையை அடையாளம் கண்டுகொள்ளத் துணை செய்தல் (ஃபிரை)

★ "ஒரு திறனாய்வாளரின் துணையின்றி ஓரிலக்கியத்தின் உட்பொருளை முழுமையாக உணர்ந்துகொள்ள இயலாது" (ஹெலன் கார்டனர்)

தமிழ் மரபில் இலக்கியத் திறனாய்வுப் பண்புகள் தொன்றுதொட்டு தழைத்தோங்கி இருந்து வந்துள்ள தன்மையினை வெளிக்கொணரவே இக்கருத்துக்கள் ஈண்டு எடுத்தாளப்பட்டுள்ளன. மேலும், தமிழுக்கான இலக்கியக் கொள்கை, திறனாய்வு நெறிமுறைகள் முதலானவை அக் காலத்திலேயே செறிவாக வரையறுக்கப்பட்டுவிட்ட நிலையில் அவை குறித்த கருத்துகளை மேலை நாட்டு அறிஞர்களிட மிருந்து முனைந்து இரவல் பெற வேண்டிய நிலை தமிழுக்கு இல்லை என்பதையும் அடியார்க்கு நல்லார் உரை உறுதிப் படுத்துகிறது என்பதை வலியுறுத்துவதே இக்கட்டுரையின் நோக்கமாகும்.

கருணாமிர்த சாகரம், யாழ்நூல் தொடங்கி இன்று வரை வெளிவந்துள்ள இசைத்தமிழ் ஆய்வு நூல்களுக் கெல்லாம் அடிப்படையாகவும் மூலமாகவும் விளங்குவது அடியார்க்குநல்லார் உரையே என்ற நிலையிலும், இவ்வுரையின்றி எவராலும் இசைத் தமிழுக்கும் நாடகத் தமிழுக்கும் கருவூலமாகவும் அரும் புதையலாகவும் விளங்கும் சிலப்பதிகாரத்தை முழுமையாகப் புரிந்துகொள்ள இயலாது என்ற அடிப்படையிலும் இசைத்தமிழின் முதல் திறனாய்வாளர்

மட்டுமின்றி முதன்மையானவரும் அடியார்க்கு நல்லாரே என்பது முற்றிலும் உண்மை; வெறும் புகழ்ச்சியில்லை.

★ ★ ★

பார்வை நூல்கள் :

1. உ.வே.சாமிநாதையர், இளங்கோவடிகளருளிச் செய்த சிலப்பதிகார மூலமும் அரும்பதவுரையும் அடியார்க்கு நல்லாருரையும், தமிழ்ப் பல்கலைக்கழகம், தஞ்சாவூர், 1985.
2. வீ.ப.கா. சுந்தரம், தமிழிசைக் கலைக்களஞ்சியம் (தொகுதி-2), பாரதிதாசன் பல்கலைக் கழகம், திருச்சிராப்பள்ளி, 1994.
3. *T.S. Eliot, The Function of Criticism - Selected Essays, Faber and Faber Limited, London,1963*

14. அர்த்தநாரீசர் குறவஞ்சி

முன்னுரை :

குறவஞ்சி என்ற சொல்லுக்குக் குறத்தி அல்லது குறமகள் என்று பொருள். பண்டைக் காலத்தில் 'குறத்திப் பாட்டு' என்று வழங்கப்பட்டுப் பிற்காலத்தில் இலக்கியச் சிறப்புப் பெற்று, 'குறம்' என்றும் **'குறவஞ்சி'** என்றும் பெயர் பெற்றதுடன் பிரபந்த இலக்கிய வகைகளுள் ஒன்றாகவும் இடம் பெற்றது. 17ஆம் நூற்றாண்டில் குமரகுருபரர் இயற்றிய மீனாட்சி அம்மை குறம் இவ்வகையில் மிகவும் சிறப்பு வாய்ந்ததாகும். குறிசொல்லும் குறத்தி மரபிற்கு முன்னோடிகளாக சங்க இலக்கியத்தில் காணப்படும் **'அகவன் மகளிர்'**,(குறுந்தொகை.23.) நாலாயிர திவ்விய பிரபந்தத்தில் வரும் **'கட்டுவிச்சி'** (திருநெடுந்தாண்டகம். 11) ஆகியோரைக் குறிப்பிடலாம். இவர்களும் குறி சொல்லும் பெண்களே ஆவார்.

எனவே, 'வருமுன் உரைத்தல்' ஆகிய 'குறிசொல்லும் மரபு' தமிழ்ப் பண்பாட்டில் மிகவும் தொன்மையான வழக்கம்

என்பது உறுதி. தொடக்க காலத்தில் 'குறம்' என்பது கலம்பகம் பிரபந்தங்கள் என்னும் சிற்றிலக்கியத்தின் பகுதியாக இருந்தது. பிரபந்தங்கள் பெரும்பாலும் இயற்றமிழ் இலக்கியங்களே யாகும். குறத்தின் வளர்ச்சி நிலையாக குறவஞ்சி நாடகங்கள் தோன்றின. ஆகையால், குறவஞ்சியையும் சிற்றிலக்கியமாகவே தமிழ் இலக்கிய வரலாற்று ஆசிரியர்கள் வகைப்படுத்தியுள்ளனர். இந் நூலின் முற்பகுதியில் சுட்டிக்காட்டியிருப்பதைப் போல் இசைத் தமிழ், நாடகத் தமிழ் பற்றிய தெளிவின்மையே இதற்குக் காரணம். தமிழில் குறவஞ்சி தொடர்பான பல நூல்கள் எழுதப்பட்டிருந்தாலும் அவை யாவும் அதனை இயற்றமிழின் சிற்றிலக்கியமாகவே விளக்குகின்றன. எனவே, இதுகுறித்த தெளிவின்மையைப் போக்கி, நாடகத் தமிழ் வகையே என்பதை நிறுவும் நோக்கத்தோடு இக்கட்டுரை எழுதப்பட்டுள்ளது.

நாடகத் தமிழ் இலக்கியம் :

குறவஞ்சி இலக்கியம் யாவும் ஆடல், பாடல்களுடன் கூடிய நாடகங்களாகும். நாட்டிய அரங்குகளில் தொடர்ந்து குறவஞ்சிகள் இடம்பெற்றிருப்பதே இதற்குத் தகுந்த சான்றாகும். மேலும், குறவஞ்சி பாடிய ஆசிரியர்களாலேயே காப்புப் பகுதியில் இவை நாடகம் என்றே குறிக்கப்படுகின்றன. எனவே, குறவஞ்சி இலக்கியங்கள் நாடக வகையைச் சார்ந்து விளங்குவதால் இவற்றை நாடகத் தமிழ் இலக்கியங்கள் என்று பகுப்பதே முறையானதும் பொருத்தமானதும் ஆகும்.

கட்டமைப்பு :

குறவஞ்சிகள், பொதுவாக, இறைவனுடைய பெயர், ஊரின் பெயர், பாட்டுடைத் தலைவனின் பெயர் ஆகியவற்றில் ஏதேனும் ஒன்றின் பெயரிலேயே அமைந்திருக்கின்றன. குறவஞ்சி நாடகங்களில் முக்கியக் கதா பாத்திரமாக விளங்கும் குறத்தியின் பிரவேசத்துடன் தொடங்கும் நாடக நிகழ்வுகள் இறுதி வரை குறத்தியின் மூலமே நகர்த்திச் செல்லப்படுகின்றன. குறத்தி குறி சொல்லுதல் ஒரு முக்கியமான அம்சமாகவே குறவஞ்சியில் இடம்பெறுகின்றது. இவற்றின் அடிப்படையில் குறத்தியின் பெயரை மையமிட்டே இவ்வகை நாடகங்கள் 'குறவஞ்சி'

எனப் பெயரிடப்பட்டிருக்கின்றன. மிகவும் குறைவான வசனங்களுடன் முற்றிலும் இசைப் பாடல்களால் ஆனவை குறவஞ்சி நாடகங்கள். அதன் காரணமாகவே அவை நாடகத் தமிழ் இலக்கியங்களாகின்றன.

அர்த்தநாரீசர் குறவஞ்சி:

'குறவஞ்சி' என்றாலே நம் அனைவருக்கும் நினைவிற்கு வருவது 'குற்றாலக் குறவஞ்சி' தான். ஆனால், தமிழில் பல்வேறு காலகட்டங்களில் நூற்றுக்கும் மேற்பட்ட குறவஞ்சிகள் இயற்றப்பட்டு அவற்றில் 20க்கும் மேற்பட்டவை அச்சில் வெளியாகியுள்ளன. 'குற்றாலக் குறவஞ்சி'யைத் தவிர 'கும்பேசர் குறவஞ்சி', 'சரபேந்திரபூபாலக் குறவஞ்சி', 'அழகர் குறவஞ்சி', 'பெத்தலகேம் குறவஞ்சி' முதலியன பிரபலமாக அறியப்பட்டுள்ளன. இக் குறவஞ்சிகள் பற்றிய நூல்களும் இருக்கின்றன. எனவே, பெரிதும் அறியப்படாத 'அர்த்தநாரீசர் குறவஞ்சி' என்னும் 'திருச்செங்கோட்டுக் குறவஞ்சி ' பற்றிய ஓர் அறிமுகமாக இக்கட்டுரை இங்கு தரப்பட்டுள்ளது.

கொங்கு மண்டலத்தின் தலையாய தலங்களுள் ஒன்றான திருச்செங்கோட்டில் உமையொரு பாகராக மலை மேல் எழுந்தருளியிருக்கும் சிவபெருமானுக்கு 'அர்த்தநாரீசர்' என்று பெயர். பதினேழாம் நூற்றாண்டில் வாழ்ந்ததாகக் கருதப்படும் பூங்கோதை என்னும் பெண்பாற் புலவர் இந்த ஈசர் மீது பக்தி கொண்டு பாடியதே 'அர்த்தநாரீசர் குறவஞ்சி' என்னும் 'திருச்செங்கோட்டுக் குறவஞ்சி'யாகும். குறவஞ்சி நூல்களில் இந்நூல் மட்டுமே பெண்பாற் புலவரால் பாடப்பட்ட தனிச்சிறப்பைப் பெறுகிறது. இந்நூலாசிரியர் அக்காலத்தில் திருச்செங்கோட்டில் பெரும் புகழ்பெற்று விளங்கிய புலவரும், 'தக்கை ராமாயணம்' நூலை இயற்றியவருமான எம்பெருமான் என்பவரை மணந்தவர். எம்பெருமானை, 'பத்தர் பாடி' என்றும் அழைப்பர். மதுரையில் பிறந்த பூங்கோதை, திருமணத்திற்குப் பின் திருச்செங்கோட்டில் கணவருடன் வாழ்ந்ததாகவும் கூறப்படுகிறது. 'கொங்குமண்டல சதகம்' என்னும் நூலின் வாயிலாக மட்டுமே இவர் பற்றிய குறிப்புகள் கிடைக்கின்றன.

ஔவையார், காரைக்கால் அம்மையார் ஆகியோருக்குப் பின் பிரபந்த இலக்கியம் படைத்த ஒரே பெண்பாற்புலவர் பூங்கோதையே ஆவார். தமிழில் பக்தி இலக்கியம் படைத்த காரைக்கால் அம்மையார், ஆண்டாள் நாச்சியார் வரிசையில் வைத்துப் போற்றக் கூடிய தகுதியும் இந் நூலாசிரியர்க்கு உண்டு. ஏனெனில் இப்படைப்பு குறவஞ்சியாக இருப்பினும் அடிப்படையில் பக்தியைப் பேசும் இலக்கியமாகவே விளங்குகிறது.

திருச்செங்கோட்டின் சிறப்புகள்: குன்றுதோறாடும் குமரப் பெருமானின் திருத்தலங்களில் ஒன்றான திருச்செங்கோடு கொங்கேழ் தலங்களில் ஒன்றாகும். அர்த்தநாரீசராக, சிவபெருமான் மலை மேல் கோயில் கொண்டுள்ள தனிச்சிறப்புப் பெற்ற தலமாகும். 48 இலக்கியங்களைப் பெற்றுள்ள ஒரே தலம் இதுவே யாகும். திருக்கொடிமாடச் செங்குன்றூர், கட்செவிக்குன்றம், பணிமலை, தந்திகிரி, நாக பூதரம், புசக பூதரம், நாகாசலம், நாகமலை, கோதயூர் எனப் பல பெயர்கள் இதற்கு உண்டு. கி.பி. 2ஆம் நூற்றாண்டு தொடங்கி இன்றளவும் தேவாரம், பெரியபுராணம், திருப்புகழ், கந்தரலங்காரம், கந்தரனுபூதி ஆகிய பக்தி இலக்கியங்கள் உள்ளிட்ட பல்வேறு நூல்களும் இத் தலம் பற்றிப் போற்றிப் பரவுகின்றன. திருஞான சம்பந்தர் அருளிய முதல் திருமுறையில், 'வெந்த வெண்ணீறு' எனத் தொடங்கும் வியாழக்குறிஞ்சிப் பண்ணில் அமைந்த பதிகம் இத்திருத்தலம் பற்றியதேயாகும். இதன் ஒவ்வொரு பாடலிலும் பொழில் சூழ்ந்த 'கொடிமாடச் செங்குன்றூர்' என்று குறிப்பிடப்பட்டுள்ளது. அர்த்தநாரீசரைத் தொழுவார், அவலம் அறுப்பர் என்றும், தடுமாற்று அறுப்பர் என்றும், வினைப்பற்று அறுப்பர் என்றும் ஞானசம்பந்தர் உரைக்கின்றார். அர்த்தநாரீசர் மூலஸ்தானத் திருவுருவம் சலவைக் கல்லால் ஆனது. திருவடியில் நீரூற்று உள்ளது. அர்த்தநாரீசரிலேயே அம்பாள் இருப்பினும் பாகம் பிரியாள் அம்பிகை என ஒரு தனி சன்னிதியும் உள்ளது.

நாடகக் கதை:

தெய்வ மோகினி என்னும் மோகனாங்கி பவனி வரும் அர்த்தநாரீசர் மீது காதல் கொண்டு அவரையே மணம்புரிந்துகொள்ள ஆசை கொண்டு ஏக்கத்தில் இருக்கிறாள். அவள் துன்பத்தைப் போக்கும் வகையில் அவள் பாங்கி குறி சொல்லும் குறத்தியை அழைத்து வருகிறாள். குறத்தி, மோகினியின் மனத்தில் உள்ளவற்றை யெல்லாம் கூறியதுடன் மூன்று நாட்களில் காதலர் அர்த்தநாரீசர் வந்து மோகினியின் கரம் பிடிப்பார் என்றும் குறி சொல்லி ஏராளமான பரிசுப் பொருட்களைப் பெற்றுச் செல்கிறாள். வெகு நாட்களாகத் தன் மனைவி குறத்தியைத் தேடி அலையும் சிங்கன் அவளை இறுதியில் சந்தித்த பின் இருவரும் மகிழ்ச்சியுடன் வீடு திரும்புகின்றனர். இந் நிகழ்வுகளை உரையிடையிட்ட 95 பாடல்களுடன் மிக அழகாகவும் ஓசை நயத்துடனும் பல்வேறு பாடல் வடிவங்களில் குறவஞ்சி இலக்கியமாகப் படைத்துள்ளார் ஆசிரியர் பூங்கோதை.

சூடிக் கொடுத்தாள் பாடற்கு அடுத்தாள்
ஆயினும் வேலை மாலிரும் சோலை
மலையினும் பழகி நிலைபெறும் அழகர்
அருளினால் இன்சொல் பொருள் எனும் புன்சொல்
நாடகம் தானே பாடினேன் நானே.

என்று நுலாசிரியரே இதனை நாடகம் என்று கூறித் தன் முன்னுரைப் பகுதியை நிறைவு செய்கிறார்.

கதாபாத்திரங்களின் தன்மைகளுக்கேற்பவும் காட்சி அமைப்புகளுக்கு மிகவும் பொருத்தமாகவும் மொழிநடை ஆங்காங்கே மாறுபட்டு விளங்குவது இக்குறவஞ்சியின் இலக்கியச் சிறப்பையும் ஆசிரியரின் மொழித்திறத்தையும் பரந்துபட்ட அறிவையும் பறைசாற்றுகின்றது. இனி, இக் குறவஞ்சியின் இலக்கிய நயத்தைச் சுவைக்கும் முகத்தான் ஒரு சில பாடல்களை மட்டும் காண்போம்.

இந்நூலாசிரியர் பூங்கோதை, தன்னையே கதைத்தலைவி மோகனாங்கியாக வரித்துக்கொண்டு, அர்த்தநாரீசர் மீது தாம் கொண்ட காதலை வெளிப்படுத்துவதுடன் ஈசனையே மணம் செய்து கொள்வதாகவும் குறத்தி வாக்காகப் பதிவு செய்கிறார். மேலும், குறத்தி தன் வாயால் மோகனாங்கியைக் கோதை என்று அழைக்கிறார்.

குறத்தி: மாதே நீ நினைத்தது மனதில் கண்டுகொண்டேன்

. . . .

சோதிடத்தில மிதுனந் தோணுதடி

கோதை இரண்டுடல் ஒன்றாய்க் கூடினோர் அம்மே

மோகனாங்கி : வாடி பெண்ணே. அடையாளம் இரண்டுடல் ஒன்றாய்க் கூடினோர் என்று சொன்னது சரியே. அவருடைய பேரைத் தெரிய விளக்கமாய்ச் சொல்லடி பெண்ணே.

தொடர்ந்து, குறத்தி மோகனாங்கியை இருபத்தேழில் ஒன்றைக் கூறும்படியும் மெய்யுறுப்புகளில் ஒன்றைத் தொடுமாறும் வேண்ட, ஆனால் மோகனாங்கியோ தாம் நினைப்பதைக் குறத்தியையே கண்டு சொல்லும்படி வேண்டுகிறாள். இங்கு மோகனாங்கியின் கூற்று உரைநடையாகவும் குறத்தியின் பதில் மூன்று பாடல்களாகவும் வெளிப்படுகின்றன.

. . . . . மெத்தச்
சாரமாங்க கார்த்திகை தானது கேளாய்
பூருவம் நீ செய்த புண்ணியம் - எங்கும்
பேராம் செங்கோட்டு அர்த்த நாரீசர் அம்மே.

வந்து சேர்வது இன்ன நாள் என்று வசனிப்பேன்
. . . . .
நீ கொங்கை அந்தமாய்த் தொட்டதின் பலனைக் கேள் என்றும்
சிந்தையாய் நாள் மூன்றில் சேருவார் அம்மே.

குறத்தி தெய்வ மோகினியின் கையில் உள்ள ரேகைகளைப் பார்த்துக் குறிசொல்வதை விளக்கும் பாடல்:

இந்த மச்சரேகை கண்டேன் இந்திராணி கையில்
அந்தமாம் தனரேகை தமையந்தி கையில் கண்டேன்
தகமையாம் தானியரேகை பாஞ்சாலி கையில் கண்டென்
செகம் துதிக்கும் பதுமரேகை சீதை கையில் கண்டென்
இந்த நல்ல மச்சரேகை யாலே – மக்கள்
எண்ணும் பதினாறு உளதாய் எடுப்பாய் மேன்மேலே
பூவையே தனரேகைச் சாரம் - தன்னால்
போதவே வந்து சேரும் பொக்கிஷபண் டாரம்
அதிசயமாகும் தானிய ரேகை – சத
மாகும் தானிய ராசிகள் சாகோப சாகை
பதுமரே கைப்பலன் காணும் – அந்தப்
பரமபுருஷன் உந்தன் பதியாக வேணும்

இவ்வாறு குறத்தி குறிசொல்லி முடிக்கும் வேளையில், மோகனாங்கியின் பாங்கி அங்கு வந்து, அர்த்தநாரீசர் தோளில் அணிந்திருந்த அழகிய மாலையைக் கொண்டுவந்து கொடுக்கிறாள். மோகனாங்கி அதனை கையில் வாங்கி அரவணைத்து மகிழ்ந்து குறத்திக்கு ஏராளமான பரிசுப் பொருட்களை வழங்குவதுடன் இக்காட்சி நிறைவடைகிறது. இதனை விவரிக்கும் இப்பாடல் விருத்தமாக அமைகிறது.

விருத்தம்

இங்கு இதெல்லாம் வினவி மகிழ்ந்திருக்கும் வேளை
ஏந்திழையாம் பாங்கி செங்கொட்டு ஈசர்தோளில்
பொங்கமுடன் அணியிதழி மாலை வாங்கிப்
பூவை தெய்வ மோகினிகை கொடுக்க வாங்கிக்
கொங்கையின் மேல் அரவணைத்து இருகண் ஒற்றிக்
கோகனக முகமலர்ந்து குறமான் என்னும்
மங்கை உளம் களித்திடவே அணிகள் வேண்டும்
வரிசை அனேகங்கள் மேன்மேல் வழங்கினாளே.

குறத்தியை, 'குறமான் என்னும் மங்கை' என்று அழகுறக் குறிப்பிடுகிறார்.

இசைத்தமிழிலும், நாடகத் தமிழிலும் இடம்பெறும் விருத்தம் என்னும் பாடல் தாளமின்றிப் பாடப்படுவதாகும். இதனை சுத்தாங்கம் என்றும் குறிப்பிடலாம். சிலப்பதிகார உரையாசிரியர்கள் இருவரும் இப்பாடல் அமைப்பை 'தாளமில் உரு' எனக் குறிப்பிடுகின்றனர். இயற்றமிழின் விருத்தப் பாக்கள் இதனின்று வேறுபட்டவை என்பதை நினைவில்கொள்ள வேண்டும்.

குறமகளுக்கு வழங்கிய **'அணிகள் வேண்டும் வரிசை அனேகங்கள்'** *யாவை என்பதைப் பட்டியலிடுவதாக அமைந்த பாடல் வருமாறு.*

அங்கம் ஓர் உருவாய்ப் பங்குதான் அருளாய்
ஈந்தனர் இடமாய் ஏந்திழைக்கு இடமே
செய்யகோ டீரமும் ஐயகுழல் பாரமும்
செய்பூதல் பார்வையும் கயல்விழிச் சேர்வையும்
நன்குஉழைப் பணியும் மின்குழை அணியும்
குமிழெனும் மூக்கும் அமுதெனும் தூக்கும்
கதையணி கரமும் நிதிவளைக் கரமும்
நவிலுரத்து இடமும் குவிமுலைத் தடமும்
கரியதள் தொடையும் உரியபட்டு இடையும்
பரிபுரத்து அடியும் வருசிலம்பு அடியும்
தங்கமொல்கு ஆகமும் பிங்கலத் தேகமும்
மாட்சியாய் அடுத்துக் காட்சியே கொடுத்த
சங்கரம கேசன் எங்கள்தம் நேசன்

குறவஞ்சிகளில் முக்கியமான கதை மாந்தர்களான கதைத் தலைவி, தோழி அல்லது பாங்கி, குறத்தி, குறவன் வருகையைக் கூறும் பாடல்களுக்குச் சிறப்பான இடம் உண்டு. இறைவன் கதைத் தலைவனாக வரும் குறவஞ்சிகளில் அவர் வருகை பவனி அல்லது உலாவாக அப்பாடல் அமையும்.

அர்த்தநாரீசர் பவனியை வர்ணிக்கும் பாடல் :

பவனி அதலோ வாரார் பாரும் – ஈரேழ்
அவனி புகழும் கோதை அர்த்த நாரீசர்

சித்தர் வித்தியாதர் பாட - ரதத்தில்
தரிசனம் தனைக்கண்டு தேவர் கொண்டாட
பத்தர் முனிவர்க்கு இன்பம் நீடத் - தெய்வப்
பாவையர் எதிர்நின்று பாதத்தில் ஆட (பவனி)

கதைத் தலைவியான தெய்வ மோகினியின் வருகையைத் தெரிவிக்கும் பாடல் :

தெய்வ மோகினி வந்தாளய்யா – ஒய்யாரமாகத்
தெய்வ மோகினி வந்தாளய்யா
செய்ய இதழ் பவள மெய்யில் அழகு ஒழுகு
தையலார் அரசு எனும் மைவளர் விழியாள்
பாவை இடை மெல்லிய நூல் மாத்திரம் – செய்ய
பங்கயம் எனலாம் இரண்டு நேத்திரம்
தேவரம்பைக்கு உண்டானதுஇவள் கோத்திரம் – திருச்
செங்கோட்டு அர்த்த நாரீசர்க்கு உகந்த பாத்திரம் (தெய்வ)

இங்கு ஒரு சில பாடல்களே எடுத்துக்காட்டுகளாகத் தரப்பட்டுள்ளன,

தனிச் சிறப்புகள் :

இக் குறவஞ்சிக்கு என சில தனிச் சிறப்புகள் உள்ளன. முதன்முதலில் ஒரு பெண்பாற் புலவரால் இயற்றப்பட்டது இக் குறவஞ்சி. பொதுவாக கீர்த்தனை நாடகங்கள், இசை நாடகங்கள், குறவஞ்சிகள், தெருக்கூத்து முதலான மரபுவழிப்பட்ட நாடக நூல்களில் எல்லாம் பிரவேச தரு, சம்வாத தரு, வர்ணனை தரு, திபதை என்பன போன்ற தலைப்புகளில் பாடல்கள் இடம்பெறும். 18ஆம் நூற்றாண்டில் தோன்றிய அருணாசலக் கவிராயரின் 'இராம நாடகக் கீர்த்தனைகள்' முதலான பல நாடகங்களிலும் இப் பெயர்களைக் காணலாம். 17ஆம் நூற்றாண்டு முதல் தமிழ் இலக்கியம், இசை, நாட்டியம், நாடகம் என அனைத்து வடிவங்களிலும் தெலுங்கு, மராத்தியக் கலை வடிவங்கள் மிகப் பெரும் தாக்கத்தை ஏற்படுத்தியிருந்தன. மணிப்ரவாளம் என்னும் கலப்பு மொழி நடை பிறந்ததற்கும் இச் செல்வாக்கே காரணம். குறிப்பாக இசை, நாடகம், நாட்டியம் முதலான அரங்கக் கலைகளில் புதிய மாற்றங்கள்

நிகழ்ந்தன, ஆனால் இந்தப் பிற மொழிகளின் தாக்கங்களையோ, செல்வாக்கினையோ அர்த்தநாரீசர் குறவஞ்சியில் பெரிதாக அடையாளம் காண முடியவில்லை. தரு, கீர்த்தனை, திபதை என்பது போன்ற பெயர்கள் ஏதும் இடம்பெறவில்லை. தமிழ் இசையின் பழம் மரபு சார்ந்த பாடல் வகைகளே உள்ளன, மேலும் மணிப்ரவாள நடையும் அரிதாகவே காணப்படும், இவை யாவும் இக் குறவஞ்சியின் தனிச் சிறப்புகள் ஆகும். பிற மொழி, பண்பாட்டுக் கூறுகள் அதிகம் கலக்காதவாறு அமைந்திருப்பதால் மற்ற குறவஞ்சிகளைவிட இது காலத்தால் முந்தையதாக இருக்க வாய்ப்பு உண்டு என்பதே இக் கட்டுரையாளரின் கருத்தாகும்.

முடிவுரை :

பிற குறவஞ்சிகளைப் போல இக் குறவஞ்சி குறித்துப் பெரிதும் பேசப்படவோ எழுதப் படவோ இல்லை. காரணம், சில ஆண்டுகளுக்கு முன்னர் தான் உ.வே சாமிநாதையர் திரட்டி வைத்திருந்த பழைய ஓலைச் சுவடிகளிலிருந்து கிடைத்த இக் குறவஞ்சியின் சுவடிகள் நூலாக்கம் செய்யப்பட்டு, சென்னையில் உள்ள உ.வே. சாமிநாதையர் நூலகத்தின் வெளியீடாகவே வந்தது. அதைப் படித்ததன் பயனாக, சுமார் 15 ஆண்டுகளுக்கு முன் இக் குறவஞ்சியைப் பற்றி சென்னை இராமலிங்கர் பணி மன்றத்தில் முதன்முதலில் ஓர் ஆய்வுச் சொற்பொழிவை நிகழ்த்தி, அதனைத் தொடர்ந்து ‘ஓம் சக்தி’ இதழின் தீபாவளி மலரில் சுருக்கமான ஓர் ஆய்வுக் கட்டுரையையும் எழுதியவர் இக் கட்டுரை ஆசிரியரே(அரிமளம் பத்மநாபன்) ஆவார். அச் சுருக்கமே மேலும், தேவையான சில விளக்கங்களுடன் இந்நூலில் இடம்பெறுகிறது. இது வரை குறவஞ்சி இலக்கியங்கள் பற்றிக் கூறும் நூல்களெல்லாம் ‘குற்றாலக் குறவஞ்சி’யே, இவ் வகையில் முதல் நூல் எனத் தெரிவிக்கின்றன. ஆனால், ‘அர்த்தநாரீசர் குறவஞ்சி’யின் நூல் அமைப்பையும், பாடல்களையும் கண்ணுறும் போது இந்நூலே குறவஞ்சி இலக்கியத்தில் காலத்தால் முந்தையதாக இருக்கலாம் என்பது இக்கட்டுரையாளர் கருத்து. அதற்கான

சில சான்றுகளை இக் கட்டுரையிலேயே காணலாம். இது தொடர்பான ஆய்வுகள் மேற்கொள்ளப்பட வேண்டும் என்ற நோக்கத்திற்காகவே இங்கு இக்கட்டுரை இடம் பெற்றுள்ளது.

(மூல நூல்: 'அர்த்தநாரீசர் குறவஞ்சி' என்னும் 'திருச்செங்கோட்டுக் குறவஞ்சி', ஆசிரியர் பூங்கோதை, உ.வே. சாமிநாதையர் நூலகப் பதிப்பு, கலாக்ஷேத்திரா காலனி, சென்னை.)

★ ★ ★

15. தமிழில் இசை நாடகங்கள்

கீர்த்தனை நாடகங்கள் :

தெருக்கூத்துகளாக நிகழ்த்தப்பட்டு வந்த தமிழ் மரபுவழி நாடகங்கள், இசை நாடகங்களாக உருப்பெற மூலமாக விளங்கியவை கீர்த்தனை நாடகங்கள் ஆகும். 17ஆம் நூற்றாண்டில் சீர்காழியில் வாழ்ந்த, தமிழிசை மும்மணிகளுள் ஒருவரான, முத்துத் தாண்டவர் பல தமிழ்க் கீர்த்தனைகளை இயற்றினார். அவரைத் தொடர்ந்து பலரும் கீர்த்தனைகளைப் படைக்கத் தொடங்கினர். தமிழ் இசை உலகில் கீர்த்தனை என்னும் புதிய இசை உருப்படி வகை 18, 19ஆம் நூற்றாண்டுகளில் பெரும் செல்வாக்குப் பெற்றது. அதன் விளைவாக, தமிழ் நாடக உலகில் பெரும் மாற்றத்தை உருவாக்கிய கீர்த்தனை நாடகங்கள் இக்கால கட்டத்தில் தோன்றின. 19ஆம் நூற்றாண்டின் பிற்பகுதியில் தோன்றிய விலாச நாடகங்கள், இசை நாடகங்கள், 20ஆம் நூற்றாண்டின் தொடக்கத்தில் சங்கரதாஸ் சுவாமிகளின் பாய்ஸ் கம்பெனி சகாப்தம், ஸ்பெஷல் நாடகங்கள் ஆகிய அனைத்திற்கும் தோற்றுவாயாகவும் அடிநாதமாகவும் கீர்த்தனை நாடகங்களே விளங்கின. இவற்றின் செல்வாக்கு தெருக்கூத்துகளிலும் தாக்கத்தை ஏற்படுத்தியது என்பதை மறுக்க இயலாது.

இராம நாடகம் :

சீர்காழி மூவர் என அழைக்கப்படும் தமிழிசை மும்மணிகளுள் ஒருவரான அருணாசலக் கவிராயர் கி.பி.1772இல் திருவரங்கத்தில் **இராம நாடகம்** என்னும் கீர்த்தனை நாடகத்தை அரங்கேற்றினார். கம்ப ராமாயணத்தை அடிப்படையாகக் கொண்டு ஆறு காண்டங்களாகவும் அவற்றிற்குரிய படலங்களுடனும் எழுதப்பட்ட இந்நாடகம் கி.பி.1867இல் முதல் பதிப்பாக அச்சில் வெளிவந்தது. நாடக ஆசிரியர்களுக்கும் கலைஞர்களுக்கும் பல்வேறு இசை உருப்படி வகைகளை அறிமுகப்படுத்தியது இந் நாடகமே யாகும். இதில் மொத்தம் 101 தருக்கள், 127 விருத்தங்கள், 21 திபதைகள் இடம் பெற்றுள்ளன. தருக்களில் பல, ஓரடிக் கீர்த்தனைகள், ஈரடிக் கீர்த்தனைகள் என அமைந்துள்ளன. பாடல்கள் பொது வழக்குச் சொற்களுடன் எளிய நடையில் எழுதப்பட்டுள்ளன. அக்காலத் தமிழில் பெரிதும் இடம்பெற்றிருந்த மணிப்பிரவாளச் சொற்களும் பலவிடங்களில் காணப்படுகின்றன. இந்நாடகத்தில் மிகவும் புகழ்பெற்ற சில பாடல்கள் வருமாறு: **ஏன் பள்ளிகொண்டீரய்யா – ஸ்ரீரங்கநாதா, இராமனுக்கு மன்னன் முடிதரித்தாலே, ஆரோ இவர் ஆரோ – என்ன பேரோ அறியேனே, இராமனைக் கண்ணாரக் கண்டானே - விபீஷணன் கண்டேன் கண்டேன் கண்டேன் - சீதையைக் கண்டேன் ராகவா, சரணம் சரணம் ரகுராமா, காணவேணும் லக்ஷம் கண்கள்** முதலானவை. இப் பாடல்கள் நாடகங்களில் மட்டுமின்றி, இசையரங்குகளிலும் நாட்டிய அரங்குகளிலும் கதாகாலட்சேபங்களிலும் கூட இன்றளவும் இடம்பெற்று வருகின்றன.

இராம நாடகம் படித்து இன்புறும் நோக்கத்திற்காகவே கவிராயரால் இயற்றப்பட்டது. ஆயினும், பிற்காலத்தில் தோன்றிய சம்பூர்ண ராமாயணம், பாதுகா பட்டாபிஷேகம், சீதா கல்யாணம், லங்கா தகனம், விபீஷண சரணாகதி, இந்திரஜித், போன்ற இராமாயண நாடகங்களுக்கெல்லாம் மூலமாக விளங்கியது இந் நாடகமேயாகும். மேலும், இந் நாடகத்தின் பாடல்கள் பலவும் மேற்கூறிய நாடகங்களிலும் இடம்பெற்றன.

நந்தனார் சரித்திரக் கீர்த்தனைகள் :

கி.பி. 1861ஆம் ஆண்டு நவம்பர் திங்கள் 11ஆம் நாள் கோபாலகிருஷ்ண பாரதியார் எழுதிய **'திருநாளைப் போவார் என்னும் நந்தனார் சரித்திரக் கீர்த்தனைகள்'** என்னும் இரண்டாவது கீர்த்தனை நாடகம் தமிழில் முதல் பதிப்பாக வெளிவந்தது. இதனை முதலில் பதிப்பித்தவர் புதுச்சேரி பிரெஞ்சு*(French)* ஆளுகைப் பகுதிக்கு உட்பட்ட காரைக்காலில் ஆட்சியராக இருந்த **சீசே** என்ற பிரெஞ்சுக்காரர் ஆவார். இந் நூலின் மறு பதிப்பு 1862 ஆம் ஆண்டு ஆகஸ்டு திங்களில் வெளிவந்தது.

சேக்கிழார் இயற்றிய **பெரிய புராணத்தில்** இடம்பெற்றுள்ள **திருநாளைப்போவார் சரித்திரத்தை** மூலமாகக்கொண்டு இந்நாடகம் இயற்றப்பட்டது. இந் நாடகத்தில் நந்தன், வேதியர், பெரியகிழவன் ஆகிய பாத்திரங்களே முதன்மையானவை. இறுதியில், நந்தனார் தில்லை வெளியை அடைந்தபின், சிவபெருமான் கட்டளைக்கு இணங்க அவரை முழு மரியாதைகளுடன் தில்லைக்குள் அழைத்துச் செல்லும் காட்சியில் தில்லைவாழ் அந்தணர்கள் தோன்றுவர். **பிறப்பொக்கும் எல்லா உயிர்க்கும்** என்னும் தத்துவத்தை வலுயுறுத்திக் கூறும் வகையிலேயே வேதியர், நந்தன் இடையே நிகழும் தருக்கங்கள் இந் நாடகத்தில் அமைந்துள்ளன. சேரியையும் அதன் சூழலையும் பற்றிய வர்ணனை இந் நூலின் மிக முக்கியமான அம்சமாகும். இந் நாடகம் கோபாலகிருஷ்ண பாரதியாரால் தொடக்கத்தில் கதாகாலட்சேபமாக நிகழ்த்தப்பட்ட போதிலும், சில காலத்திற்குள் **நந்தனார்** என்ற பெயரில் பட்டிதொட்டிகளிலெல்லாம் நாடகமாக நிகழத் தொடங்கி இன்றளவும் நடிக்கப்பட்டு வருகிறது. எனவே, தொடக்க கால நாடகங்களில் இதுவே முதன்மையானதாகக் கொள்ளத் தக்கது. இந்நாடகத்தின் மூலம் தம் காலத்தில் நிலவிய சாதிக் கொடுமை, ஆண்டான் அடிமைநிலை, தீண்டாமை ஆகியவற்றைத் திறம்பட வெளிப்படுத்தியுள்ளார். நந்தனாரின் தூய பக்தியை வெளிப்படுத்தும் அதே நேரத்தில், இறைவனை வழிபடச் சாதி தடையாக நிற்பதையும் விவரிக்கின்றார். உயர் குலப் பிறப்பாலும், சாதியாலும், வேத சாத்திரங்களைக்

கற்பதாலும் ஒருவர் சிறந்தவராகிவிட முடியாது. தூய மனத்துடன் பக்தி செய்பவரே இறைவனுக் கிணையானவர் என்பதை வலியுறுத்துவதாக இந்நாடகத்தை அமைத்திருக்கிறார். இதனை வேதியர் மூலமாகவே வெளிப்படுத்துகிறார். இந்நாடகத்தின் கருப்பொருளும் அதுவே யாகும்.

இசையமைப்பு: இது மிகமிகக் குறைந்த உரைநடையுடன் அமைந்த முழுமையான இசை நாடகமாகும். விநாயகர் துதி முதலானவற்றைத் தொடர்ந்து உபமன்னிய பகவான் பிற முனிவர்(ரிஷி)களுக்கு நந்தனாரின் சரித்திரத்திரத்தை எடுத்துரைப்பதாக நாடகம் தொடங்குகின்றது.

பழன மருங்கணையும் – புலைப்
பாடியது கூரை வீடுதனில்
சுரையோ படர்ந்திருக்கும் ....

இப்பாடல் நொண்டிச் சிந்தில் அமைந்துள்ளது. இப்பாடல் நந்தனார் சரித்திரத்தின் கதைச் சுருக்கமாக அமைகின்றது.

இவ்வாறு தொடங்கும் இந்நாடகத்தில் **124 கீர்த்தனைகள், 17 கண்ணிகள், 13 சிந்துப்பாக்கள், 17 விருத்தப்பாக்கள், 3 நொண்டிச்சிந்துகள், கலிவிருத்தம், கலித்துறை** எனப் பல்வேறு இசைப்பா வகைகள் இடம் பெற்றுள்ளன.

சிறந்த கதாகாலட்சேபக் கலைஞராகிய கோபால கிருஷ்ண பாரதியார் கதை சொல்லும் பாங்கிலேயே இந்நாடகத்தை அமைத்திருக்கிறார். மராட்டியக்கலை வடிவமான கதாகாலட்சேபத்திற்குரிய மராட்டிய இசை வடிவங்களையும் ஆங்காங்கே புகுத்தியுள்ளார். அவையாவன : கட்கா (கடுக்கா), சவாயி, துக்கடா, லாவணி.

எடுத்துக்காட்டுகள் ;

திருப்புன்கூரில் நந்தி விலகி நந்தனார் சிவபெருமானை தெரிசிக்கும் காட்சி.

கடுக்கா

குதித்தார் எக்கலித்தார் உள்ளங்களித்தார் பள்ளுபடித்தார்
கண்ணீர் வடித்தார் பற்களைக் கடித்தார்
ஒருதரந் துடித்தார் இருதரம் நடித்தார்
இப்படி தெரிசனஞ் செய்தாரே நந்தனார்
தெரிசனஞ் செய்தாரே

துக்கடா – ஆதி தாளம்
சட்டமாகச் சந்நிதானங் கண்டு
துடை தட்டினார் பண் பாடினார்
அட்ட மூர்த்தி யொருவர்க்கு மென்று
கூத் தாடினார் கை கொட்டினார்
. . . .

நந்தி மறைத்திருப்பதைக் கண்டு நந்தனார் புலம்புதல்.

சவாயி

சிவலோக நாதன் திருச்சந்நிதானம்
மலையாகிய நந்தி மறைத்திடுதிங்கே
பலகாலஞ் செய்த பாழ் வினை குவிந்து
மலையாகி யிப்படி மறைத்ததோ வென்றார்.

லாவணி – ஆதிதாளம்

நந்தனார் தன் சாதியாரிடம் கூறுதல்.

தில்லை வெளியிலே கலந்து கொண்டாலவர்
திரும்பியும் வருவாரோ. . . . .

(குறிப்பு : இப் பாடலின் வர்ணமெட்டில்தான் பாரதியாரின் **'வீர சுதந்திரம் வேண்டி நின்றால்'** *என்ற பாடல் பாடப்பட்டுள்ளது.)*

இடம்பெற்றுள்ள இராகங்கள் : *கல்யாணி, மோகனம், ஆனந்த பைரவி, முகாரி, பைரவி, மாஞ்சி, வராளி, சாவேரி, செஞ்சுருட்டி, பூர்விகல்யாணி, நவரோஜ் போன்ற ரக்திராகங்களையும் பியாகு (பெஹாக்), ஜோன்புரி போன்ற இந்துஸ்தானி ராகங்களையும் பயன்படுத்தியுள்ளார். இந்துஸ்தானி ராகங்களும் மராட்டிய*

இசைப் பாணியும் தமிழ் நாட்டில் பரவலானதற்கு இந்நாடகமே முக்கியக் காரணமாகும். ஆனந்தக்களிப்பு, சிந்து, நொண்டிச்சிந்து, ஏசல் போன்ற நாட்டுப்புற இசை வடிவங்கள் (கிராமிய மெட்டுகள்) ஆங்காங்கே இடம் பெற்றுள்ளன.

தாளங்கள் : ஆதி, ரூபகம், சாபு, ஏகம், திச்ரலகு எனத் தாளவகைகள் இடம் பெற்றுள்ளன.

பாடல்களில் தருக்கங்களும், இருசொல் அலங்காரங்களும், சிந்துகளும் தனிச்சிறப்புப் பெற்றவை. பக்தி, கோபம், ஏக்கம், துயரம், மகிழ்ச்சி, நகைச்சுவை, அவலம், வியப்பு, அருவருப்பு எனப் பல்வகைச் சுவைகளிலும் பாடல்களும் அவற்றிற்கான இசையமைப்பும் அமைந்துள்ளன.

நாடகத்தில் இடம் பெற்றுள்ள மிகவும் புகழ் வாய்ந்த பாடல்கள் :

1. வழி மறைத்திருக்குதே தோடி ஆதி
2. சற்றே விலகியிரும் பிள்ளாய் பூர்வி கல்யாணி ரூபகம்
3 .நாளைப் போகாமலிருப்பேனோ மாஞ்சி ரூபகம்
4. ஐயே ஒரு சேதி கேளும் நொண்டிச்சிந்து
5. தில்லையம்பலத் தலயொன்றிருக்குதாம் உசேனி ரூபகம்
6. பித்தந் தெளிய மருந்தொன்றிருக்குதாம் செஞ்சுருட்டி ரூபகம்
7. ஐயே மெத்தக்கடினம் புன்னாகவராளி ஆதி
8. வருகலாமோ ஐயா மாஞ்சி ரூபகம்
9. எப்போ வருவாரோ ஜோன்புரி ஆதி
10. வருவாரோ வரம் தருவாரோ சாமா ஆதி

இங்கு குறிப்பிடப்பட்டுள்ள பாடல்கள் சிலவே. அக்காலத்தில் ஏறத்தாழ அனைத்துப் பாடல்களுமே மிகவும் பிரபலமாய் விளங்குகின்றன.

கதாகாலட்சேபம், நாடகம், இசையரங்கு என அனைத்துக் கலை வடிவங்கள் வாயிலாகவும் இந்நாடகப் பாடல்கள்

மக்களிடையே பிரபலமடைந்தன. பிந்நாளில், திரைப்படங்கள் தோன்றிய போதும் இந்நாடகம் திரைப்படமாக வெளிவந்து புகழ்பெற்றது. ஒருமுறை திருமதி கே.பி. சுந்தராம்பாள், நந்தனராகவும் மற்றொருமுறை திரு. எம். எம். தண்டபாணி தேசிகர் நந்தனராகவும் நடிக்க இருமுறை திரைப்படமாகத் தயாரிக்கப்பட்டது. 19ஆம் நூற்றாண்டில் எழுதப்பட்ட இந்நாடகம் இன்றளவும் ஆங்காங்கே நிகழ்த்தப்பட்டும், பாடல்கள் இன்றுவரை இசையரங்குகளில் பாடப்பட்டும் வருவதிலிருந்து இந்நாடகத்தின் இறவாத் தன்மையையும் கோபாலகிருஷ்ண பாரதியின் இறவாப் புகழையும் நாம் உணர முடியும். அன்னாருடைய கீர்த்தனைகளும் பாடல்களும் தமிழிசைக்குக் கிடைத்துள்ள பெருங்கொடையாகும்.

இசையுலகிலும் நாடக உலகிலும் படைப்பு இலக்கியத்திலும் தமிழகத்தில் புரட்சி யை ஏற்படுத்தி, பின்னர் வந்த நாடக ஆசிரியர்களுக்கும், புலவர்களுக்கும் முன்னோடியாகத் திகழ்ந்தது இந் நாடகம். சங்கரதாஸ் சுவாமிகளின் நாடகப் பாடல்கள் சிலவும் மகாகவி பாரதியாரின் தேசியப் பாடல்கள் சிலவும் இந் நாடகப் பாடல்களின் வர்ணமெட்டுகளில் அமைந்து விளங்குவதே இதற்குச் சான்றுகளாகும். நந்தனார் சரித்திரக் கீர்த்தனைகளே தமிழில் வர்ண மெட்டுக்கள் கலாச்சாரம் தொடங்க மூலகாரணமாயின.

எஸ்.ஜி.கிட்டப்பா, கே.பி.சுந்தராம்பாள், மகாராஜபுரம் விஸ்வநாத ஐயர், எம்.எம்.தண்டபாணி தேசிகர், எம்.எம். மாரியப்பா போன்ற மாபெரும் கலைஞர்கள் பாடி நடித்துப் பெரும் செல்வாக்குப் பெற்றுத் திகழ்ந்தது இந் நாடகம்.

இந்த இரண்டு கீர்த்தனை நாடகங்களின் வரவிற்குப் பின் தமிழ் நாடக உலகில் பெரும் மாற்றம் ஏற்பட்டு, புதிய நாடக மரபு ஒன்று தொடங்கியது. இந்த மரபு 19ஆம் நூற்றாண்டின் பிற்பகுதியில் தொடக்கம் பெற்று, 20ஆம் நூற்றாண்டின் முற்பகுதி வரை தமிழகத்தில் மட்டுமின்றி தமிழ் பேசும் மக்கள் வசிக்கும் நாடுகளிலும் கூட மிகுந்த செல்வாக்குச் செலுத்தியது. இக் கால கட்டத்தில் தோன்றிய நாடகங்களே இங்கு தொடக்க

கால நாடகங்கள் என்று குறிப்பிடப்படுகின்றன. இம் மாற்றம் வரலாற்று ஆசிரியர்களால் தமிழ் நாடக வரலாற்றில் நிகழ்ந்த திருப்புமுனை என்றும், மறுமலர்ச்சி என்றும் குறிப்பிடப்படுகிறது. இம்மாற்றத்தின் விளைவாக, தமிழ் நாடக உலகில் எண்ணற்ற நாடகங்களும், நாடக ஆசிரியர்களும், கலைஞர்களும் உருவானதுடன், பல தொழில்முறை நாடகக் குழுக்களும் (கம்பெனிகளும்) தோன்றின. நாடக அரங்கிற்கான முறையான நாடகப் பிரதிகள் இக் காலகட்டத்தில்தான் வரையறுக்கப்பட்டன. ஆட்டங்கள் நிறைந்திருந்த நாடகங்களில் இசை கோலோச்சத் தொடங்கியதும் இதே காலகட்டத்தில் தான்.

விலாச நாடகங்கள் : 19ஆம் நூற்றாண்டின் பிற்பகுதியில் தமிழகத்திற்கு வருகைபுரிந்த மராத்தி, பார்சி நாடகக் குழுக்கள்(கம்பெனிகள்) தாங்கள் நடத்திய நாடகங்களுக்கெல்லாம் **விலாசம்** என்று தலைப்பிட்டிருந்தனர். இவற்றின் செல்வாக்கு காரணமாகவே தமிழ் நாடக ஆசிரியர்களும் தங்கள் நாடகங்களுக்கு விலாசம் என்று பெயரிடத் தொடங்கினர். இத் தொடக்க கால நாடகங்களைப் பொதுவாக, புராண நாடகங்கள், இதிகாச நாடகங்கள், காப்பிய நாடகங்கள், வரலாற்று நாடகங்கள் என நான்கு வகைப்படுத்தலாம். தொடக்கத்தில் இசை நாடகங்கள், விலாச நாடகங்கள் என்ற பெயரில் பல புலவர்களால் இயற்றப்பட்டன. இவைபோன்று அக் காலத்தில் மேலும் சில விலாசங்கள் எழுதப்பட்டிருந்த போதிலும் அவை பற்றிய முழுமையான தகவல்கள் கிடைக்கவில்லை. விலாசங்கள் என்று பெயரிட்டு நாடகங்கள் எழுதப்பட்ட காலத்திலும் அதனைத் தொடர்ந்தும் ஒரே கதைகளை மையமாகக் கொண்டு பல புலவர்களும் நாடகங்கள் என்று தலைப்பிட்டும் எழுதினார்கள். எனவே, விலாசம், நாடகம் என்ற இரண்டுமே ஒரே அமைப்பை உடையவை என்பதும் இரண்டும் முழுமையான இசை நாடகங்கள் என்பதும் கவனத்திற்குரியன வாகும். அக்காலத்தில் செல்வாக்குப் பெற்று விளங்கிய நாடகங்கள் பற்றிப் பார்ப்போம். இவற்றுள் மிகவும் அதிகமாக இடம்பெற்றது அரிச்சந்திர புராணமேயாகும். அவை வருமாறு:

புராண நாடகங்கள் :

அரிச்சந்திர விலாசம் - *பழவேற்காடு இரங்கற்பிள்ளை(1867), பரசுராமக் கவிராயர் (1873), வல்லூர்வேங்கட்ராமஉபாத்யாயர் (1874), திருமலைவாயல்அப்பாவுப் பிள்ளை(1883) ஆகிய புலவர்கள் இயற்றி நாடக நூல்களாக வெளிவந்தன.*

இவற்றுள் **திருமலைவாயல் அப்பாவுப் பிள்ளை** இயற்றிய **சத்தியபாஷா அரிச்சந்திர விலாசம்** நாடகமே தலைசிறந்து விளங்கியதாகத் தெரிகிறது. அரிச்சந்திரபுராண அமைப்பிலேயே காண்டம், படலம் என முறையாகப் பகுக்கப்பட்டு, பல இனிய பாடல்களுடன் கூடியது இந் நாடகம். இதனை பெங்களூர் ஆதி ஹிந்து வினோத சபா மு. சுப்பராய ஆசாரி மிகச் சிறப்பாக நடித்து வந்தார் என்று அறியப்படுகிறது. இந்நாடகப் பாடல்களில் சில பிற அரிச்சந்திர நாடகங்களிலும் ஆங்காங்கே பயன்படுத்தப்பட்டுள்ளன.

பிற அரிச்சந்திர நாடகங்கள் :

அரிச்சந்திரோபாக்கியான நாடக அலங்காரம் - *மு.நரசிம்மையர் (1868)*

அரிச்சந்திர நாடகம் - *வி.வரதராஜுலு நாயுடு (1875), சிவசாமி (1893),*

முத்துகிருஷ்ண உபாத்யாயர் (1893), தண்டாச்சியா பிள்ளை (1895), முத்தழக பாரதி (1900)

நீதி நெறி அரிச்சந்திர நாடகம் - *சங்கிலியா பிள்ளை (1899)*

பிற புராண நாடகங்கள் :

மார்க்கண்டேயர் விலாசம் - *வேங்கடராம உபாத்யாயர் - 1860*

மார்க்கண்ட நாடக அலங்காரம் - *வரதராஜ ஐயர் - 1875*

மார்க்கண்டேய நாடகம் - *கோபாலகிருஷ்ணையர் - 1876*

இரணிய விலாசம் - *அரங்கநாதக் கவிராயர் - 1876*

சாவித்திரி நாடகம் - *பி.ஆர்.கோவிந்தசாமி ராவ் - 1886*

ருக்மாங்கத விலாசம் - *மணவாள ராமானுஜ தாசர் (1871), சுப்பராய முதலியார் (1887), நாராயணசாமிப் பிள்ளை (1895)*

பிரகலாத விலாசம் - *புதுவை அரங்கநாதக் கவிராயர் - 1876*

குசேல விலாசம் - *செங்காடு சேஷாத்திரி ஐயங்கார் - 1876*

திருநயம் கிருஷ்ணபாரதிகள் - 1887

சித்திராங்கத விலாசம் - *பரசுராமக் கவிராயர் - 1874*

சித்திராங்கி விலாசம் - *திருமலைவாயல் அப்பாவுப் பிள்ளை - 1878*

சகுந்தலை விலாசம் - *இராமச்சந்திரக் கவிராயர் 1888*

சிறுத்தொண்ட நாயனார் விலாசம் - *பரசுராமக் கவிராயர், சாம்பசிவப் பிள்ளை, நாராயணசாமி நாயுடு*

திருநீலகண்டநாயனார் விலாசம் -*வேங்கடாசலம் பிள்ளை 1875*

மாணிக்கவாசக சுவாமி விலாசம் - *குப்புசாமி கிராமணியார் - 1868*

நள விலாசம் - *மாமண்டூர் சபாபதி முதலியார்(1872), முத்துசாமிப் பிள்ளை(1888)*

தமயந்தி நாடகம் என்னும் நளச்சக்கரவர்த்தி நாடகம் - *வேலூர் நாராயணசாமிப் பிள்ளை - 1871*

தமயந்தி நாடகம் - *தஞ்சை கிருஷ்ணப் பிள்ளை (1877,1879,1884)*

டி.கிருஷ்ணசாமிப் பிள்ளை (1884)

வள்ளியம்மன் நாடகம் - *நமச்சிவாயப் புலவர் - 1872*

சிவராத்திரி நாடகம் - *வேலாயுதகவி - 1876*

இந்திரசங்கம் கதை - *நாராயணசாமிப் பிள்ளை - 1896*

மகாபாகவத தசமஸ்கந்த நாடகம் - *ஏ. இலட்சுமி அம்மாள் - 1886*

கிருஷ்ண நாடகம் - *வெங்கடராம நாயக்கர் - 1890*

மகாபாரத நாடகங்கள் :

மகாபாரத விலாசம் - *இராமச்சந்திரக் கவிராயர்(1870),*
சரவணப் பண்டிதர்(1881),
பொன்னுசாமி நாயக்கர்(1882).

மகாபாரத நச்சுப் பொய்கை விலாசம் -
வைரக்கல் வேலாயுதப் புலவர்(1880)

தரும நாடகம் *(தருமர் வைகுந்தம் சென்றது)* -
கல்யாணசுப்பிரமணிய ஐயர் - 1888

மகாபாரதம் *(நச்சுப் பொய்கை மட்டும்)* -
வேலூர் நாராயணசாமிப் பிள்ளை - 1890

சயிந்தவ நாடக அல்ங்காரம் -
விக்ரவாண்டி சாலை கிருஷ்ணப் பிள்ளை - 1891

திரௌபதி துகிலுரிதல் - *இரத்தினசபாபதி முதலியார்,*
சுப்பா சாஸ்திரியார் - 1891

தர்மாங்கத விலாசம் - *வீராசாமி உபாத்யாயர் (1896)*

கீசக விலாசம் - *வேலூர் கன்னய்ய நாயுடு(1897)*

சவ்வருண நாடகம் - *பையனூர் வரதராஜ பிள்ளை*

இவற்றுள் **இராமச்சந்திரக் கவிராயர்** *இயற்றிய 'மகாபாரத விலாசம்' கி.பி.1870 முதல் 1889 வரையிலான ஆண்டுகளில் மொத்தம் பன்னிரண்டு பதிப்புகள் வெளிவந்ததாகத் தெரிகிறது. சகுந்தலை விலாசமும் இவரால் இயற்றப்பட்டதே என்பது குறிப்பிடத்தக்கது. இப் புலவர் இராயவல்லூர் எனும் ஊரைச் சேர்ந்தவர் என்றும் கூறப்படுகிறது.*

வைரக்கல் வேலாயுதப் புலவரால் *இயற்றப்பட்ட* **மகாபாரத நச்சுப் பொய்கை விலாசம்** *பஞ்சபாண்டவர்கள் வனவாசம் செய்த காலத்தில் நடந்த ஒரு நிகழ்வை மையமாகக் கொண்டது. பாண்டவர்கள் காட்டில் அலைந்து திரிந்தபோது தங்கள்*

தண்ணீர்த் தாகத்தைப் போக்கிக்கொள்ள அங்கிருந்த நச்சுப் பொய்கைக்கு, தருமபுத்திரன் தவிர, ஏனைய நால்வரும் ஒருவர் பின் ஒருவராக வந்து நீரை அருந்தி அதிலிருந்த நஞ்சால் இறந்துவிடுகின்றனர். இறுதியில் தம்பியரைத் தேடி அங்கு வந்த தருமபுத்திரனுக்கும் அரூபமாக வந்த எமதர்மனுக்கும் இடையே தருக்கம் நடக்கிறது. தருமபுத்திரனின் பதில்களால் மகிழ்ச்சியுற்ற எமன் அவனுடைய தம்பியர் நால்வரையும் மீண்டும் உயிர் பிழைக்கச் செய்வதே இந் நாடகக் கதையாகும்.

சவ்வருண நாடகம் : அஸ்தினாபுரத்தை ஆண்ட பேரரசன் பெயர் சவ்வருணன். அவன் சூரியனின் மகளான தபதியை ஒருதலையாகக் காதலிக்கிறான். அவனுக்காகச் சூரியனிடம் வசிஷ்ட மகாமுனிவர் தூது செல்கிறார். இறுதியில் சவ்வருணன் தபதியை மணக்கிறான். இவர்களுக்கு ஒரு மகன் பிறக்கிறான்; அவன் பெயர் **குரு**. மகாபாரத குரு வம்சத்தின் முதல் மன்னன் இந்த குருவே யாவான். இவன் வழிவந்தவர்களே கௌரவர்கள் ஆவர்.

தொன்ம நாடகங்கள்:

மதுரை வீரன் விலாசம் என்ற நாடகம் **மதுரைக் குட்டி உபாத்யாயர்** என்பவரால் 1870ஆம் ஆண்டிலும், திருத்தாள் தோணிக்குட்டி உபாத்தியாயர் என்பவரால் **'மதுரை வீரன் நாடகம்'** என்ற பெயரில் 1879ஆம் ஆண்டிலும் எழுதப்பட்டதாகத் தெரிகிறது. நாட்டுப்புற வழக்காறுகளும், கதைகளும், தொன்மங்களும், கதைப் பாடல்களுமே இவ்வகை நாடகங்களுக்கு மூலமாக விளங்குகின்றன.

மதுரைப் பகுதியில் திருட்டு, கொள்ளை போன்ற செயல்களில் ஈடுபட்டு மக்களுக்கு துன்பம் விளைவித்து வந்த கள்வரைக் கருவறுத்த மதுரை வீரன் பற்றிய கதை, இவரைத் தொடர்ந்து பல புலவர்களும் இந்நாடகத்தை இசைப் பாடல்களுடன் இயற்றினர். அவற்றுள் **உடுமலை சந்தச் சரபம் முத்துசாமிக் கவிராயர்** பல இனிமையான பாடல்களுடன் இயற்றிய மதுரை வீரன் நாடகம் குறிப்பிடத்தக்கது. டி.கே.எஸ். நாடகக்குழு உள்பட பல்வேறு நாடகக் குழுவினராலும் பலமுறை நடிக்கப்பட்டது.

இந்நாடகம், குறிப்பாகத் தென்மாவட்ட மக்களிடையே மிகுந்த செல்வாக்குடன் விளங்கியது. தாழ்த்தப்பட்ட குலத்தில் பிறந்த வீரன் பொதுமக்களின் நல்வாழ்வுக்காகப் போராடுகிறான். மன்னனின் மகளான பொம்மியையும் ஆடற்கலை அரசியான வெள்ளையம்மாளையும் மணக்கிறான். இறுதியில், சூழ்ச்சியால் மரண தண்டனை வழங்கப்பட்டு, மாறுகை, மாறுகால் வாங்கப்பட்டு இறக்கிறான். அவனுடன் மனைவியர் இருவரும் உயிர் துறக்கின்றனர். ஆயினும், இறுதியில் தேவியர் இருவருடன் தெய்வ உருக் கொண்டு காட்சி தருகிறான். வீரனின் பிறப்பு, இறப்பு குறித்த தொன்மங்களும் நாடகக் கதையில் இடம் பெறுகின்றன. இன்றளவும் நாட்டார் தெய்வ வழிபாட்டில் **மதுரை வீரன் சாமி** முக்கியமான இடத்தைப் பெற்றிருப்பதும், தமிழ்நாட்டில் பல குடும்பத்தினரால் சாதி வேறுபாடின்றி குல தெய்வமாகப் போற்றப்படுவதும் கவனத்திற்குரியது.

காத்தவராயன் நாடகம் : நாட்டுப்புறக் கதைப்பாடலைத் தழுவி பல்வேறு நாடகக் கம்பெனிகளாலும் இந் நாடகம் நிகழ்த்தப்பட்டதை அறியமுடிகிறது. சிறுதெய்வ வழிபாட்டில் முக்கியமாக விளங்கும் காத்தவராயன் கதையும் தொன்மங்களை அடிப்படையாகக் கொண்டு விளங்குவதைக் காணமுடிகிறது. இன்றும் கூட நாட்டார் கோயில்களில் காத்தவராயன் கதை உடுக்கடிப் பாட்டாக நிகழ்த்தப்பட்டு வருகிறது.

இந் நாடகத்தின் தலைமைப் பாத்திரமான காத்தவராயன் பூவுலகில், தாழ்த்தப்பட்ட குலத்தில் பிறந்த தேவகுமாரன். மந்திரம், தந்திரம், இசைக் கலை, வீரம் என எல்லாச் செயல்களிலும் மிகச் சிறந்தவன். தன் உருவத்தை விரும்பும் போதெல்லாம் மாற்றிக் கொள்ளக் கூடிய ஆற்றல் படைத்தவன். இவனுடைய தாய் காளியின் வடிவமான மகமாயி என்னும் மாரி. காத்தவராயன் பன்னிரண்டு வனங்களுக்குச் சென்று பல அற்புதங்களை நிகழ்த்தி, கழுமரம் ஏறி, அதிலிருந்து மீண்டு, நாரத முனிவர் சொற்படி ஆரியமாலா(ஆரியமாலை), உகந்தாயி, கறுப்பாயி ஆகிய மூன்று வேற்று சாதிப் பெண்களை மணக்கிறான். இறுதியில் தம் மனைவியருடன் தெய்வ உருக் கொள்கிறான். இக் கதை பல நாடக ஆசிரியர்களாலும் சில

மாற்றங்களுடன் இயற்றப்பட்டு, நாட்டார் நாடகங்களாக நிகழ்த்தப்பட்டன.

தாழ்ந்த குலத்தில் பிறந்திருந்தாலும் தம் செயல்களால் தெய்வ நிலையை அடைய முடியும் என்ற கருத்தினை வலியுறுத்துவதாக இந் நாடகங்கள் அமைந்துள்ளன. இந்த இரண்டு நாடகங் களையும் வரலாற்று நாடகங்கள் என்றும் கூறுவர்.

வரலாற்று நாடகங்கள் :

தேசிங்கு ராஜன் நாடகம் : கி.பி.1869இல் வீரபத்திர ஐயர் என்பவர் **தேசிங்கு ராஜன் நாடகம்** எழுதி வெளியிட்டார். ஆற்காட்டு நவாபுக்குக் கப்பம் கட்ட மறுத்து, பாதுஷாவை எதிர்த்துப் போரிட்ட செஞ்சியை ஆண்டுவந்த மன்னன் தேசிங்குவின் வரலாற்றைக் கூறும் புகழ் பெற்ற இசை நாடகம். 1879,1881,1883 ஆம் ஆண்டுகளில் இந் நாடகம் மீண்டும் பதிப்பிக்கப்பட்டி ருப்பதிலிருந்து இதன் செல்வாக்கை நன்கு அறிந்துகொள்ள முடியும்.

கட்டபொம்மு துரை நாடகம் : ஆங்கிலேயர்களை எதிர்த்தும் கப்பம் கட்ட மறுத்தும் விடுதலைக்காகப் போராடியதற்காகத் தூக்கிலிடப்பட்ட பாஞ்சாலங் குறிச்சியை ஆண்ட வீரபாண்டிய கட்டபொம்முவின் வீர வரலாறு **கட்டபொம்மு துரை நாடகம்** என்ற பெயரில் நாடகமானது. அப்பகுதியில் வாழ்ந்த நாட்டுப்புற மக்களால் கட்டபொம்முவின் வீர தீரச் செயல்களைப் போற்றும் வகையில் பாடப்பட்டு வந்த பாடல்களை மூலமாகக் கொண்டு இந் நாடகம் 1879இல் முதலில் எழுதப்பட்டு, பின்னர் பல புலவர்களாலும் கட்டபொம்மன் நாடகம் என்ற பெயரில் பல பாடல்களுடன் எழுதப்பட்டது. இந் நாடகத்திற்கான பாடல்கள் சங்கரதாஸ் சுவாமிகளாலும் எழுதப்பட்டுள்ளன. ‘போகாதே போகாதே என் கணவா,’ ‘கரந்த பாலையும் காகம் குடியாது - கட்டபொம்மு துரை பேரு சொன்னால்’ ஆகியவை இந் நாடகத்தில் இடம்பெற்ற புகழ்மிக்க நாட்டுப்புறப் பாடல்களாகும். இந்நாடகத்தின் மூலக்கதை திருநெல்வேலிப் பகுதியில் வழங்கிவந்த வழக்காற்றுகளிலிருந்தும் அப்பகுதியில் பாடப்பட்டுவந்த நாட்டுப்புறப் பாடல்களிலிருந்துமே

பெறப்பட்டது என்று கூறலாம். இக் கதை கட்டபொம்மன் கூத்து என்ற பெயரிலும் நடத்தப்பட்டு வந்திருக்கிறது.

சைவ, சமய நாடகங்கள் :

நந்தனார் சரித்திரம், மார்க்கண்டேயர் விலாசம், மார்க்கண்டேய நாடகம், சிறுத்தொண்ட நாயனார் விலாசம், திருநீலகண்டநாயனார்விலாசம், மாணிக்கவாசக சுவாமி விலாசம், வள்ளியம்மன் நாடகம், சிவராத்திரி நாடகம், இந்திரசங்கம் கதை ஆகியன சைவ சமயத்தைச் சார்ந்த நாடகங்களாகும். 20ஆம் நூற்றாண்டின் தொடக்கத்தில் பெரிய புராணத்தை அடியொற்றிப் பின்வரும் நாடகங்கள் இயற்றப்பட்டன.

மார்க்கண்டேயர் நாடகம் - பம்மல் சம்பந்த முதலியார் - 1911

சிறுத்தொண்டர் நாடகம் - செங்காடு மாசிலாமணிக் கவிராயர் - 1913

திருநாளைப் போவார் நாடகம் - மதுரை கவிராஜ கந்தசாமிப் பிள்ளை - 1924

சண்டேசநாயனார் சரித்திர நாடகம் - கே.எஸ்.கல்யாணசுந்தர முதலியார் - 1927

திருஞானசம்பந்தர் நாடகம் - எஸ்.கே.பார்த்தசாரதி ஐயங்கார் - 1929

வைணவ நாடகங்கள் :

ருக்மாங்கத விலாசம், பிரகலாத விலாசம் , குசேல விலாசம், இரணிய விலாசம், மகாபாகவத தசமஸ்கந்த நாடகம், கிருஷ்ண நாடகம், மகாபாரத விலாசம் ஆகிய நாடகங்கள் வைணவத்தைப் பரப்புவதில் துணை நின்றன. 20ஆம் நூற்றாண்டின் தொடக்கத்தில் பின்வரும் நாடகங்கள் இயற்றப்பட்டன.

தொண்டரடிப்பொடி ஆழ்வார் - சி.ஆர்.சீனிவாசமூர்த்தி - 1924

ஆண்டாள் - டி.எஸ். சோமசுந்தரம் பிள்ளை - 1925

இராமானுஜர் சரித்திர நாடகம் -
எஸ்.கே.பார்த்தசாரதி ஐயங்கார் - 1929

இவற்றுடன் கன்னையாவின் நாடகக் கம்பெனியால் நிகழ்த்தப்பட்ட 'தசாவதாரம்' மக்களிடையே பேராதரவைப் பெற்ற நாடகமாகும்.

இஸ்லாமிய நாடகங்கள் :

இக்காலகட்டத்தில், இஸ்லாமிய மதக் கோட்பாடுகளைப் பரப்பும் வகையில் சாமு தேசத்து மன்னர் அலிபாதுஷாவின் வரலாற்றை **வண்ணக்களஞ்சியப் புலவர்** என்பவரால் **அலிபாதுஷா** என்ற பெயரில் 1870இல் இயற்றப்பட்டது. இந் நாடகம் தொடர்ந்து ஆறு பதிப்புகள் வெளிவந்ததிலிருந்து அனைத்துத் தரப்பு மக்களாலும் விரும்பப்பட்டது தெரிகிறது. பின்னாளில் சங்கரதாஸ் சுவாமிகளாலும் இந் நாடகம் இயற்றப்பட்டது.

மற்றுமொரு குறிப்பிடத் தக்க நாடகம் 1873இல் **முகம்மது இப்ராஹிம் சாயபு** என்பவரால் எழுதப்பட்ட அப்பாஸ் நாடகம் ஆகும்.

கிறித்துவ நாடகங்கள் :

இந் நாடகங்களில் மிகவும் புகழ்பெற்று விளங்கியது **ஞானசௌந்தரி நாடகம்** ஆகும். கி.பி.1889ஆம் ஆண்டு பர்நாந்த் சேவியர் குருஸ் என்பவரால் எழுதப்பட்டது. ஏசுநாதரின் பெருமைகளை விளக்கி, கிறித்துவத்தைப் பரப்பும் நோக்கில் எழுதப்பட்டது. கி.பி.1885 ஆம் ஆண்டு **ஆதாம் ஏவாளின் விலாசம் அல்லது பேரின்ப கலா சிங்காரி** என்ற பெயரில் ஆதாம் ஏவாளின் கதையைக் கூறும் நாடகத்தை யாக்கோபு சாமு என்பவர் இயற்றினார்.

எஸ்தாக்கியரின் புனிதமான வரலாற்றை விளக்கும் 'நூதன் அர்ச்சிய எஸ்தாக்கியர் நாடகம்' 1896ஆம் ஆண்டில் வெளிவந்தது.

கி.பி. 1913ஆம் ஆண்டு சவுரியப்பதாசர் என்பவரால் அர்ச்பிலோ மேனம்மாள் நாடகம் எழுதப்பட்டது. ரோமன் கத்தோலிக்க வகுப்பைச் சார்ந்த பெண் துறவியான பிலோமேனம்மளின் வரலாற்றை விளக்குவதாக அமைந்தது.

ஏறத்தாழ இதே காலகட்டத்தில் சங்கரதாஸ் சுவாமிகளால் **ஞானசௌந்தரி, பிலோமினாள்** ஆகிய இரண்டு கிறித்துவ

நாடகங்கள் தமிழ்ப் பண்பாட்டுப் பின்புலத்தோடு இசை நாடகங்களாக எழுதப்பட்டன.

இந் நாடகங்கள் கிறித்துவ மதக் கோட்பாடுகளைப் பரப்பும் நோக்குடன் நிகழ்த்தப்பட்ட போதிலும் சாதி, மத பேதமின்றி அனைத்துத் தரப்பு மக்களாலும் கண்டு சுவைக்கப்பட்டன.

பௌத்த நாடகம் :

புத்தர் பெருமானின் புகழை விளக்கும் வகையில் **புத்தாவதாரம்** என்ற நாடகத்தை 1918இல் பம்மல் சம்பந்த முதலியார் எழுதினார். கௌதம புத்தரின் வாழ்க்கை வரலாற்றையும் அவருடைய போதனைகளையும் முழுமையாக வெளிப்படுத்தும் வண்ணம் 60க்கும் மேற்பட்ட கதாபாத்திரங்களுடன் சுமார் நான்கு மணி நேரத்திற்கு நடிக்கக் கூடிய வகையில் இந்நாடகம் எழுதப்பட்டது. ஆயினும், 1926ஆம் ஆண்டு தான் பம்மல் சம்பந்த முதலியாரின் சுகுணவிலாச சபையினரால் முதன் முதலாக இந்நாடகம் அன்றைய சென்னை மாகாணத்தின் கவர்னர் முன்னிலையில் அரங்கேற்றப்பட்டது. இந் நூலாசிரியர், தாம் எழுதிய 94 நாடகங்களில் இதனையே மிகச்சிறந்த நாடகம் என்று கருதுவதாகக் கூறுகிறார். (நாடக மேடை நினைவுகள், 1998, பக்.626 - 635)

சமூக நாடகங்கள் :

இதிகாச, புராண நாடகங்களே நிகழ்த்தப்பட்டுவந்த அக்காலத்தில் **டம்பாச்சாரி விலாசம்** என்னும் நாடகத்தைக் **காசிவிஸ்வநாத முதலியார்** என்பவர் 1877இல் எழுதி வெளியிட்டதுடன் தக்க நடிகர்களைக் கொண்டு தாமே அதனை அரங்கேற்றினார். பெண்ணாசையால் பரத்தையர் உறவுகொண்டு தன் செல்வங்கள் அனைத்தையும் சிறு வதிலேயே இழந்து துன்புற்ற ஒரு செல்வந்த இளைஞனின் கதையே இந் நாடகமாகும். கதாநாயகனின் பெயர் டம்பாச்சாரி; கதாநாயகி மதனசுந்தரி; இவர்களுடன் சட்டுவாஜி, பெத்த போய், தாய்க் கிழவி என்ற பாத்திரங்களும் தோன்றுகின்றனர். கதாநாயகன் டம்பாச்சாரி கல்வி யறிவே இல்லாதவன். பல வர்ணமெட்டுகளில் அமைந்த

பாடல்கள் நிறைந்த இந்நாடகம் மிகுந்த நகைச்சுவையுடன் கூடியது. செல்வந்த இளைஞர்களுக்குப் புத்திபுகட்டும் வகையில் சமூகப் பிரக்ஞையோடு இந் நாடகத்தை அரங்கேற்றினார்.

இருபதாம் நூற்றாண்டின் முற்பகுதியில் தமிழ்நாட்டில் இதிகாச, புராண நாடகங்களையே நிகழ்த்தி வந்த பல நாடகக் கம்பெனிகளும் இந்த நாடகத்தையும் அரங்கேற்றின என்பது குறிப்பிடத் தக்கதாகும்.

பன்மொழி அறிஞரும் பாரிஸ்டர் பட்டம் பெற்றவருமான **இராமசாமி ராஜு** என்பவரால் 1877இல் பாடல்கள் வசனத்துடன் எழுதி வெளியிடப்பட்ட நாடகம் **'பிரதாப சந்திர விலாசம்'** ஆகும். அடிப்படையில் டம்பாச்சாரி நாடகக் கதையைப் போலவே இது அமைந்திருந்தாலும், இதன் கதாநாயகன் நன்கு கற்றறிந்தவன் ஆவான். இறுதியில் கதாநாயகன் மனம் திருந்தி நல்லவனாக மாறிவிடுகிறான். நல்ல கீர்த்தனை அமைப்பில் ஓசை நயம் மிக்க பாடல்கள் இடம்பெற்றிருந்தும் இந் நாடகம் பெரிதாக வெற்றிபெறவில்லை என்று தெரிகிறது. ஆயினும், புராண நாடகங்களுக்கு இடையே முதன்முதலாக சமூகம் சார்ந்த கதை ஒன்றினை நாடகமாக்கித் தமிழ் நாடக வரலாற்றில் புதிய திருப்பு முனையை ஏற்படுத்தியதால் இந் நாடகம் முக்கியத்துவம் பெறுகிறது.

நிறைவுரை :

18ஆம் நூற்றாண்டு தொடங்கி 20ஆம் நூற்றாண்டின் முற்பகுதிவரை தமிழ் நாடகங்களில் இசையே முக்கியப் பங்கு வகித்தது; உரையாடல்களும் பாடல்களாகவே அமைந்திருக்கும். குறைந்த அளவிலேயே உரைநடை இடம்பெறும். இந்நிலையில் மாற்றத்தை ஏற்படுத்தும் நோக்கில் பம்மல் சம்பந்த முதலியார் 1891இல் **'சுகுணவிலாச சபா'** என்னும் நாடகக் கம்பெனியைத் தொடங்கினார். இச்சபை மூலம் ஷேக்ஸ்பியர் நாடகங்களைத் தாமே தமிழில் மொழிபெயர்த்து அரங்கேற்றியதுடன், தமிழில் 'மனோகரா' முதலான பல நாடகங்களையும் எழுதி அரங்கேற்றினார். ஆயினும் இவராலும் பாடல்களைத்

தவிர்க்க முடியவில்லை. சங்கரதாஸ் சுவாமிகளிடம் கூட சில பாடல்களைத் தம் நாடகங்களுக்காகப் பெற்றுள்ளார்.

எவ்வாறாயினும் 20ஆம் நூற்றாண்டுத் தொடக்கத்திலிருந்து தமிழ் நாடக மேடைகளில் எண்ணற்ற மாற்றங்கள் ஏற்பட்டு நாடகங்கள் பாடல்களற்ற உரைநடைகளாலான முழு நீள வசன நாடகங்களாக உருப் பெற்றன. ஆனாலும் நம் நாடகங்களில், இசையைப் புறக்கணிக்க முடியாத நிலையில், கருவிகளின் பின்னணி இசை தவிர்க்க முடியாத இடத்தைப் பெற்றுள்ளது. ஆட்டமும் பாட்டமும் நிறைந்த நாடகத் தமிழின் எச்சங்களாக இன்றளவும் தெருக் கூத்தும், நாட்டார் கூத்துகளும், சுவாமிகளின் பாய்ஸ் கம்பெனி மரபு சார்ந்த இசை நாடகங்களுமே பல்வேறு இன்னல்களுடன் விடாது நிகழ்த்தப்பட்டு வருகின்றன.

பார்வை நூல்கள்

1. அரிமளம் சு.பத்மநாபன், சங்கரதாஸ் சுவாமிகளின் சந்தங்கள், புதுச்சேரி, 2002.

2. அரிமளம் சு.பத்மநாபன், தவத்திரு சங்கரதாஸ் சுவாமிகளின் நாடகங்களில் இசைக்கூறுகள், புதுச்சேரி, 2000.

3. அரிமளம் சு.பத்மநாபன், சங்கரதாஸ் சுவாமிகளின் நாடக களஞ்சியம், காவ்யா, சென்னை, 2008.

4. அரிமளம் சு.பத்மநாபன், சங்கரதாஸ் சுவாமிகளின் நாடக இசைக் கருவூலம், காவ்யா, சென்னை, 2017.

5. அருணாசலக் கவிராயர், சங்கீத இராமாயனம் (இராம நாடகம்), எஸ்.டி.ஆர். பதிப்பு, கொச்சி, 1988

6. அழகப்பன். ஆறு, நாடக விருந்து, நாடக நிலயம், சென்னை, 1972

7. அழகப்பன். ஆறு, தமிழ் நாடகம் தோற்றமும் வளர்ச்சியும், அண்ணாமலைப் பல்கலைக் கழகம், 1987

8. கோபாலகிருஷ்ண பாரதியார், திருநாளைப் போவார் எனும் நந்தனார் சரித்திரக் கீர்த்தனை, இரத்தின நாயகர் அண்ட் சன்ஸ் பதிப்பு, சென்னை.

9. சகஸ்ரநாமம். எஸ்.வி., நாடகக் கலையின் வரலாறு, மதுரைப் பல்கலைக்கழகம், மதுரை, 1975.

10. சங்கரதாஸ் சுவாமிகள், தூ.தா., அரிச்சந்திரா மயான காண்டம், கிருஷ்ணப் பிள்ளை. மு. (ப.ஆ.) பி.நா.சி. பிரதர், மதுரை, 1938.

11. சங்கரதாஸ் சுவாமிகள், தூ.தா., ஞானசௌந்தரி, கிருஷ்ணப் பிள்ளை. மு. (ப.ஆ.) மதுரை புக் ஷாப், மதுரை 1939.

12. சண்முகம் ஔவை.தி.க., எனது நாடக வாழ்க்கை, வானதி பதிப்பகம், சென்னை,1986 (மூன்றாம் பதிப்பு)

13. சம்பந்த முதலியார், பம்மல், நாடகமேடை நினைவுகள், உலகத் தமிழாராய்ச்சி நிறுவனம்,சென்னை, 1998.

14. சம்பந்த முதலியார், பம்மல், பம்மல் சம்பந்த முதலியாரின் உரைநடை நூல்கள் (பகுதி 2), உலகத் தமிழாராய்ச்சி நிறுவனம்,சென்னை, 1998.

15. துரைக்கண்ணன். நாரண, தமிழில் நாடகம், வானதி பதிப்பகம், சென்னை, 1976.

16. புத்தனேரி ரா.சுப்பிரமனியம், பாட்டும் கூத்தும், மதுரைப் பல்கலைக்கழகம், மதுரை, 1977.

17. பெருமாள். ஏ.என். தமிழ் நாடகம் ஓர் ஆய்வு, தமிழ்ப் பதிப்பகம், சென்னை, 1979.

16. சந்தமார் சங்கரதாஸ் சுவாமிகள்

சுந்தரராவ் முதலாகத் துலங்கனந்தன் வரை வகுத்துச் சொல்லுங்காலை
எந்தநாட கத்தலைவர் நீயின்றி நடனவரங் கேறிநின்றார்
அந்தமார்க் கண்டனுக்கன் றரனளித்த வரமுனக்கீண் டருமையாச்சே
சந்தமார் சங்கரதாஸ் சாமிநினை யாங்காணுந் தருணமென்றே.

என்று மதுரை தமிழ்ச்சங்க வித்வான் நா. கிருஷ்ணசாமி நாயுடு 'சதி அனுசூயா' நாடகப் பதிப்பிற்கு 1926–ஆம் ஆண்டு எழுதிய முகவுரையில் மேற் காணும் இரங்கற்பாவினை வெளியிட்டுள்ளார். மேலும், நாயுடு அவர்கள் சுவாமிகளைப் போற்றி இவ்வாறு குறிப்பிடுகிறார்:

"தெற்றெனக் கூறில் ஆங்கில நாட்டுக்கு ஷேக்ஸ்பியரும் தமிழ்நாட்டுக்கு இவருந்தான் நாடகாசிரியரில் மகிமை பெற்றவர்கள் என உபமானித்துக் கூறலாம். இவர் சங்க நூல் பலவற்றினும் நன்கு பழகியவராயது பற்றி இவரது வாக்கின் போக்குகள் சொல்நயம், பொருள்நயம் பெற்ற மோனை, எதுகை முதலியன இவர் தேடியலையாது அவை தாமாகவே இவரைத் தேடி வந்திடம் பெற்று மிளிர்கின்ற இனிமை மிகவும் வாய்ந்தன வென்பது கூறாமலே அமையும்".

தமிழ் நாடக வரலாற்றை உற்று நோக்கும்போது தவத்திரு சங்கரதாஸ் சுவாமிகள் நாடக உலகில் அடியெடுத்து வைத்தது முதல் அவ்வரலாற்றின் ஒரு புதிய, செழுமையான பகுதி தொடக்கம் பெறுவதை உணர முடியும். இதன் காரணமாகவே 'தமிழ் நாடகத் தந்தை', 'நாடகத் தலைமை ஆசிரியர்', 'நாடக மறுமலர்ச்சியாளர்', 'நாடகத் தலைமகன்', 'நாடக விடிவெள்ளி', 'நாடக இமயம்' என்றெல்லாம் சுவாமிகள் வரலாற்றில் போற்றப்படுகிறார்.

தமிழ் நாடக வரலாற்றில் நவீனத்துவம் (Modernism) என்பதை நாடகத்தின் அனைத்துக் கூறுகளிலும் முயற்சி செய்தவராக சுவாமிகள் திகழ்கிறார். நவீனத்துவம் என்பது ஒவ்வொரு கால இடைவெளியிலும் மாற்றம் அடைந்து பழமையாகி, மீண்டும் புதிய நவினத்துவம் உருவெடுக்கும் என்பதை இங்கு உணர்ந்து கொள்ள வேண்டும். 19ஆம் நூற்றாண்டின் இறுதியில் நிலவிவந்த தமிழ் நாடகச் சூழலில் மரபு வழி நின்று பல புதுமைகளை அறிமுகப்படுத்தியவராக சுவாமிகள் விளங்குகின்றார்.

"1891-ஆம் ஆண்டின் ஆரம்பத்தில் தமிழ் நாடகமேடைக்குப் புதிய திருப்பம் உதயமாயிற்று. தவத்திரு சங்கரதாஸ் சுவாமிகள் என்னும் பெரியார் நாடக உலகிற்குள் அடியெடுத்து வைத்தார்" என்னும் புகழ் பெற்ற நாடக, திரைப்பட நடிகரான எஸ்.வி. சகஸ்ரநாமத்தின் கருத்து இங்கு நினைவுகூரத் தக்கது.

இயல். இசை. நாடகம் எனும் முத்தமிழிலும் மிகப்பெரும் புலமை பெற்று விளங்கிய சங்கரதாசர் தம் இயற்புலமை, இசைப்புலமை இரண்டையும் தமது நாடகப் படைப்புகளிலும், தனிப்பாடல்களிலும் மிக அழுத்தமாகப் பதிவு செய்துள்ளார். இதன் காரணமாகவே இன்றளவும் தமது நாடகங்கள் மூலம் தமிழ்ச் சமூகத்தில் இறவாப் புகழுடன் வாழ்ந்து கொண்டிருக்கிறார். அவர் தமது காலத்தில் சீரழிந்து சிறப்பும் இழந்திருந்த தமிழ் நாடகத்தை உயிர்ப்பித்ததுடன், நாடகமேடைகள் மூலம் தமிழிசையையும் அழியாமல் காத்தார் என்பதும் கவனிக்கத்தக்கதாகும். தமிழிசை, தமிழ் இலக்கிய வரலாறுகளில் சுவாமிகளுக்குக் குறிப்பிடத்தக்க இடமுண்டு

என்னும் மறுக்க முடியாத உண்மையைப் பதிவு செய்ய வேண்டியது நம் கடமையாகும்.

உலக நாடக வரலாற்றில் நாடக மேதைகளாகக் கருதப்படும் மகாகவி காளிதாசருடனும் ஷேக்ஸ்பியருடனும் ஒப்பு நோக்கத்தக்கவர் தமிழ்நாட்டின் சங்கரதாசர். தமிழ் மண்ணின் மரபுவழிப்பட்ட நாட்டார் நாடகமெனத் தெருக்கூத்து பெரும்பான்மை மக்களின் அரங்காக விளங்கியதால் அதன் கூறுகளை சுவாமிகள் பெற்று அதன் அடுத்தகட்ட வளர்ச்சியாகத் தம் நாடகங்களை உருவாக்கினார். மிகுந்த இலக்கியத் தரமும் இசை வளமும் நிறைந்த தமிழ் நாடக மரபின் அடையாளங்களாக இன்றளவும் திகழ்ந்துவரும் நாடகங்களைப் படைத்த பெரும் புலவரான சங்கரதாசரை வெளியுலகிற்கு அறிமுகப்படுத்த வேண்டிய கடமை நமக்கு உள்ளது. தமிழ் நாடக மரபின் வழித் தோன்றலாக மட்டுமின்றி தமிழ் மொழியின் தனிச்சிறப்பான சந்தமரபின் தொடர்ச்சியாகவும் விளங்கியவர் சுவாமிகள்.

பிறப்பும் வளர்ப்பும் :

தமிழ் மொழியின் கலை இலக்கிய வரலாற்றிலும் விடுதலைப் போராட்ட வரலாற்றிலும் நீங்கா இடம் பெற்றுத் திகழும் தென்பாண்டி மண்டலத்தின் தூத்துக்குடிக்கு அருகாமையில் உள்ள காட்டுநாயக்கன்பட்டி எனும் சிற்றூரில் கி.பி. 1867-ஆம் ஆண்டு செப்டம்பர் திங்கள் 7-ஆம் நாள் சங்கரதாஸ் பிறந்தார். இயற்பெயர் சங்கரன் என்பதாகும். தந்தையார் பெயர் தாமோதரத்தேவர். தாயார் பெயர் பேச்சி அம்மாள்.

தூத்துக்குடி உப்புப் பண்டக சாலை ஒன்றில் கணக்கராகப் பணிபுரிந்து வந்த இவரது தந்தை தமிழ்ப் புலமை மிக்கவர். மேலும் 'இராமாயணப் புலவர்' எனும் சிறப்புப் பெயரும் பெற்றவர். சங்கரதாசர் தமது தொடக்கக் கல்வியை தந்தையாரிடமே பெற்றார். பின்னர் அக்காலத்தில் 'புலவரேறு' என அறிஞர்களால் போற்றப்பட்டவரும், வண்ணப்பாவிற்கு இலக்கணம் படைத்தவருமான 'வண்ணச் சரபம்' பழநி தண்டபாணி சுவாமிகளிடம் பாடம் கேட்டுத் தமிழில் பெரும் புலமை பெற்றார். சுவாமிகளின் சந்தப்புலமைக்கு வித்திட்டவர்

தண்டபாணி சுவாமிகளே எனலாம். 'சுவாமிகள் தாம் இயற்றிய 'பழனித் தண்டபாணிப் பதிகத்தின் 'ஞானப்பழத்தைப் பிழிந்து' எனத் தொடங்கும் புகழ் பெற்ற நான்காவது பாடலில்,

"ஆசானப்ப னன்னையா மென்னவு மெண்ணினேன்
தருவையருள் பழனிமலையில்
சந்ததம் குடிகொண்ட சங்கரன் கும்பிடும்
தண்டபாணித் தெய்வமே"

என்று குறிப்பிடுகிறார். 'சங்கரன்' என்பது சிவபெருமானையும் சங்கரதாஸையும் குறிக்கும்; 'தண்டபாணி' என்பது சிவபெருமானால் வணங்கப்பட்ட பழநி முருகனையும். சங்கரதாஸ் சுவாமிகளால் வணங்கப்பட்ட அவரது ஆசான் பழநி தண்டபாணி சுவாமிகளையும் குறிக்கும் வகையில் இருபொருள்பட இவ்வரிகள் அமைந்து, சுவாமிகளின் இலக்கியப் புலமைக்குச் சிறந்த சான்றாக விளங்குகின்றன. தமது பதினாறாவது அகவையிலேயே வெண்பா, கலித்துறை, இசைப்பாடல்கள் ஆகியனவற்றைப் படைக்கும் ஆற்றலைப் பெற்றிருந்தார் சுவாமிகள்.

நாடகப் பணி :

தந்தையைப் போன்றே சுவாமிகளும் உப்புப் பண்டகசாலை ஒன்றில் கணக்கராக வாழ்க்கையைத் தொடங்கினார். இயற்கையிலேயே விளைந்திருந்த கலைத் திறனாலும், தமிழப் புலமையாலும் கணக்கர் பணியைத் தொடர மனமின்றித் தமது இருபத்து நான்காம் அகவையில் நாடகத்துறைக்குள் அடியெடுத்து வைத்தார். சுவாமிகள் நாடக உலகிற்குள் புகுந்த 1891-ஆம் ஆண்டு தமிழ் நாடக வரலாற்றறிஞர்கள் பலராலும் மிகவும் உன்னதமாகக் குறிப்பிடப்பட்டுள்ளது. தமிழ் நாடகத்தின் ஒரு விடியலாக இந்நிகழ்ச்சியைக் குறிப்பிடுவர்.

அக் காலத்தில் புகழ் பெற்று விளங்கிய இராமுடு அய்யர், கல்யாணராமய்யர் ஆகிய இரு பெரும் நாடகக் கலைஞர்கள் நடத்திவந்த நாடக சபையில் முதன்முதலில் சுவாமிகள் நடிகராகச் சேர்ந்தார். இரணியன், இராவணன், எமதர்மன், சனீஸ்வரன்

போன்ற வேடங்களில் நடித்துப் பெரும் புகழ்பெற்றார். சிறிது காலத்தில் தமது பெரும் புலமையாலும் திறமையாலும் நாடக ஆசிரியராக உயர்ந்தார். பின்னர், சாமி நாயுடு என்பாரின் நாடக சபையில் ஆசிரியராகப் பணிபுரிந்ததுடன் நாடகங்களில் சூத்திரதாரியாகவும் நடித்துப் புகழ் பெற்றார்.

மான்பூண்டியாபிள்ளையின் தொடர்பு :

நாடகப் பணியிலும் வாழ்விலும் வெறுப்புற்று, துறவுக்கோலம் பூண்டு, தலயாத்திரை மேற்கொண்டார். இதன் காரணமாக அன்று முதல் சங்கரதாஸ் சுவாமிகள் என்றே அழைக்கப்பட்டு இன்றுவரை தமிழ் உலகில் சுவாமிகள் என்ற பெயராலேயே வழங்கப்பட்டு வருகிறார். தல யாத்திரையின் இறுதியில் புதுக்கோட்டைக்கு வந்து தாள மாமேதையான மான்பூண்டியாபிள்ளை அவர்களைச் சந்தித்தார். இச்சந்திப்பு சுவாமிகளின் வாழ்க்கைக்கும் தமிழ் நாடக உலகிற்கும் ஒரு திருப்புமுனையாக அமைந்தது.

கஞ்சிராவில் மட்டும் மேதையன்று மான்பூண்டியா பிள்ளை. வண்ணம் பாடுவதில் வல்லவர். சரமாரியாகச் சந்தம் பொழிவார். இவரிடம் சுவாமிகள் சந்தக் குழிப்புகளிலே காணப்படும் தாள வகைகளையும் நுணுக்கங்களையும் கற்றுக்கொண்டார். சுவாமிகளின் தத்துவ அறிவைக் கண்டு மான்பூண்டியாபிள்ளை அவரை மகன்மை கொண்டார். சுவாமிகளைச் சந்தங்கள் பாடச் சொல்லிக் கஞ்சிரா மாமேதை தாமே வாசித்துக் களிப்பார். சுவாமிகளுடைய நாடகப் பாடல்களில் சந்தங்களும் வண்ணங்களும் பின்னிப் பிணைந்துள்ளமைக்குப் பிள்ளையவர்களிடம் பெற்ற பயிற்சியே காரணமெனக் கருத வாய்ப்புண்டு. சில ஆண்டுகளுக்குப் பின்னர் மான்பூண்டியா பிள்ளையவர்களின் வற்புறுத்தலுக்கிணங்கவே சுவாமிகள் மீண்டும் நாடகப் பணிக்கு வந்தார் என்பார் ஔவை தி.க. சண்முகம்.

மீண்டும் நாடகப் பணி :

சில ஆண்டுகளுக்குப் பின் மீண்டும் நாடகப் பணிக்குத் திரும்பிய சுவாமிகள் அல்லி பரமேஸ்வரய்யர், வள்ளி வைத்தியநாதய்யர் ஆகியோர் நடத்தி வந்த நாடக சபைகளிலும், பின்னர், அந்நாளில் புகழ்பெற்ற கலைஞரான பி.எஸ். வேலுநாயரின் 'சண்முகானந்த சபை' யிலும் நாடக ஆசிரியராக விளங்கினார்.

பின்னர் 1910-ஆம் ஆண்டில் 'சமரச சன்மார்க்க நாடக சபை' எனும் பெயரில் தாமே சொந்தமாகத் துவக்கி சில ஆண்டுகள் நடத்தினார். இச் சபையில் தான் தமிழ் நாடக மேடையின் பேரரசன் எஸ்.ஜி. கிட்டப்பாவும் அவருடைய சகோதரர்களும் பயிற்சி பெற்றுச் சிறந்தனர். மதுரை மாரியப்ப சுவாமிகளும் இங்குதான் பயிற்சி பெற்றார்.

பாலர் நாடகசபை (பாய்ஸ் கம்பெனி) சகாப்தம் :

"தமிழ் நாடக மேடையில் 1916-ஆம் ஆண்டளவில் மற்றும் ஒரு புரட்சி ஏற்பட்டது." புகழ்பெற்ற பெரும் கலைஞர்கள் கட்டுப்பாடின்றியும், தரங்கெட்ட முறையில் பேசவும், வரம்பில்லாமல் பாடவும் தொடங்கினார்கள். நாடகக் கலைஞர்களிடையே ஒழுக்கத்தையும் சுயக்கட்டுப்பாட்டையும் ஏற்படுத்தி நாடகக் கலையைச் சீரழிவிலிருந்து மீட்பதற்காக சுவாமிகள் சிறுவர்களைக் கொண்ட நாடகக் குழுவினை உருவாக்கும் முயற்சியில் ஈடுபட்டார். இதன் விளைவாகத் தொடங்கப்பட்ட ஜெகந்நாத அய்யர் என்பாரின் **'பால மீனரஞ்சனி சங்கீத சபை'** என்னும் சிறுவர் நாடகக் குழுவில் தாமே ஆசிரியரானார். தமிழ் நாடக வரலாற்றில் ஒரு புரட்சியையும் மறுமலர்ச்சியையும் ஏற்படுத்திய 'பாய்ஸ் கம்பெனி சகாப்தம்' அன்று முதல் தொடங்கியது.

1918-ஆம் ஆண்டு மதுரையில் 'ஸ்ரீ தத்துவ மீனலோசனி வித்துவ பால சபா' என்ற சிறுவர் நாடகக் குழுவைத் தாமே தொடங்கினார். இக்குழுவில் ஔவை தி.க. சண்முகம் சகோதரர்கள் நால்வரும் சேர்ந்து பயிற்சி பெற்றனர்.

சுவாமிகள் காலத்தில் பல நாடக ஆசிரியர்கள் நாடகங்களைப்

படைத்திருப்பினும் சுவாமிகளின் நாடகங்கள் மட்டுமே இன்று வரை தமிழ்நாட்டின் தென்பகுதியிலும், வட பகுதியில் சில மாவட்டங்களிலும் நிகழ்த்தப்பட்டு வருகின்றன.

வள்ளி திருமணம், பவளக்கொடி, சத்தியவான் சாவித்திரி, கோவலன், பிரகலாதன், ஞான சௌந்தரி, நல்லதங்காள், மயானகாண்டம், அல்லி சரித்திரம், அபிமன்யு சுந்தரி ஆகிய சுவாமிகளின் நாடகங்கள் இன்றளவும் தமிழகத்தின் நூற்றுக்கணக்கான சிற்றூர் புறங்களில் சுவாமிகளின் மரபில் வந்த பல்வேறு இசை நாடகச் சங்கத்தினரால் நிகழ்த்தப்பட்டு வருகின்றன. இந் நாடகங்கள் யாவும் இரவு பத்து மணிக்கு மேல் தொடங்கி விடியும் வரை நிகழ்த்தப் பெறுவன ஆகும். கால மாற்றத்தின் சூழலால் திரைப்படப் பாடல்கள் ஆங்காங்கே புகுந்திருப்பினும் சுவாமிகளின் நாடகப் பிரதியில் பெரும் மாற்றங்கள் இல்லாமலும் சுவாமிகளின் முக்கியமான பாடல்களும் உரையாடல்களும் பயன்படுத்தப்படுகின்றன.

நாடகப் படைப்புகள் மட்டுமின்றி 'பழனி தண்டபாணிப் பதிகம்' மற்றும் பல தனிப் பாடல்களையும் சந்தத் தமிழில் புனைந்துள்ளார் சுவாமிகள். இசையரங்குகளில் பாடத்தக்க கீர்த்தனைகளையும் இயற்றியுள்ளார். இவற்றில் ஒருசில மட்டுமே கிடைத்துள்ளன.

இவை தவிர பம்மல் சம்பந்த முதலியாரின் 'மனோகரா' நாடகத்திற்கும் ஏகை சிவசண்முகம்பிள்ளை, முத்துசாமிக் கவிராயர் ஆகியோரின் நாடகங்களுக்கும் சுவாமிகள் பாடல்களை எழுதியிருக்கிறார்.

"அக்காலத்து நாடகக் கம்பெனிகளில் பணிபுரிந்த கலைஞர்கள் பலரும் சுவாமிகளின் மாணவர்களே" என்று தி.க. சண்முகம் பரவலாகத் தம் நூல்களில் குறிப்பிட்டுள்ளார். அத்துடன் சுவாமிகளின் மாணவர்கள் பெயர்களையும் ஆங்காங்கே குறிப்பிட்டுள்ளார்.

சுவாமிகளின் வருகையால் தமிழ் நாடகம் தமிழ்நாட்டில் மட்டுமின்றி இலங்கை யாழ்ப்பாணம் பகுதிகளிலும் வளர்ச்சியும்.

புத்துயிர்ப்பும் பெற்றது. "யாழ்ப்பாணத்தில் ஆரம்பத்தில் நாட்டுக் கூத்துக்களுடன் விலாஸ நாடகங்களே ஆடப்பட்டன. சங்கரதாஸ் சுவாமிகள் போன்றோரால் இசை நாடக மரபு மிகவும் செழிப்புடன் இங்கே வளரலாயிற்று" என்று ஈழத்தின் காரை செ. சுந்தரம்பிள்ளை குறிப்பிடுகிறார்.

1900-ஆம் ஆண்டில் சுவாமிகள் இலங்கை சென்று தமது நாடகங்களை நடத்தினார். அவ்வமயம் மாபெரும் புலவர்கள் நிறைந்த யாழ்ப்பாணம் தமிழ்ச்சங்கத்தில் சுவாமிகளின் புலமையை ஆராயப் பல கேள்விகள் கேட்கப்பட்டன. அக் கேள்விகளுக்கெல்லாம் மிக எளிதாகச் சுவாமிகள் விடையளிக்கவே அவரது முத்தமிழ்ப் புலமையைப் பாராட்டிச் சங்கத்தார் 'வலம்புரிச் சங்கம்' ஒன்றைப் பரிசாகத் தந்து சுவாமிகளைப் போற்றினர்.

நாடகப் படைப்புகள் : சுவாமிகளின் நாடகங்களைப் பற்றிய எண்ணிக்கை குறித்து மிகச் சரியான தகவல் இன்னும் கிடைக்கப் பெறவில்லை எனலாம். சுவாமிகளின் மாணவரான ஔவை தி.க. சண்முகம் அக்காலத்தில் நிகழ்த்தப்பட்ட நாடகங்கள் பலவும் சுவாமிகளால் எழுதப்பட்டவை என்று குறிப்பிடுகிறார். சுவாமிகளால் இயற்றப்பட்ட 68 நாடகங்களின் பெயர்ப்பட்டியல் ஒன்று சுவாமிகளுடைய மாணவர் சித்திரத்தேவர் என்பவரின் பேரன் கொடுத்ததாக முதுபெரும் இசை நாடக நடிகர் பி.எஸ். நாகராஜ பாகவதர் மூலம் கிடைத்தது. இருப்பினும் தற்போது உறுதிப்படுத்தப்பட்ட 16 நாடகங்களின் பிரதிகள் மட்டுமே கிடைத்தன.

1. அபிமன்யு சுந்தரி 2. அரிச்சந்திரா மயானகாண்டம் 3. அல்லி சரித்திரம் 4. கோவலன் சரித்திரம் 5. சத்தியவான் சாவித்திரி 6. சதி அனுசூயா 7. கர்வி பாஸ் 8. சாரங்கதரன் சரித்திரம் 9. சீமந்தனி 10. சுலோசனா சதி 11. ஞானசௌந்தரி 12. நல்லதங்காள் சரித்திரம் 13. பவளக்கொடி சரித்திரம் 14. பிரஹலாதன் சரித்திரம் 15. லவகுச நாடகம் 16. வள்ளி திருமணம்

நான் தொகுத்து வைத்திருந்த இந் நாடகப் பிரதிகளைக் கடந்த 2008 ஆம் ஆண்டில் சுமார் 1200 பக்கங்களில் அழகிய

கட்டமைப்பில் சுவாமிகளின் ஒரு பெரும் நாடகக் களஞ்சியமாக 'காவ்யா' பதிப்பாக பேராசிரியர் சண்முகசுந்தரம் வெளியிட்டார். அப் பதிப்பு நாடகக் கலைஞர்களிடமும் ஆர்வலர்கள், ஆய்வாளர்கள் என அனைத்துத் தரப்பினரிடமும் பெரும் வரவேற்பைப் பெற்றது. இப் பதிப்பின் மூலம் தமிழ் நாடக வரலாற்றில் **'காவ்யா'** தனி முத்திரை பதித்தது.

சுவாமிகளின் கலைத்திறன்

சுவாமிகளால் படைக்கப்பட்ட நாடகங்கள் அனைத்துக்குமே உயிர் நாடியாக விளங்குவன இசையும் பாடல்களுமே. தம் தந்தையாரிடமும், வண்ணச்சரபம் தண்டபாணி சுவாமிகளிடமும் சுவாமிகள் பெற்ற கல்வியே அவரது கவித் திறனுக்கு அடிப்படையாக இருந்துள்ளது. மான்பூண்டியா பிள்ளையிடம் அவர் கேட்டறிந்த இசை நுணுக்கங்களும், தாளங்களின் நுட்பங்களும் சுவாமிகளின் ஞானத்திற்கு ஆதார சுருதியாக விளங்கியுள்ளன.

ஆய்வு நோக்கில் காணும்போது, சுவாமிகள் தமது படைப்புகளை உருவாக்கு முன் அக்காலத்திய தமிழ்க் கலைச் சூழலையும், அவர் காலத்துக்கு முந்தைய கலைவடிவங்களையும் உற்றுநோக்கி அவற்றிலிருந்து பெற வேண்டியதைப் பெற்று உள்வாங்கிக் கொண்டு செயல்பட்டுள்ளார். மிகப் பரந்த கலை நோக்குடன் செயல்பட்டு, அன்றையக் காலகட்டத்திற்கான நவீன நாடகத்தைத் தமிழ் மரபு வழி நின்று தெருக்கூத்தை அடிப்படையாகக் கொண்டு உருவாக்கினார். அவரால் தொடங்கப்பட்ட நவீனம் நாடகத் துறையிலும், பின்னர் வந்த தமிழ்த் திரைப்படங்களிலும் 1960கள் வரையிலும் பல்வேறு கூறுகளில் சுவாமிகளின் நாடக மரபாகப் பின்பற்றி வந்ததை அடையாளம் காணமுடியும். சுவாமிகளின் நாடகச் செயல்பாடுகளை அவர் காலச் சூழலைக் கவனத்தில் கொண்டு நோக்க வேண்டும் என்பது மிகவும் முக்கியமானது. சுவாமிகளின் நாடக மரபுதான் 'ஸ்பெஷல் நாடக மரபு' என்ற பெயரிலும், பாய்ஸ் கம்பெனி என்ற பெயரிலும் விளங்கிவருகிறது என்பது ஈண்டு கவனிக்கத்தக்கது. திரைப்பட உலகில் பல்லாண்டுகள்

முடிசூடா மன்னர்களாக விளங்கிய எம்.கே. தியாகராஜ பாகவதர், பி.யு. சின்னப்பா, டி.ஆர்.மகாலிங்கம், கே.பி. சுந்தராம்பாள், எம்.ஜி.ஆர்., சிவாஜி கணேசன், எம்.ஆர். ராதா, எம்.என் நம்பியார் முதலான நூற்றுக்கணக்கான கலைஞர்களும் சுவாமிகளின் பாய்ஸ் கம்பெனி மரபில் வந்தவர்கள்தான் என்பதை நாம் மறக்க இயலாது.

இசை நுட்பம்:

சுவாமிகள் தமது நாடகங்களில் பல்வேறு இசை வடிவங்களைப் பயன்படுத்தி, அவற்றை முழுமையான இசை நாடகங்களாகவே படைத்துள்ளார். கர்னாடக இசை என வழங்கப்படும் தென்னகச் செவ்விசை, தமிழ்த் திருமுறை இசை, தமிழக நாட்டுப்புற இசை, இந்துஸ்தானி இசை (வட இந்திய இசை), மேற்கத்திய இசை என அனைத்து இசை வகைகளையும் நாடகக் காட்சிகளுக்கும் நாடகப் பாத்திரங்களுக்கும் பொருந்தும் வகையில் செம்மையாக கையாண்டுள்ளார். தகவல் தொழில்நுட்பமும் அறிவியலும் வளர்ச்சி பெறாத அக்காலத்திலேயே சுவாமிகள் அனைத்து இசை வடிவங்களிலும் தேவையான அளவிற்கு நுட்பமான அறிவினைப் பெற்றிருந்தார் என்பது வியந்து போற்றத்தக்கது.

தென்னகச் செவ்விசையில் கிருதி, கீர்த்தனை, தரு, பதம், திபதை ஆகிய உருப்படி வகைகளிலும், தமிழக நாட்டுப்புற இசையில் தெருக்கூத்து, காவடிச்சிந்து, நொண்டிச்சிந்து, கும்மி, குறவஞ்சி, கிளிக்கண்ணி, தெம்மாங்கு, பிற சிந்து வகைகளிலும், இந்துஸ்தானி இசையில் கஜல், கீதம், பஜன் போன்றும், கீர்த்தனைகள், தருக்களில் இந்துஸ்தானி பண்களைப் பயன்படுத்தியும் தமது இசை நுட்பத்தை வெளிப்படுத்தியுள்ளார் சுவாமிகள். காவடிச் சிந்தின் தந்தையென அழைக்கப்படும் சென்னிகுளம் அண்ணாமலை ரெட்டியாரின் காவடிச் சிந்துப் பாடல்கள் அனைத்தின் வர்ண மெட்டுகளிலும் நாடகக் காட்சிகளுக்கேற்ப மிகவும் பொருத்தமாகப் பாடல்களைப் புனைந்துள்ளார்.

தமிழ்த் திருமுறை இசையில் அனைத்து வகை விருத்தப்பாக்கள், இசைப்பாக்கள், வண்ணங்கள், சந்தப் பாக்கள், சந்தவிருத்தங்கள்,

தேவாரம், திருவாசகம், திருவருட்பா போன்ற பாவகைகளின் வர்ணமெட்டுகள் எனப்பல வகையான இசை உருக்களை சுவாமிகளின் நாடகங்களில் பரவலாகக் காணமுடியும்.

மேற்கத்திய இசையை 'இங்கிலிஷ் நோட்' அல்லது 'நோட்' எனும் பெயரில் பயன்படுத்தியுள்ளார். (எ.கா. 'திவ்யபுருஷர் நீர் யார்' - சத்தியவான் சாவித்திரி) சங்கராபரணம், பெஹாக், கீர்வாணி போன்ற இராகங்களின் சுரங்களைக் கொண்டு இந்த இசை வடிவங்கள் அமைக்கப்பட்டிருப்பது இசையமைப்பில் ஒரு சிறந்த உத்தி முறையாகும். இந்த உத்தி முறை பின்னர் செவ்விசை யரங்குகளிலும் (மதுரை மணி அய்யர் இங்க்லிஷ் நோட்) பின்னர் வந்த தமிழ்த் திரைப்படங்கள் பலவற்றிலும் பின்பற்றப்பட்டன என்பதும் உண்மையாம்.19ஆம் நூற்றாண்டின் இறுதியிலேயே நமது புராணங்களை அடிப்படையாகக் கொண்ட நாடகங்களில் இத்தகு மேற்கத்திய இசை வடிவங்களை சுவாமிகள் கையாண்டுள்ளார் என்பதை உற்றுநோக்க வேண்டும். இவை யாவும் தமிழ் நாடக இசை மரபு வழி நின்று சுவாமிகள் உருவாக்கிய நவீன உத்திகளாகும்.

இசையில் மிக முக்கியப் பங்குவகிக்கும் தாளத்திலும் மேதையாக விளங்கியவர் சுவாமிகள். நாடகத்தின் மிக முக்கியமான கூறுகளில் ஒன்றான உணர்வு வெளிப்பாட்டிற்கு பண்களை மட்டும் துணை கொள்ளாமல் மாறுபட்ட தாளங்கள், தாள நடைகள் ஆகியவற்றையும் மிகவும் நுணுக்கமாக கையாண்டுள்ளார். தர்க்கப் பாடல்களின் ஊடாக நிகழும் தாள நடை மாற்றங்கள் உணர்வு வெளிப்பாட்டிற்கு மிகவும் துணை புரிவன. தாளத்தின் கால அளவைகளையும், தாள நடை மாற்றங்களையும் பயன்படுத்துவதன் மூலம் வீரம், மகிழ்ச்சி, துக்கம் எனப் பல்வேறு உணர்ச்சிகளை வெளிக் கொணர முடியும் என்பதனை சுவாமிகள் தமது படைப்புகளின் மூலம் நிறுவியுள்ளார்.

எழுத்தாற்றல் :

சுவாமிகளின் எழுத்தாற்றலுக்குச் சான்று பகர்வன அவர்தம் படைப்புகளேயாம். சுவாமிகளின் முதன்மையான

மாணவர்களுள் ஒருவரான ஔவை தி.க. சண்முகம் அவர்கள் தரும் கீழ்க்காணும் செய்தி சுவாமிகளின் ஆற்றலுக்குக் கட்டியம் கூறும்.

"அன்று மாலை சுவாமிகள் புத்தகக் கடைக்குச் சென்று 'அபிமன்யு சுந்தரி' அம்மானைப் பாடல் பிரதியொன்று வாங்கிவந்தார். இரவு சாப்பாட்டுக்குப் பிறகு ஒரு 'அரிக்கன்' விளக்கை அருகில் வைத்துக் கொண்டு எழுதத் தொடங்கினார். மறுநாள் பொழுது விடிந்து நாங்கள் எழுந்தபோது சுவாமிகள் நிம்மதியாக உறங்கிக் கொண்டிருந்தார். அவரது படுக்கையருகே அபிமன்யு நாடகம் மங்களப் பாட்டுடன் முடித்து வைக்கப் பட்டிருந்தது.

இது வெறும் கட்டுக் கதையன்று ; உயர்வு நவிற்சியுமன்று; கண்கண்ட உண்மை. நூற்றுக்கு மேற்பட்ட பாடல்கள்! அதற்கேற்ற உரையாடல்கள்! ஆரம்பத்திலிருந்து முடிவு வரை அடித்தல் திருத்தல் கிடையாது. ஒரு புத்தகத்தைப் பார்த்து நகல் எடுக்கும் வேலையைக் கூட இவ்வளவு விரைவாகச் செய்ய முடியாது. கற்பனையாக நான்கு மணிநேரம் நடைபெறக் கூடிய ஒரு நாடகத்தையே எழுதிமுடித்து விட்டார் சுவாமிகள்".

சுவாமிகளின் நாடகங்களை அவர் காலச் சூழலை அடிப்படையாகக் கொண்டு நோக்குவோர்க்கு அவர் தம் படைப்பாற்றலும். எழுத்தாற்றலும் தெள்ளென விளங்கும்.

நாடக ஆக்கத்திறன் :

தமது படைப்புகள் பற்றி சுவாமிகளின் கருத்தை இங்கு அறிந்து கொள்வது மேலும் துணைபுரியும். "ஒரு கதையின் வரலாற்றைத் திரை, உடை, நடை, பாவனையாலும், இனிய கீதங்களாலும், இடத்திற்குத் தகுந்தபடி வசனத்துடன் இயற்கையாக நடத்தப்படுவதே நாடகம். என்னால் வரையப் பெற்ற ஒவ்வொரு சரித்திரங்களிலும், இடத்திற்குத் தகுந்தபடி பல வர்ணமெட்டுகளைத் தெரிந்தெடுத்து இராக தாளத்துடனும், அநேக முதுமொழிகளைக் காட்டி சொற்சாதுர்யத்துடனும், நீண்ட அனுபவத்துடனும் வரையப் பெற்றவை என்பது நான் சொல்லாமலே விளங்கும்.

தமிழ் நாட்டிலுள்ள நடிகர்கள் மிகுதியாகப் பாடும் பாடல்களெல்லாம் என்னால் இயற்றப் பெற்றவைகளே. சில பாடல்களுக்கு வர்ணமெட்டுக்களே குறித்திருக்க மாட்டேன். ஏனென்றால், அவைகளெல்லாம் புதிதாக என்னால் கற்பனை செய்யப்பட்டவைகளே. எல்லாப் பாடல்களும் அடிக்கடி பாடக்கேட்பதே.” இவ்வாறு ‘பவளக்கொடி சரித்திரம்’ நாடக முன்னுரையில் குறிப்பிடுகிறார் சுவாமிகள்.

தமது நாடகங்களை அழியாத் தன்மை பெற்றவைகளாகப் படைத்த சுவாமிகள் அதற்குத் தெருக்கூத்தை அடிப்படையாகக் கொண்டிருந்தாலும் அதனை மட்டுமே முழுமையாகப் பின்பற்றவில்லை.

ஏறத்தாழ ஒரு நூற்றாண்டு கடந்தும் சுவாமிகள் இயற்றிய வள்ளித் திருமணம், பவளக்கொடி, சத்தியவான் சாவித்திரி, அபிமன்யு சுந்தரி, கோவலன், ஞானசௌந்தரி, பாமா விஜயம், நல்லதங்காள், அல்லி சரித்திரம், அரிச்சந்திர மயான காண்டம், பிரகலாதன் போன்ற நாடகங்கள் நூற்றுக்கணக்கான இசை நாடகக் கலைஞர் குழுக்களால் இன்றளவும் தமிழகத்தின் எண்ணற்ற சிற்றூர்ப் புறங்களில் நிகழ்ந்துவருவதன்மூலம் சுவாமிகளின் நாடகப் படைப்புத்திறனை உணரலாம். இதற்கு அடிப்படைக் காரணமாக விளங்குவது அவர் உருவாக்கிய மரபு வழிப்பட்ட நவீனத்துவமே என்பதையும் உணரலாம்.

“சங்கரதாஸ் சுவாமிகள் தம் நாடகங்களில் பல பா வகைகளைத் திறமுடன் புகுத்தினார். வெண்பா, விருத்தம், கலித்துறை, அகவல், எண்சீர்க் கழி நெடிலடியாசிரிய விருத்தம், கண்ணிகள், நொண்டிச்சிந்து, காவடிச்சிந்து, சந்தப்பாட்டு, சித்தர் பாடல், தர்க்கப் பாடல்கள், நாட்டுப்புறப் பாடல், தாலாட்டுப்பாட்டு, கஜல், மங்கலப் பாடல், இறைவணக்கப் பாடல் என்பன அவை” என்று நீண்ட பட்டியலிடுகிறார் சுவாமிகள் குறித்து ஆய்வு செய்த முனைவர் செ. உலகநாதன்.

சுவாமிகளின் படைப்புகளில் அவருடைய முற்கால, சமகால அரங்கக் கலை மற்றும் பிற நிகழ்த்துக் கலைவடிவங்களின் தாக்கங்கள் வெகுவாக உள்வாங்கப்பட்டு சுவாமிகளின் நாடக

ஆக்கத்திறன் மூலம் புத்துருவாக்கம் பெற்றுள்ளன. பதினெட்டாம் நூற்றாண்டில் இசைநாடக வரலாற்றில் ஒரு திருப்புமுனையை ஏற்படுத்திய அருணாசலக் கவிராயரின் 'இராம நாடகம்' (கீர்த்தனை நாடகம்), பத்தொன்பதாம் நூற்றாண்டில் வெளிவந்து, நாடகம், இசை, இலக்கியம் என மூன்று துறைகளிலும் தமிழ் வரலாற்றில் பெரும் தாக்கத்தை ஏற்படுத்திய கோபால கிருஷ்ணபாரதியின் கீர்த்தனை நாடகமான 'நந்தன் சரித்திரம்' ஆகிய இரு நாடகங்களும் சுவாமிகளின் படைப்புகளில் பெரும் செல்வாக்குச் செலுத்தியுள்ளன.

புதிய உத்திகள் :

இவ்வாறு நாடக ஆக்கத்தில் தமது இசை நுட்பம் மட்டுமல்லாது எழுத்தாற்றலையும். இலக்கிய அறிவையும் பயன்படுத்தியதோடு பல்வேறு நவீன நாடக உத்தி முறைகளையும் தமிழ் நாடகத்திற்கு அறிமுகப்படுத்தியவர் சுவாமிகள்.

தமிழ் நாடகங்களில் பெரும் சீர்திருத்தங்கள் எற்பட வழி கோலிய பார்சி நாடகங்கள், கிறித்துவ மத பிரச்சார நாடகங்கள், கதாகாலட்சேபம், செவ்விசை அரங்குகள் என அனைத்து நிகழ்த்துக்கலை வடிவங்களையும் உற்றுநோக்கி, அவற்றின் சிறப்பியல்புகளை உள்வாங்கிய நிலையில் தமது நாடகப் பிரதிகளை சுவாமிகள் உருவாக்கினார். சுவாமிகளின் நாடகங்களில் பல்வேறு வகையிலான வர்ணமெட்டுகள் காணப்படுவதற்கு அவர்தம் உற்றுநோக்கும் திறனே மூலமாக விளங்குகின்றது.

மேலும் அவருடைய நாடக மாந்தர்களான சாவித்திரி, அனுசூயா, சுலோசனா முதலான பெண்களெல்லாம் கடவுளர்க்கும், தேவர்களுக்கும் கூட, திருக்குறள் பாக்களையும் பிற தமிழ் அற நூல்களிலிருந்து பாடல்களையும் எடுத்துரைத்து அவர்களுக்குத் தமிழ்ப் பண்பாட்டினையும் தமிழின் சிறப்புகளையும் போதிப்பதாக நாடகக் காட்சிகளைப் பொருத்தமாக அமைத்துள்ளார்.

நாடகப் பிரதியை உருவாக்குதல், திரை அமைப்பு, பாத்திரங்கள் அறிமுகம், ஆர்மோனியம், பின்பாட்டு, ஒப்பனை, பல்வேறு

இசைவடிவங்கள் என நாடகத்தின் அனைத்துக் கூறுகளிலும் புதிய உத்திமுறைகளைப் பயன்படுத்தி, தமது நாடக சகாப்தத்தைத் துவக்கி வளப்படுத்தியவர் நம் சங்கரதாசர்.

சங்கரதாசரின் சந்த மரபு :

தமிழிலக்கிய வரலாற்றை நோக்குங்கால் புலவர் பெருமக்கள் பலரும் தமது படைப்புகளில் தத்தமது தனித்தன்மைகளைப் *(Individual style of writing)* பதிவு செய்திருக் கின்றனர். ஒருசிலர் தமிழின் வண்ணங்களையும். சந்தங்களையும் மிகத் திறமையுடன் பயன் படுத்தித் தமது கவித்திறனை வெளிப்படுத்தியுள்ளனர். சந்தமென்று சொன்னவுடன் நம் நினைவிற்கு வருபவர்கள் ஞானசம்பந்தரும் அருணகிரிநாதரும் ஆவர். இதன் காரணமாகவே ஞானசம்பந்தரைக் குறிப்பிடும்போது ‘சந்தமாமறை தந்தவர்’ (பெரியபுராணம். சம். 372) என்றும். ‘சந்தமுத்தமிழ் விரகராம் சண்பையர் தலைவர்’ (பெரியு.பு.சம். 507) என்றும் மேலும் பலவற்றானும் போற்றிப் புகழ்கிறார் சேக்கிழார் பெருமான்.

அருணகிரி நாதரை **‘சந்தப் பாவலப்பெருமான்’** என்றே தமிழுலகம் போற்றி வருகிறது.

இருவருக்கும் இடையில் தோன்றிய கவிச்சக்கரவர்த்தி கம்பர் 96 வகை வண்ணப் பாக்களையும் பல்வகைச் சந்தப் பாக்களையும் இராமாயணம் மூலமாக தமிழுக்கு அறிமுகம் செய்தார். இத்தகு புகழ்சால் மரபின் தொடர்ச்சியாக பிற்காலத்தில் பத்தொன்பது இருபதாம் நூற்றாண்டுகளில் தோன்றி சந்தத் தமிழுடன் இணைத்துப் போற்றப்பட்டவர்கள் வண்ணச் சரபம் தண்டபாணி சுவாமிகளும் அவர்தம் மாணவர் சந்தமார் சங்கரதாஸ் சுவாமிகளும் ஆவர். சங்கரதாசரின் சந்தப் பாடல்கள் பலவற்றிலும் சம்பந்தர் பாடிய திருத்தாளச்சதி மற்றும் பலவகைச் சந்தப்பாடல்களின் அடையாளங்களைக் காணமுடியும். அதேபோன்று அருணகிரியாரின் திருப்புகழை யொட்டிப் பல பாடல்களை நாடகங்களில் மட்டுமின்றி தனிப்பாடல்களாகவும் புனைந்துள்ளார் சுவாமிகள். சுவாமிகள் பின்பற்றிய சந்தமரபு குறித்து அவர்தம் பாடல்களிலிருந்தே உணரமுடிகிறது.

பதினைந்தாம் நூற்றாண்டினரான அருணகிரிநாதர் தம்முடைய குருவாகவும். ஆண்டவராகவும் ஏழாம் நூற்றாண்டைச் சேர்ந்த ஞானசம்பந்தரைப் போற்றுகின்றார். சம்பந்தரைப்போல அமிர்தமயமான சொற்றொடர்க் கவிகளைப் பாட அருளும்படி முருகப் பெருமானை வேண்டுகிறார்.

"புவியதனில் பிரபுவான புகலியல் வித்தகர் போல

அமிர்தகவி தொடைபாட அடிமைதனக் கருள்வாயே" (திருப்புகழ். 242)

அருணகிரிநாதர் சம்பந்தரைப் போற்றியது போன்றே சங்கரதாசர் தமது குருவாக அருணகிரியாரை நினைத்து போற்றுகின்றார். அவர் இயற்றிய பழனித் தண்டபாணிப் பதிகத்திலிருந்து இதனை உணரமுடியும்.

"சீதமது மிகமருவும் கமலமலரொப்பச்
சிறந்தநின் திருவடிகளும்"

எனத் தொடங்கும் முதல் பாடலின் பின்பகுதி வருமாறு.

தாதளவி வரியளிகள் மதுவுண்டு பண்பாடும்
தண்டலைப் பழனிமலையில்
தமிழ்முனிவ னருணகிரி பணியவருள் புரியுமொரு
தண்டபாணித் தெய்வமே"

"பூந்தாதை நாடிவரும் வண்டுகள் அந்த மகரந்தமாகிய மதுவையுண்டு பாடுகின்ற குளுமையான மலைச் சிகரங்களைக் கொண்ட பழனி மலையில் வீற்றிருக்கும் தண்டபாணித் தெய்வமே அன்று தமிழ் முனிவனான அருணகிரிக்கு இதே பழனி மலையில் அருள்புரிந்தாய் அல்லவா? அதேபோல் தமிழில் உன்னைப் பாடும் எனக்கும் இத்திருக்கோலத்தைக் கண்டு போற்றும்படியான பாக்கியத்தைத் தரும் வண்ணம் எப்போது எழுந்தருள்வாய்...?"

இப்பதிகம் பற்றி இந்நூலின்அடுத்த பகுதியில் காணலாம்.

தம் மாணவரான சுவாமிகளின் புலமை குறித்து வண்ணச்சரபம் தண்டபாணி சுவாமிகள் பாடிய வெண்பா :

என்னன்புக் கேற்றோன் இசைநாட கப்புலமை
தன்னிலுயர் சங்கரதா சுப்புலவன் - வன்னமலி
கண்பாவு தோகையிற் கந்தனரு ளிற்சிறந்தோன்
வண்பா வலர்கண் மணி. 21

சுவாமிகள் சந்தப் பாடல்கள் மட்டுமின்றி, தொல்காப்பியர் சுட்டும் வண்ணங்களிலும் ஏராளமான பாடல்களை நாடகங்களில் புனைந்துள்ளார். அவை பற்றிய ஆழமான ஆய்வுச் செய்திகள் அனைத்தையும் தகுந்த எடுத்துக்காட்டுகளோடு இந்நூலாசிரியரின் 'சங்கரதாஸ் சுவாமிகளின் சந்தங்கள் - ஓர் ஆய்வு' (2002) என்னும் நூலில் காணலாம்.

ஞானசம்பந்தர்,கம்பர்,அருணகிரிநாதர்,குமரகுருபரர் என்று 'வாழையடி வாழையென வந்த திருக்கூட்ட மரபில்' வந்த சங்கரதாஸ் சுவாமிகள் தமிழ்ச் சந்த மரபின் ஒரு தொடர்ச்சியாகவும் திகழ்ந்தார் என்பதில் ஐயமில்லை.

இறுதி நாட்கள் :

1921-ஆம் ஆண்டின் இறுதியில் சுவாமிகள் பக்கவாத நோயினால் பீடிக்கப்பட்டு வலதுகால் வலதுகை முடக்கப்பட்டு வாயும் பேச முடியாத நிலை ஏற்பட்டது. இந்த நிலையிலிருந்தபோதும் சுவாமிகள் நாடகப் பணியிலிருந்து ஓய்வெடுத்துக் கொள்ளவில்லை. நாடக அரங்கிற்கு வந்து திரை மறைவில் ஒரு சாய்வு நாற்காலியில் படுத்தவாறே அவ்வப்போது கைகளால் சைகை காட்டித் தமது ஆசிரியப் பொறுப்பை நிறைவேற்றி வந்தார். நோயால் பீடிக்கப்பட்டிருந்த சுவாமிகளுக்குச் சென்னையில் மருத்துவ சிகிச்சையளிக்கப்பட்டும் பலனளிக்கவில்லை. இறுதியில் சுவாமிகளின் மீது மிகுந்த பற்று கொண்டிருந்த அவரது மாணவர் புதுச்சேரியைச் சேர்ந்த ஆர்மோனியம் ஜெயராம் நாயுடு என்பவர் சுவாமிகளை புதுச்சேரிக்கு அழைத்து வந்து இறுதிக் காலம் வரை பணிவிடைகள் செய்து காத்துவந்தார்.

ஏறத்தாழ முப்பது ஆண்டுகளுக்கும் மேலாகத் தமிழ் நாடகத்தையே உயிர்மூச்சாகக் கொண்டு நாடகத்தையும்

நாடகக் கலைஞர்களையும் உன்னத நிலைக்குக் கொண்டு சென்றவர் சுவாமிகள். சந்தத் தமிழ் பெருக்கெடுத்து ஓடிய சுவாமிகளின் நாவால் தமிழைப் பேசவும் முடியாமற் போனது காலம் அவருக்குச் செய்த கொடுமையே.

தமிழ் நாடக ஆசிரியர்க்கெல்லாம் பேராசிரியராகவும் நாடகத் தந்தையாகவும் போற்றப்படும் தவத்திரு சங்கரதாஸ் சுவாமிகள் 1922-ஆம் ஆண்டு நவம்பர் திங்கள் 13-ஆம் நாள் திங்கட்கிழமை இரவு 11 மணி யளவில் புதுச்சேரியில் தமது இன்னுயிரை நீத்துப் புகழுடல் எய்தினார்.

நினைவேந்தல் :

சுவாமிகளின் பூதவுடல் புதைக்கப்பட்ட புதுவைக் கருவடிக்குப்பம் மயானத்தில் அவருடைய சீடர்கள் தஞ்சை இராமையாதாஸ், ஔவை சண்முகம், புதுவை ஜெயராம் நாயுடு, ஆகியோருடன் கம்யூனிஸ்டு தலைவர் வ. சுப்பையா மற்றும் பிற கலைஞர்களின் உதவியுடன் எழுப்பப்பட்ட நினைவு மண்டபத்தில் சுவாமிகளின் திருவுருவச் சிலையும் அமைந்து பொலிவுடன் காட்சியளித்து வருகிறது.

சுவாமிகள் மறைந்தது முதல் பல்லாண்டுகள் ஒவ்வொரு நினைவு நாளன்றும் ஜெயராம் நாயுடு அஞ்சலி செலுத்தியும், ஏழைகளுக்கு அன்னதானம் செய்தும் வந்தார். அவரைத் தொடர்ந்து, கலை இலக்கியப் பெருமன்றத்தின் புதுச்சேரிக் கிளையினர் நினைவு விழாவும், அன்னதானமும் செய்து வருகிறார்கள். ஒவ்வொரு ஆண்டும் நவம்பர் 13-ஆம் நாள் புதுவை அரசு கலைப் பண்பாட்டுத் துறையின் சார்பில் சமாதியில் அஞ்சலி நிகழ்ச்சியும், நாடக விழாவும் நிகழ்த்தப்பட்டு வருகின்றன. தமிழகத்தின் பல ஊர்களிலிருந்தும் இசை நாடகக் கலைஞர்கள் பலரும் சுவாமிகளின் ஒவ்வொரு நினைவு நாளன்றும் புதுவையில் உள்ள அவரது சமாதியில் அஞ்சலி செலுத்துகின்றனர்.

இறுதிக் காலத்தில் சுவாமிகள் புதுச்சேரியில் வசித்து வந்த ஒத்தைவாடைத் தெரு சுவாமிகளின் நினைவைப் போற்றும்

வகையில் **'சங்கரதாஸ் தெரு'** என்றும், கருவடிக்குப்பம் பகுதியில் **சங்கரதாஸ் சுவாமிகள் நகர்** என்றும் இரண்டு பகுதிகள் பெயரிடப்பட்டு பல்லாண்டுகளாக வழங்கி வருவதன் மூலம் சுவாமிகளின் அழியாப்புகழுக்குச் சான்றாகத் திகழ்கின்றன. மதுரை மாநகரத்தின் இதயப் பகுதி யாக விளங்கும் தமுக்கம் மைதானத்தின் முகப்பில் கம்பீரமாகக் காட்சி தரும் சுவாமிகளின் திரு உருவச் சிலையை இன்றும் காணலாம்.

வெண்பா

நாடகந்தான் முத்தமிழும் நன்கு விரவியநூல்
நாடகந்தான் வீடு நவில்முறை நூல் - நாடகந்தா
னேயீதென் றெண்ணாதீர் எந்தமிழீர் சங்கரதாஸ்
வாயீன்ற சொல்நுகர்வீர் வந்து.

தமிழ் நாடகம் உள்ளளவும் சங்கரதாஸ் சுவாமிகளின் புகழ் நீடித்து நிலை பெற்றிருக்கும் என்பதில் எள்ளளவும் ஐயமில்லை.

★ ★ ★ ★ ★ ★ ★

17. சங்கரதாஸ் சுவாமிகளின் தண்டபாணிப் பதிகம்

'ஞானப் பழத்தைப் பிழிந்து' என்று கொடுமுடி கோகிலம் கே.பி.சுந்தராம்பாள் மனமுருகப் பாடிய பாடலைக் கடந்த 60 ஆண்டுகளில் கேட்காத செவிகள் தமிழ்நாட்டில் இருக்க வாய்ப்பில்லை. இறவா வரம் பெற்ற இப்பாடலைப் படைத்தவர் தமிழ் நாடகத் தந்தை **தவத்திரு சங்கரதாஸ் சுவாமிகள்** ஆவார். அவர் பாடிய பழநி தண்டபாணிப் பதிகத்தில் நான்காவதாக இடம்பெற்றுள்ள பாடல் இது.

பத்தொன்பதாம் நூற்றாண்டின் இறுதியில் நலிந்து கிடந்த தமிழ் நாடக மேடைக்குப் புத்துயிரளித்துத் தமிழ் நாடக வரலாற்றில் ஒரு திருப்பு முனையை ஏற்படுத்தியவர் இப் பெருமகனார். தமிழ் நாடக உலகில் **சாமி** அல்லது **சுவாமிகள்** என்றாலே அது சங்கரதாஸ் ஒருவரையே குறிக்கும். பதினாறாம் வயதிலேயே வெண்பா, கலித்துறை, இசைப்பாடல்கள் எனப் படைக்கத் தொடங்கினார். பின்னர் சிலகாலம் புதுக்கோட்டைக்கு வந்து, அப்பொழுது அங்கு வாழ்ந்துவந்த மிருதங்க மாமேதையும், **புதுக்கோட்டை தட்சிணா மூர்த்தி பிள்ளை**யின் குருவுமாகிய **மான்பூண்டியா பிள்ளை**யைச் சந்தித்தார். சுவாமிகளின் சந்தப் புலமையைக் கண்டு வியந்த பிள்ளையவர்கள் அவரைச்

சுவீகாரம் கொண்டார். சுவாமிகள் இசைப் புலமையையும் தாள நுணுக்கங்களையும் பிள்ளையவர்களிடம் கற்றறிந்தார். அங்கு அவ்வப்போது நடந்துவந்த திருப்புகழ் பஜனையில் பங்கேற்றதன் மூலம் முருகப் பெருமான் மீதும், அருணகிரிநாதர் மீதும் ஆழ்ந்த பக்திகொண்டார். சுவாமிகளின் ஆசிரியர் வண்ணச்சரபம் தண்டபாணி சுவாமிகளும், ஞான குருவாக விளங்கிய மான்பூண்டியாப் பிள்ளையும் அருணகிரிநாதர் மரபு வழி நின்று முருக பக்தர்களாகத் திகழ்ந்ததால், சுவாமிகளும் வாழ்நாள் முழுதும் மதுரை மீனாட்சி அம்மையையும் பழநியம்பதி முருகப் பெருமானையும் தம் வழிபடு தெய்வங்களாகக் கொண்டார்.

தண்டபாணிப் பதிகம் :

காலத்தால் அழியா வரம் பெற்ற பாடல்களைக் கொண்டு சுவாமிகள் இயற்றிய நாடகம் **வள்ளித் திருமணம்** ஆகும். முருகன் பெருமையை நாளெல்லாம் பறை சாற்றிக் கொண்டிருக்கும் இந் நாடகம் நூறாண்டுகள் கழிந்தும், இன்றளவும் தமிழகத்தில் சுவாமிகள் வழிவந்த நாடகக் கலைஞர்களால் நிகழ்த்தப்பட்டுவருகின்றது. சுமார் 50 இசை நாடகங்களுக்கும் மேல் எழுதிய சுவாமிகள் பல தனிப்பாடல்களையும் இயற்றியுள்ளார். அவற்றுள் மிகுந்த தனிச் சிறப்புப் பெற்று விளங்குவது ‘தண்டபாணிப் பதிகம்’ ஆகும். முருகனுடைய வரலாற்றையும், நாரத முனிவர் மாங்கனியால் நிகழ்ந்தவற்றைப் பற்றியும் சுவாமிகள் முற்றிலும் புதிய வகையில் அணுகியிருப்பதற்குச் சிறந்த சான்றாகத் திகழ்வது இப் பதிகம்.

இனி, இப் பதிகத்திலிருந்து சில பகுதிகளை மட்டும் இங்கே காண்போம். முதல் பாடல் முருகப் பெருமானின் பாதாதி கேச வருணனையாக அமைகிறது.

சீதமது மிகமருவும் கமலமல ரொப்பச்
சிறந்தநின் திருவடிகளும்
செய்யவரை தன்னினிய துய்யவொளி யெய்திஎழில்
செய்யுமொரு கௌபீனமும்
ஓதரும றிவுரைசெய் வலக்கரத் துப்பூமி
ஊன்றிநிற்கும் தண்டமும்

உள்ளமகிழ் கொள்ளவோர் பிள்ளையென வேமருங்
கோடங்கி லங்கு கையும்
போதமொரு நொடிதந்து ஜனனவினை நீக்கும்வி
பூதியபி சேகமுகமும்
பூண்டதாய் வருவுத்தி ராட்சமும் கண்டுநான்
போற்ற நீ என்றுவருவாய்?
தாதளவி வரியளிகள் மதுவுண்டு பண்பாடும்
தண்டலைப் பழனிமலையில்
தமிழ்முனிவ னருணகிரி பணியவருள் புரியுமொரு
தண்டபாணித் தெய்வமே.

தண்டபாணித் தெய்வத்தின் தாமரைப் பாதங்களைக் கண்ட சுவாமிகள், இடுப்பில் பட்டுப் பீதாம்பரங்களை அணிய வேண்டிய முருகன், சாதாரண அரையாடை கூட இல்லாது, வெறும் கோவணம் தரித்து இருந்தாலும் கூட அதன் தூய்மையான ஒளி மிகுந்த அழகுடன் நம்மைக் கவர்வதாகக் கூறுகின்றார். மற்ற அனைத்தையும் துறந்து வந்திருந்தாலும் தண்டம் என்ற ஆயுதத்தை மட்டும் துறக்க மனமில்லாமல் ஏந்தி வந்து அதனைப் பூமியில் ஊன்றி நிற்கின்றான். இடது கரமோ நம் உள்ளத்தைக் கொள்ளைகொள்ளும் வகையில் இடையில் ஊன்றி நிற்கின்றது. அடுத்து கழுத்தில் உருத்திராட்சமும், ஜனன வினையை நீக்கக்கூடிய விபூதி யபிஷேகம் செய்யப்பட்ட திருமுகத்தையும் கண்டு இன்புறுகிறார் சுவாமிகள். இப் பழனி மலையில் வீற்றிருந்து அருணகிரிக்கு அருளிய தண்டபாணித் தெய்வமே! அதேபோல் தமிழில் உன் திருக்கோலத்தை நானும் போற்றிப் பாடும்படி எனக்கு எப்பொழுது அருள்புரிவாய்? என்று முருகனிடம் வேண்டுகின்றார்.

பதிகத்தின் மூன்றாவது பாடல், நாரதர் கொண்டுவந்த மாங்கனியைத் தனக்குத் தராமல், வினாயகப் பெருமானிடம் அளித்த சிவபெருமானை நோக்கி முருகன் உரைப்பதாக மிகவும் சுவைபட அமைந்ததாகும். "தந்தையே! நீ எனக்கு ஒரே ஒரு பழத்தைத் தரமாட்டேன் என்று கூறினாய். ஆனால், இப்பொழுது இங்கு வந்து பார்! என் அடியவர்களான தமிழ் மக்கள்

திரளாக இப் பழனிக்கு வந்து, உலகிலுள்ள பழ வகைகளை யெல்லாம் கொண்டு வந்து, அவற்றை ஒன்றாய்க் கலந்து, பிசைந்து, அதில் கற்கண்டு முதலான இனிய பொருள்களை யெல்லாம் கலந்து பஞ்சாமிர்தமாக எனக்கு இடைவிடாமல் நாள்தோறும் அபிஷேகம் செய்து அர்ச்சித்து வரும் அழகினை வந்து பார் என்று சிவபெருமானை அழைப்பதாக சுவாமிகள் இப்பாடலை அமைத்திருக்கிறார். மேலும், ஒரு பழத்துக்காகத் தந்தையிடம் கோபித்துக்கொண்டு முருகன் வந்தமர்ந்த பழனி மலையில் மரங்களில் குரங்குகள், தாம் தின்ற பழங்கள் போக, ஏராளமான கனிகளைப் பறித்துக் கிழித்துப் பிழிந்து தூக்கி எறிந்து விளையாடுவதால் அம் மலையே எழில் மிகுந்து விளங்குவதாய் சுவாமிகள் வர்ணிக்கிறார். அப் பாடல் வருமாறு:

ஒருகனி நீதரவில்லை யாயினும் என்றனக்கு
உலகுதனில் கனியின்வகைகள்
உள்ளவெல்லாம் உரித்து ஒன்றாய்த் திரட்டியுடன்
உயர்ந்த கற்கண்டுமுதலாய்
வருமதுர மானவெல் லாம்பிசைந் தன்பர் தினம்
வந்துவந்து இடைவிடாமல்
வந்தனார்ச் சனைகளோடு அபிஷேக முஞ்செயும்
வண்மையைப் பாராயென
கருநிறக்ரீ வருக்குரை பகர்தல் போலவே
காணுநின் செயலென்னவோ
காசினி யிலொன்றில்லை யென்போர்க் கெதிர்மொழி
காட்சியொடு காட்டுவிதமோ
தருநிறைக ளிற்கவிகள் கனிகள் பீறித்திரிவ
தாலெழில்செய் பழனிமலையில்
தன்மகிமை யின்னதென நன்னயம் விளக்குமொரு
தண்டபாணித் தெய்வமே!

(கருநிறக்ரீவர் = நீலகண்டர்; கவிகள் = குரங்குகள்; பீறித்து = கிழித்து / பிய்த்து)

உலகப் புகழ் பெற்ற நான்காம் பாடலில் சுவாமிகள், முருகப் பெருமானைத் தம் அப்பனென்றும் ஆசானென்றும்

அழைக்கிறார். "தனக்கே ஞான உபதேசம் செய்து குருவாகிய முருகனுக்குத் தாம் எவ்வாறு ஒரு பழத்தை அளிக்கமுடியும் என்று நாணிப் போனதால் தான் சிவபெருமான் மாங்கனியைத் தரவில்லை. எனவே, அதில் ஒன்றும் பிழை யில்லை; அதனால் உமக்கும் எந்தக் குறையுமில்லை" என்று அச் சம்பவத்திற்குப் புதிய ஒரு விளக்கம் தருகிறார்.

ஞானப் பழத்தைப் பிழிந்து ரஸமன்பினொடு
நாமுண்ணவுங் கொடுத்த
நல்ல குருநாதன்உனக் கென்னவிதம் இக் கனியை
நாமீவதென்று நாணித்
தான் அப் பனித்தலையர் தரவில்லை யாதலால்
சாருமொரு பிழையில்லையே
சத்திவடி வேலொடும் தத்துமயி லேறிடும்
சண்முகா குறையுமுளதோ

மேலும், என்னுடைய பாவ வினைகளையெல்லாம் அறுத்துப் பொடிபடச் செயவதற்காகவே நீ கோவணம் அணிந்து, கையில் தண்டத்துடன் ஆண்டிக் கோலத்தில் இங்கு வந்து நிற்கின்றாய் என்றே நான் நினைக்கிறேன் என்று பின்வரும் அடிகளில் கூறுகிறார்.

ஏனிப்படிக் கோவணத்தொடும் தண்டுகொண்
டிங்குற்றோர் ஆண்டியானாய்
எமது வினை பொடிபடவு மல்லவோ வந்துநீ
இப்படி யிருக்கலாம் ஆ
சானப் பன் நினையாம் என்னவும் எண்ணினேன்
தருவையருள் பழனிமலையில்
சந்ததங் குடிகொண்ட சங்கரன் கும்பிடும்
தண்டபாணித் தெய்வமே!

இப் பாடலின் இறுதி அடி இலக்கியச் சுவைபட அமைந்திருப்பதைக் காணலாம். 'சங்கரன்' என்ற சொல் சிவபெருமான், சங்கரதாஸ் என்று இருவரையும் குறிக்கும் விதத்திலும், தண்டபாணித் தெய்வமே' என்பது சிவனுடைய குருவையும், சுவாமிகளுடைய குருவான வண்ணச்சரபம்

தண்டபாணி சுவாமிகளையும் குறிக்கும் விதத்திலும் இலக்கிய நயமும் ஓசை நயமும் மிளிர பாடலுக்கு மேலும் மெருகூட்டுகிறது.

இப்பதிகத்தின் மற்ற பாடல்களும் பழனி மலையில் எழுந்தருளி யிருக்கும் முருகப் பெருமானின் பெருமைகளைப் பறைசாற்றுபவை யாகும். அருணகிரி முதலான அடியார்கள் வழி நின்று, புதிய கற்பனை வளத்துடனும் சந்த நயத்துடனும் தமிழ் மணத்துடனும் சங்கரதாஸ் சுவாமிகள் இப் பதிகத்தைப் பாடியுள்ளார். பதினைந்தாம் நூற்றாண்டினரான அருணகிரிநாதர், தம் குருவாகவும் ஆண்டவராகவும் ஏழாம் நூற்றாண்டைச் சேர்ந்த ஞானசம்பந்தரைப் போற்றியது போன்றே, சங்கரதாஸ் தமது குருவாக அருணகிரிநாதரை நினைத்துப் போற்றுகின்றார். மேலும் தம் ஆன்மீக குருநாதர்களைப் பத்துப் பாடல்களைக் கொண்ட பதிகத்தின் இறுதிப் பாடலில் வரிசைப்படுத்துகிறார்.

ஆற்றுப் படுத்த நக்கீரனை மதிக்கிலன்
அலங்கார மனுபூதியால்
அப்பனென முப்புவிய ரொப்பவரு மருணகிரி
யைச்சொப்ப னத்தெண்ணிலேன்
தோற்றைந்து வயதுவரை யூமையாயுன தருள்
சுரந்துகலி வெண்பாமுதல்
சொல்லரும் பிரபந்த மெல்லாந்தரும் ஸ்வாமி
குமரகுரு பரனைநினையேன்
தேற்றுமக வற்பாவி னாற்பொரு ளுரைத்திடும்
சிற்றம் பலவநாடியைச்
சிந்தையிற் கருதிலேன் பாடுவது மெங்ஙனம்
செப்பக்கவிப் பொருளருள்
சாற்றுறு மிடும்பன் மேறூக்கு காவடியிலே
தாங்கிவரும் பழனிமலையில்
தண்டமிழ்க் கொடைகொடுத் தண்டினோர்க் கருளுதவு
தண்டபாணித் தெய்வமே!

திருமுருகாற்றுப்படை பாடிய நக்கீரனை நான் மதிக்கவில்லை. **திருப்புகழ், கந்தர் அலங்காரம், கந்தர் அனுபூதி** முதலானவற்றைப் பாடி முருகனின் அருளைப் பரிபூரணமாகப் பெற்று,

மூவுலகிலும் புகழ்பெற்ற அருணகிரிநாதரைக் கனவிலும் கூட நான் எண்ணிப்பார்த்த தில்லை; ஐந்து வயது வரை ஊமையாயிருந்து, கந்தன் அருளால், கந்தர் கலிவெண்பா முதல் ஏராளமான பிரபந்தங்களையெல்லாம் பாடியருளிய குமரகுருபரரை ஒருபோதும் நினைத்த தில்லை; மெய்கண்ட சந்தானத்தைச் சேர்ந்த, திருச்செந்தூர் அகவல் பாடிய சிற்றம்பல நாடிகளைச் சிந்தையிலும் கருதிப்பார்க்கவிலை. அவ்வாறிருக்க அந்த அடியார்கள் போல் உன்னைப் பாட என்னால் எவ்வாறு இயலும்? என்று வருத்ததுடன் முருகப் பெருமானைக் கேட்கிறார் சங்கரதாஸ். “தண்டபாணித் தெய்வமே! உன்னை அண்டி வந்தவர்க்கெல்லாம் தமிழைக் கொடையாக அளித்துப் பாடச் செய்தவனே! உன்னைத் தண்டமிழால் பாடுவதற்கான கவிப் பொருளை எனக்கும் நீயே தந்தருள்வாய்” என்று இப் பாடலில் மனமுருக வேண்டுகிறார். பழனி மலை பற்றிய சிறப்புகளை யெல்லாம் மற்ற பாடல்களில் பாடிய சுவாமிகள், இறுதிப் பாடலில் பழனிமலை தோன்றிய வரலாற்றினைக் குறிப்பால் உணர்த்துகிறார். இடும்பன் என்ற அரக்கன் அகத்தியரால் ஷடாட்சர உபதேசம் பெற்று, சிவகிரி, சக்திகிரி என்ற இரண்டையும் அஷ்ட நாகங்களைக் கயிறாகக் கொண்டு பிரம்ம தண்டத்தைப் புஜ தண்டமாய்த் தாங்கி ஏந்திவர, முருகனே வேறு உருவில் வந்து தடுத்து இறக்கிவைக்கும்படி செய்கிறான். அதுவே பழனிமலை யாயிற்று. அவ்வாறு இடும்பன் அன்று கொண்டு அந்த காவடியின் அடையாளமாகத் தான் இன்று பலவகைக் காவடிகள் அங்கு முருகனுக்கு சமர்ப்பிக்கப்படுகின்றன. எனவே தான் இறுதிப் பாடலில் சுவாமிகள், “சாற்றுறு மிடும்பன் மேறூக்கு காவடியிலே தாங்கிவரும் பழனிமலையில்” உயர்ந்த முருக பக்தனான இடும்பனைப் புகழ்ந்து போற்றுகின்றார்.

அருணகிரியைப் போற்றும் வகையில் மேலும் இரண்டு பாடல்களிலும் குறிப்பிடு கின்றார். பதிகத்தின் முதல் பாடலில்,

“தமிழ்முனிவ னருணகிரி பணியவருள் புரியுமொரு தண்டபாணித் தெய்வமே.” என்றும்,

ஒன்பதாம் பாடலில்,

“நயமொழிசொ லருணகிரி மனமகிழ நடனமிடு மயிலுடனு மெதிர்நின்றனை” என்றும் பாடுவதிலிருந்து அவரைத் தம்முடைய குருவாகவே சுவாமிகள் கருதுவதை உணர முடியும். நாடகக் கலைஞர்களுக்காகப் ஏராளமான பக்திப் பாடல்களையும் சுவாமிகள் படைத்துள்ளர்.

கர்நாடக இசையரங்குகளில் அக்காலத்தில் மதுரை மணி ஐயர் அவர்கள் பாடி, மிகவும் பிரசித்தி பெற்ற ‘இந்தப் பராமுகம் ஏது - ஏழை என்மீது’ என்ற பூர்வி கல்யாணி இராகக் கீர்த்தனையும், மதுரை சோமசுந்தரம் அவர்கள் பாடி மிகவும் பிரபலமடைந்த, ‘தாயே மீனாட்சி யென் தனயன் வேலனுக்கு என்மேல் தயவு செய்யச் சொல் அம்மா’ என்ற காம்போதி இராகப் பாடலும் சுவாமிகளால் பாடப்பட்டவையேயாகும்.

★ ★ ★

18. தமிழ் நாடக அரங்கில் பார்சி நாடக இசை

முன்னுரை:

இந்திய, தமிழ் நாடக, திரைப்பட வரலாறுகளைப் பதிவு செய்வோர் **பார்சி நாடகங்கள்** அல்லது **பார்சி அரங்கு** பற்றிக் குறிப்பிடாமல் அப் பணியை நிறைவு செய்ய இயலாது. குறிப்பாக, 19, 20ஆம் நூற்றாண்டுகளில் தமிழ் நாடகம் பற்றி எழுதப் புகுந்தோர் எவரும் தமிழ் நாடகங்களில் பார்சி நாடகங்களின் தாக்கம் பற்றிக் குறிப்பிடத் தவறவில்லை. ஆயினும், பார்சி அரங்கு குறித்தும் தமிழ் நாடகங்களில் அவ்வரங்கு ஏற்படுத்திய தாக்கங்கள் பற்றியும் முழுமையாகவோ விரிவாகவோ எத்தகைய பதிவுகளும் செய்யப்படவில்லை என்பதே உண்மை. பார்சி நாடக இசை பற்றிய தகவல்களை நன்கு புரிந்துகொள்ள வேண்டுமானால் இந்தியாவில் பார்சி இன மக்களின் வரலாற்றினை ஓரளவேனும் நாம் அறிந்துகொள்ள வேண்டியது அவசியம் ஆகிறது. மேலும், இந்தியாவின் பல்வேறு பகுதிகளிலும் தத்தம் மொழிகளில் நிகழ்த்தப்பட்ட நாடக அரங்குகள் பெரும்பாலும் பார்சி அரங்கின் அழுத்தமான

தாக்கத்திலிருந்தும், அதன் மிகுந்த செல்வாக்கிலிருந்தும் தப்ப முடியவில்லை. இதற்கான காரணங்களாக இரண்டைக் கூறலாம். அவர்களுடைய நாடகப் படைப்புகளிலும், மேடை நிகழ்வுகளிலும் அவர்கள் கையாண்ட புதிய உத்திகள், இசை, உடை, ஒப்பனை, தொழில்நுட்பக் கூறுகள், பிரம்மாண்டக் காட்சி அமைப்புகள், ஆகியன ஒரு காரணம். மற்றொன்று அவர்களுடைய நாடகங்களின் அடி நாதமாக விளங்கிய இந்தியக் கலாச்சாரக் கூறுகளும் இந்தியத் தன்மைகளுமே என்று கூறலாம். எனவே, பார்சி இன மக்களின் இந்திய வருகை பற்றியும், காலப்போக்கில் அம் மக்கள் பிரித்துப் பார்க்க முடியாத அளவில் இந்தியாவின் ஓர் இனக் குழுவாகவே மாறிவிட்ட நிலையையும் அறிய வேண்டியது இங்கு அவசியம்.

பார்சிகளின் இந்திய வருகை :

பார்சி இன மக்களின் வரலாறு 3000 ஆண்டுகள் பழமை யுடையது என்று சொல்லப்படுகிறது. பார்சிகள் என்றால் பாரசீகத்தைச் சேர்ந்தவர்கள் என்று பொருள். எனினும், பார்சி என்ற சொல் மிகவும் பிற்காலத்திலேயே வழக்கில் வந்துள்ளது. 17 ஆம் நூற்றாண்டு வரை இந்திய ஜோரோஸ்ட்ரிய உரைகளில் "பார்சி" என்ற சொல் சேர்க்கப்படவில்லை. அதுவரை அதற்கு இணையாக, **'ஜொரோஸ்ட்ரியன்'** *(Zoroastrian)* அல்லது **பெஹ்தின்** *(Behdin)* என்ற இரண்டினுள் ஒன்று பயன்படுத்தப்பட்டது. இவற்றிற்கு முறையே

“நல்ல இயல்புடைய” அல்லது “நல்ல பிரதேசம் உடைய” என்பது பொருளாகும்.

ஜொரோஸ்ட்ரிய சமயம் என்பது ஈரானில் இஸ்லாமிய சமயத்திற்கும் முன்னரே இருந்த மிகப் பழமையான சமயமாகும். இச் சமயம் ஈரானைச் சேர்ந்த தீர்க்க தரிசி யும் சீர்திருத்தவாதியுமான ஜொரோஸ்ட்ரின் என்பவரால் கி.மு.6ஆம் நூற்றாண்டில் தோற்றுவிக்கப்பட்டது. இச்சமயத்தினர் ஈரானில் ஜொரோஸ்ட்ரியர்கள் என்றும் இந்தியாவில் பார்சிகள் என்றும் அழைக்கப்படுகின்றனர். இஸ்லாமிய சமயத்தின் ஆதிக்கத்திலிருந்து விடுபடும் வகையில்

கி.பி. 8 முதல் 10ஆம் நூற்றாண்டிற்கு இடைப்பட்ட காலத்தில் மதப் பூசல்கள் காரணமாக ஈரானிலிருந்து வெளியேறி இந்தியாவில் குடியேறினர். முதலில் அவர்கள் குஜராத்திற்கு வருகை புரிந்து இந்து அரசனான **ஜதி ராணா**விடம் தஞ்சம் அடைந்தனர். ராணா அவர்களுக்கு சஞ்சன் என்னும் பகுதியில் வசிப்பிடமும் கோயில் கட்டிக் கொள்ள இடமும் ஒதுக்கிக் கொடுத்தார் என்று நம்பப்படுகிறது. எனினும், அவர்களின் இந்தியக் குடியேற்றம் பற்றிய கால வரையறை இன்னமும் மிகச் சரியாக வரையறுக்கப்பட வில்லை என்றே வரலாற்று ஆசிரியர்கள் கருதுகின்றனர். குஜராத்தில் குடியேறி சுமார் 800 ஆண்டுகள் ஒரு சிறிய வேளாண் சமூகமாக வாழ்ந்தனர்.

1668ஆம் ஆண்டில் பம்பாய் மாநகரம் முழுவதுமாக ஆங்கிலேயர்களுடைய கிழக்கிந்தியக் கம்பெனியின் அதிகாரத்தின் கீழ் வந்தது. அதனைத் தொடர்ந்து மத சகிப்புத் தன்மை நடைமுறைக்கு வந்தது. அதன் விளைவாகப் குஜராத் முழுவதும் உழவர்கள் சமுதாயமாக வாழ்ந்து கொண்டிருந்த பல பார்சி இனத்தவர்கள் குஜராத்திலிருந்து பம்பாய்க்குக் குடிபெயரத் தொடங்கினர். 18ஆம் நூற்றாண்டில் ஏற்பட்ட பம்பாய் நகர விரிவாக்கம் பெரிதும் பார்சிகளின் தொழில் மற்றும் வர்த்தகத் திறன்களாலேயே நிகழ்ந்தது.19ஆம் நூற்றாண்டில் பார்சிகள் பெரும் செல்வம் மிக்க சமூகமாக உருவெடுத்தார்கள். இந்தியாவிற்கு முதன் முதலில் ஜோரோஸ்ட்ரியர்கள் குடிபெயர்ந்ததிலிருந்து நூற்றாண்டுகளுக்கும் மேலாக பார்சி இனத்தவர்கள் இந்திய சமுதாயத்தினுள் முக்கிய அங்கம் வகிக்கத் தொடங்கினர். அதே சமயத்தில் அவர்களது மாறுபட்ட மரபுகள் மற்றும் பாரம்பரியங்களை யும் தொடர்ந்து பாதுகாத்து வந்தனர். இந்திய கிறித்துவம், இந்திய இஸ்லாம் என்பது போன்று ஜொரோஸ்ட்ரியமும் இந்தியத் தன்மைக்கு மாறி இந்திய பார்சி இனமாகப் புதிய அடையாளத்தை ஏற்படுத்திக் கொண்டது.

பார்சிகளின் நாடகச் செயல்பாடுகளும் பார்சி அரங்கின் தோற்றமும் :

குமுதினி ஏ. மேத்தா என்பவரின் '*English Drama on the Bombay Stage in the Later Eighteenth Century and in the Nineteenth*

Century' (Ph.D. Thesis submitted to University of Bombay, 1960) என்ற தலைப்பில் அமைந்த, அச்சில் வராத, டாக்டர் பட்ட ஆய்வேட்டினை அடிப்படையாகக் கொண்டு, பார்சி அரங்கு பற்றி சோம்நாத் குப்தா அவர்கள் 1981ஆம் ஆண்டில் *Parsi Thiyetar: Udbhav aur Vikas* என்ற தலைப்பில் விரிவான நூல் *(Allahabad: Lokbharati Prakshan,1981)*, ஒன்றினை இந்தியில் எழுதினார். அந்நூல் காதரின் ஹன்ஸேன் *(kathryn Hansen)* அவர்களால், *"The Parsi Theatre: Its Origin and Development"* என்று ஆங்கிலத்தில் சுருக்கமாக மொழிபெயர்க்கப்பட்டது. அம் மொழிபெயர்ப்பு 'பார்சி அரங்கு: தோற்றமும் வளர்ச்சியும்' என்னும் தலைப்பில் அரிமளம் பத்மநாபனால் தமிழாக்கம் செய்யப்பட்டு, 2014ஆம் ஆண்டு நூலாக வெளிவந்துள்ளது. 19ஆம் நூற்றாண்டின் பிற்பகுதியில் இந்திய பார்சி அரங்கின் தோற்றுவாய் பம்பாயில் தொடங்குகிறது. பார்சி அரங்கின் செல்வாக்கு நாடகத்தோடு மட்டும் நின்றுவிடவில்லை; இன்றைக்கு இந்தியர்களின் வாழ்வில் ஓர் அங்கமாகிவிட்ட இந்தியத் திரைப்படங்களையும் இவ்வரங்கு தன் வயப்படுத்திக் கொண்டது. மேலும், பிற அரங்கக் கலைகளான கர்நாடக இசை, இசை நாடகங்கள், கதாகாலட்சேபம், தெருக்கூத்து எனப் பலவற்றிலும் பலவாறாகத் தன் முத்திரையைப் பதித்துச் சென்றது.

பார்சி அரங்கு என்பது பார்சி இன மக்களால் கட்டப்பட்டு நிர்வகிக்கப்படும் நாடக அரங்கங்கள், பார்சி நாடக ஆசிரியர்கள், பார்சி நாடகங்கள். பார்சி மேடைகள், பார்சி நாடகக் கம்பெனிகள், பார்சி நடிகர்கள், பார்சி இயக்குநர்கள் என அனைத்தையும் உள்ளடக்கிய சொல்லாகும். பார்சி இனத்தைச் சாராத, ஆனால் பார்சி நாடகக் கம்பெனிகளில் ஊதியத்திற்காகப் பணிபுரிந்த நாடக ஆசிரியர்கள், நடிகர்கள் முதலியோரும் இதில் அடங்குவர். 1853ஆம் ஆண்டுத் தொடக்கத்தில் காலனி ஆதிக்கத்திற்குட்பட்ட அனைத்துப் பகுதிகளிலும், தென்கிழக்கு ஆசிய நாடுகளிலும், குறிப்பாக இந்தியாவிலும் பார்சி அரங்கு அவ்வப்போது இடம் பெயர்ந்து செல்லக்கூடிய வகையிலான நாடகக் கம்பெனியாக வளர்ச்சி பெற்றது. பார்சி அரங்கு ஒரு

இந்திய அரங்காகக் கருதப்படத் தக்கதே யன்றி, ஐரோப்பிய அரங்கு போன்று நமக்கு அந்நியப்பட்ட ஒன்றல்ல. பார்சி அரங்கு பாரசீகக் கலாச்சாரக் கூறுகளிலிருந்து தன்னைப் பெரிதும் விடுவித்துக்கொண்டு, இந்தியத் தன்மைக்கும் பண்பாட்டிற்குமாகத் தன்னை உருமாற்றிக் கொண்டதால்தான் அவ்வரங்கு இந்தியாவில் வேரூன்றியது. இந்தியப் பண்பாட்டின் ஒரு சக்தி வாய்ந்த இணைப்புச் சங்கிலியாக பார்சி அரங்கு விளங்கியது என்பதை இந்திய நாடக வரலாறு அழுத்தமாகப் பதிவு செய்கிறது.

முதல் பேசும்படமாக உருது மொழியில் 1931இல் வெளிவந்த **ஆலம் ஆரா,** அதே தலைப்பில் நிகழ்த்தப்பட்ட பார்சி நாடகத்தின் திரைப்பட வடிவமாகும். அப்படம், நாடகம் இரண்டையும் இயக்கிய ஆர்தேஷிர் இரானி 1956 டிசம்பர் 22 அன்று நிகழ்ந்த இந்தியத் திரைப்பட வெள்ளி விழாவில் பின்வருமாறு பதிவு செய்கிறார்: "பின்பற்றுவதற்கு எங்களுக்கு எந்த முன் மாதிரியும் அன்று இருக்கவில்லை. பார்சி நாடக மேடையிலிருந்து திரைக்கதை அமைத்துக் கொண்டோம். பாடல் ஆசிரியர் இல்லை; வசன எழுத்தாளர் இல்லை. நாடக மேடையில் பாடப்பட்டு வந்த பாடல்களை நானே தேர்ந்தெடுத்தேன். மெட்டுகளைத் தேடிப் பிடித்தேன். பின்னணி இசைக்கு ஹார்மோனியம், தபேலா, வயலின் என மூன்று கருவிகள் மட்டுமே பயன் படுத்தப்பட்டன." தொடக்க கால தமிழ்த் திரைப்படங்களிலும் இதே நிலைமை இருந்ததை வரலாறு நமக்குத் தெரிவிக்கிறது. வள்ளி திருமணம், சத்தியவான் சாவித்திரி, பவளக்கொடி, அல்லி, கோவலன் சரித்திரம், ஞானசௌந்தரி போன்ற சங்கரதாஸ் சுவாமி களின் இசை நாடகங்களே ஏராளமான பாடல்களுடன் திரைப்படங்களாக வந்தன. நாடகக் கம்பெனியின் கலைஞர்களே திரைப்படங்களிலும் இடம் பெற்றனர்.

பார்சி நாடகங்களில் இசை :

பார்சி அரங்கின் சிறப்பான அம்சமாக விளங்கியது இசை. அதன் காரணமாக 'பார்சி மெட்டுகள்' என்ற பெயரில்

இந்திய சினிமாவிலும், நாடக அரங்கிலும், பிற அரங்கக் கலை வடிவங்களிலும் ஏறத்தாழ 50 ஆண்டுகளுக்கும் மேலாக அந்த இசை மிகுந்த செல்வாக்குப் பெற்று விளங்கியது. பெரும்பாலும் அம் மெட்டுகள் ஹிந்துஸ்தானி இசையையும், பிற வட இந்திய நாட்டுப்புற இசை வடிவங்களையுமே அடிப்படையாகக் கொண்டவை என்று கூறலாம்.

ஒரு சில கஜல் பாடல்களைத் தவிர, பார்சி அரங்கு இந்துஸ்தானி செவ்விசை *(Classical Music)* வடிவத்தையே அடிப்படையாகக் கொண்டது. தும்ரி *(Thumri)*, தாத்ரா *(Dadra)*, ஜிஞ்ஜோடி *(Jhin-jhoti)*, கலிங்காரா *(Kalingada)* முதலிய இசை வடிவங்கள் அதிக மாக இடம்பெற்றிருந்தன.

தும்ரி: இந்துஸ்தானி இசையில் முக்கியமானதாகவும், கவர்ச்சி நிறைந்ததாகவும், பிரபலமானதாகவும் கருதப்படும் இசை வடிவம். துமகானா *(Thumakana)* என்ற பதத்தில் இருந்து பிறந்த சொல் தும்ரி; துமகானா என்பதற்கு நடனம் ஆடுவது போன்ற உணர்ச்சியைத் தோற்றுவிப்பது என்று பொருள்படும். தொடக்கத்தில் கதக் நடனத்திற்கு இது பாடப்பட்டது. இப் பாடல்கள் காதல் உணர்வையும்(ஸ்ருங்காரம்), இன்பத்தைத் தூண்டுவதையும் முக்கிய நோக்கமாகக் கொண்டவை. விரைந்து உணர்ச்சியைத் தூண்டக் கூடியவை. எனவே, இவை பீலு, கமாஜ், காஃபி, பைரவி போன்ற கவர்ச்சியான இராகங்களிலும், கஹர்வா, திப்சந்தி, தாத்ரா தாளங்களிலும் பெரும்பாலும் அமைகின்றன.

தாத்ரா : இந்துஸ்தானி இசையில் இது ஒரு சாஸ்த்ரீய மெல்லிசை வகையைச் சேர்ந்தது. தும்ரியைப் போல தோன்றினாலும் இது எளிமையாகவும் சுதந்திரம் தருவதாகவும் பாடுவோர்க்கு விளங்குகிறது. பொதுவாக இப் பாடல்கள் மாண்ட், பீலு, பஹாடி போன்ற மென்மையான இராகங்களில் தாத்ரா தாளத்திலேயே அமைகின்றன.

ஜிஞ்ஜோடி : இந்துஸ்தானி இசையிலும் திரை இசையிலும் மிகவும் பிரபலமான ராகம். மாலை, இரவு வேளைகளில் பாடுவதற்கு உரியது. கமாஜ் தாட்டில் பிறந்தது. கோமள

நிஷாதம் தவிர பிற ஸ்வரங்கள் எல்லாம் சுத்த ஸ்வரங்கள். கர்நாடக இசையில் ஹரிகாம்போஜிக்கு இணையானது. கேட்பதற்கு மிகுந்த இனிமையையும் ரஞ்சகத்தையும் தரக் கூடியது. நாட்டுப்புற இசை மணம் கமழும் தன்மை உடையது.

பைரவி : பைரவி தாட்டில் பிறந்தது. காலை வேளையில் பாடத் தகுந்த ராகம். ஏழு ஸ்வரங்களையும் உடையது. பொதுவாக நிகழ்ச்சியின் இறுதியில் பாடப்படுவது. கர்நாடக இசையில் தோடி ராகத்திற்கு இணையானது.

கலிங்காரா : பைரவி தாட்டில் பிறந்தது. அதிகாலை ராகம். ரிஷபம், தைவதம் மத்யமம் மூன்றும் கோமள ஸ்வரங்களாகவும், காந்தாரம், நிஷாதம் தீவிர ஸ்வரங்களாகவும் அமைந்த ராகம். பைரவ் ராகம் கர்நாடக இசையில் மாயாமாளவகௌளை ராகத்திற்கு இணையானது.

சில சமயங்களில் மேற்கத்திய இசையின் செல்வாக்கு தவிர்க்க முடியாத தாயிற்று. பாடல்களில் ஆழமான உணர்வுகள் இல்லாமை ஒன்றே இவற்றின் குறைபாடாக இருந்தது. தொடக்கத்தில் உரைநடையாக எழுதப்பட்ட நாடகங்கள் மக்களிடம் வரவேற்புப் பெறவில்லை. எனவே, **தாதி படேல்** என்ற நாடக ஆசிரியர், **'பெனசிர் – பெட்ரமுனிர்'** என்னும் நாடகத்தை முழுமையான இசை நாடகமாக உருவாக்கி மேடையேற்றிப் பெரும் வெற்றி பெற்றார். இதற்குப் பின் நாடகத்தில், மகிழ்ச்சி, சிறப்புகள், போர்கள், உரையாடல் என ஒவ்வொரு காட்சியிலும் பாடல்கள் இருக்க வேண்டும் என்ற நிலைக்குப் பார்சி அரங்கு தள்ளப்பட்டது. பார்வையாளர்களின் பாடல்களுக்கான வேட்கை ஒரு போதையாக மாறியது. இத்தகைய பாடல்கள் நாடகக் கதைக்கோ, பாத்திரப் படைப்புக்கோ எவ்வகை யிலும் உதவிபுரிய வில்லை என்பது குறிப்பிடத்தக்கது. பாடகர்களுக்கான தேவை மிகவும் அதிகரித்ததுடன் வணிக ரீதியிலான மதிப்பும் உயர்ந்தது. இவ்வாறாக பார்சி நாடகங்கள் முழுமையான இசை நாடகங்களாக உருப்பெற்றன. இந்திய நாடக மரபில் இசையின்றி நாடகம் இல்லை என்பதை இங்கு நாம் நினைவுபடுத்திக்கொள்ள வேண்டும்.

*19*ஆம் நூற்றாண்டின் பிற்பகுதியில் ஒரு சிறிய நாடகக் குழுவாகத் தொடங்கப்பட்ட பார்சிகளின் நாடகப் பணி, *20*ஆம் நூற்றாண்டின் முற்பகுதி வரை தொடர்ந்து, பல பெரிய நாடகக் கம்பெனிகளாக உருவெடுத்து, தன் படைப்பாக்கத் திறமை யின் உச்சத்தை எட்டியது. மேடை யமைப்பு, திரைச்சீலைகள், ஒப்பனை, உடைகள், கதை, காட்சிப் பொருள்கள், காட்சி யமைப்பு, நாடகப் பிரதி, இசை, பாடல், நடிப்பு என இந்திய நாடக அரங்கின் அனைத்துக் கூறுகளிலும் பார்சி அரங்கு மிகுந்த செல்வாக்குச் செலுத்தி, அரங்கக் கலைஞர்கள் இடையிலும் நாடக அறிஞர்களிடத்தும் நாடகம் குறித்த பல்வேறு புதிய சிந்தனைகளையும், தேடல்களையும் தோற்றுவித்தது. பார்சி நாடகக் குழுக்களின் வீச்சிலிருந்து எந்த ஒரு நாடகக் குழுவும் தப்ப முடியவில்லை எனக் கூறுவது மிகையாகாது. *1891* முதல் *1940* ஆம் ஆண்டு வரையிலான காலத்தில் *60*க்கும் மேற்பட்ட நாடகக் குழுக்கள் தமிழகத்தில் தோன்றியதை, இந் நிகழ்வுகளின் தொடர்ச்சியாகக் கொள்ள முடியும். *1897*இல் ஒரு பார்சி நாடகக் கம்பெனி சென்னைக்கு வந்து மூன்று மாத காலம் இடைவிடாது இந்துஸ்தானி மொழியில் நிகழ்த்திய நாடகங்களைப் பற்றியும், அதன் விளைவாகத் தமிழ்நாடக மேடைகளில் நிகழ்ந்த மாற்றங்கள் பற்றியும் பம்மல் சம்பந்த முதலியார் தம் **'நாடக மேடை நினைவுகள்'** நூலில் பதிவு செய்திருக்கிறார். பார்சி அரங்கு குறித்த அவருடைய பதிவுகள் தமிழ் நாடக வரலாற்றில் மிகவும் முக்கியத்துவம் வாய்ந்தவை. பார்சி அரங்கு பற்றி குறிப்பிட்ட சில அம்சங்களைப் பின்வருமாறு பட்டியலிட்டிருக்கிறார்.

"இவ் வருஷம் *(1897)* சென்னைக்கு, பம்பாயிலிருந்து ஒரு பாரசீக நாடகக் கம்பெனியார் வந்து, எஸ்பிளனேடில்*(Esplanade)* சில வருஷங்களுக்கு முன் நாடகக் கொட் டகை இருந்த இடத்தில், ஒரு பெரிய கொட்டகை போட்டு, அதில் இடைவிடாது மூன்று மாத காலம், ஹிந்துஸ்தானி பாஷையில் நாடகங்களை ஆடினார்கள். இந்த மூன்று மாதமும் ஏறக் குறைய ஒரு நாள் தவறாது ஆயிரக்கணக்கான ஜனங்கள் இவர்களது நாடகங்களைப் பார்த்துவந்தனர். அநேக தினங்களில்

டிக்கட்டுகள் அகப்படாமற்போயின. இத்தனைக்கும் இவர்கள் நாடகமாடிய பாஷை இந்துஸ்தானி; சென்னையிலுள்ள பெரும்பாலர்க்கு இப் பாஷையே அர்த்தமாகாதது; இருந்தும் அது வரையில் நாடகங்களைப் பார்க்க விருப்பமில்லா தவர்கள் உட்பட, சென்னையில் ஆண் பெண் எல்லோருடைய மனத்தையும் கவர்ந்ததற்குக் காரணம் என்னவென்று கண்டறிய வேண்டுமென்று, இக் கம்பெனியினால் ஆடப்பட்ட எல்லா நாடகங்களையும்,ஒன்றும் விடாது ஒரு முறையாவது பார்த்தேன்; சிலவற்றை இரண்டு மூன்று முறை பார்த்தேன். இதனால் இவர்கள் நாடகமாடும் ஒழுங்குகளெல்லாம் என் மனதில் நன்றாய்க் குடிகொண்டன. இப் பாரசீக நாடகக் கம்பெனியார் சென்னையில் நாடகாபிமானிகள் மனத்தில் ஒரு பெரும் குழப்பத்தையும் உற்சாகத்தையும் உண்டுபண்ணி னதுமன்றி, தென் இந்திய மேடைக்கே பல சீர்திருத்தங்கள் உண்டுபண்ணினர். ஆதலின் இவர்களால் தென்னிந்திய மேடை அடைந்த சீர்திருத்தங்களைப் பற்றிச் சற்று விவரமாய் எழுதுகிறேன். இவர்களிடமிருந்து நாம் கற்றது இன்னொன்று. ஆங்கிலேய பாலெட் *(Ballet)*. பத்துப் பன்னிரண்டு சிறுவர்களோ சிறுமிகளோ நாடக மேடையில் நடனமாடுவதாம்.

கடைசியாக இவர்கள் செய்த இன்னொரு புதுவழக்கம் என்னவெனில் பக்க வாத்தியக்காரர்களை நாடக மேடையின் பக்கப் படுதாவின் பக்கம் வைக்காமல் அரங்கத்திற் கெதிரில் சபையோர் முன்பே வைத்ததாம். சீர்திருத்தங்களை உடையவர்களாயிருந்தபடியாலும் பழைய கதைகளை விட்டு சற்றேறக்குறைய புது நாடகங்களையே ஆடியபடியாலும், இக் கம்பெனியின் ஆக்டர்களெல்லாம் கட்டுப்பாட்டிற்கு உட்பட்டு ஒத்துழைத்தபடியாலும், எல்லா ஆக்டர்களும் பாட்டிலும் நடிப்பதிலும் சாமர்த்திய முடையவர்களாக இருந்தபடியா லும் இவர்கள் சென்னையில் நாடகாபிமானிகளை யெல்லாம் சந்தோஷிப்பித்து, ஏராளமான பொருள் சம்பாதித்தது ஆச்சரியமன்று.

இவர்களுக்குப் பிறகுதான், தென் இந்திய மேடையில் இவ்வாறு செய்யவேண்டியது உசிதம் என்பது, நாடகக் கம்பெனிகளுக்கும்

சபைகளுக்கும், மனத்தில் உதித்தது என்றே நான் சொல்ல வேண்டும். “தொழில் முறை நாடகக்கம்பெனிகள் உருவாவதற்கு ஊற்றுக் கண்ணாக அமைந்தவை பார்சி நாடகக் கம்பெனிகளே யாகும்.

இது குறித்த மற்றொரு பதிவு : *The Stage Lover* என்னும் மாத இதழ்*(2011 செப்டம்பர்)* தரும் செய்தியின் ஒரு பகுதி வருமாறு.

“The New Royal Parsee Theatrical Company of Bombay, now playing in Madras, has placed many a society and institution under a very debt of gratitude. The Parsees have ever in history been forward in every kind of enterprise and drama also is a sphere invaded by them. Their philanthropic attitude is highly commendable. We wish long life and useful activity for the proprietor and members of his troupe.” (page. 16)

தமிழகத்தில் பார்சி நாடகக் குழுக்கள் வருகை புரிந்த காலத்தில், சங்கரதாஸ் சுவாமிகளும் பம்மல் சம்பந்த முதலியாரும் மிகவும் தீவிரமாக நாடகப் பணியில் ஆளுமை செலுத்தியவர்கள். ஏறத்தாழ அரை நூற்றாண்டிற்கும் மேலாக இவ்விருவரும், இவர்கள் வழிவந்தவர்களுமே தமிழ் நாடக அரங்கினைக் கட்டமைத்தவர்களாக விளங்கினர். சங்கரதாஸ் சுவாமிகளுடைய அரங்கு முழுமையான இசை நாடகங்களைக் கொண்டதால் அது பற்றி இங்கு நினைவுபடுத்திக் கொள்வது அவசியமாகிறது. சுவாமிகள் தமிழ் நாடக வரலாற்றில் மாபெரும் திருப்பத்தை உண்டாக்கியதுடன், தமிழ் நாடக உலகில் **பாய்ஸ் கம்பெனி சகாப்தத்**தைத் தொடங்கி வைத்தவர். தொடக்க காலத் தமிழ்த் திரைப்பட உலகம் 1960கள் வரை இந்த பாய்ஸ் கம்பெனி சகாப்தத்தைச் சேர்ந்த நாடகக் கலைஞர்களின் ஆதிக்கத்தில் தான் இருந்தது என்பது கடந்த கால வரலாறு.

தமிழ் நாடக அரங்கில் பார்சி மெட்டுகள்:

இன்று இசை நாடகங்களிலும், தெருக்கூத்துகளிலும், இசையரங்குகளிலும் கதா காலட்சேபங்களிலும் அடிக்கடி பாடப்படும் சிந்துபைரவி, ஜோன்புரி, இந்துஸ்தான் காப்பி, பெஹாக் போன்ற இராகங்கள் பார்சி அரங்குகளின்

செல்வாக்கால் வந்தவையே. அக் காலத்தில் இந்துஸ்தானி ராகங்களில் அமைந்த பாடல்கள் பொதுவாக பார்சி மெட்டு என்ற பெயரிலேயே அழைக்கப்பட்டன. ஆயினும், அம் மெட்டுகள் பெரும்பாலும் வட இந்திய ஹிந்துஸ்தானி இசையையும், பிற வட இந்திய நாட்டுப்புற இசை வடிவங்களையுமே அடிப்படையாகக் கொண்டவை. தெருக்கூத்தில் முகவீணைக்கு மாற்றாக ஆர்மோனியத்தின் வருகையும் பார்சி அரங்கின் விளைவேயாகும்.

இசை வரலாற்றில் 20ஆம் நூற்றாண்டின் முற்பகுதியை **வர்ணமெட்டுக் காலம்** என்றே சொல்லலாம். இக் காலகட்டத்தில் பல்வேறு சாகித்தியகர்த்தாக்களாலும் நூற்றுக் கணக்கான இசைப் பாடல்கள் பல்வேறு வர்ணமெட்டுகளில் எழுதப்பட்டன என்பது குறிப்பிடத்தக்கது. அதனைத் தொடங்கி வைத்தவர்களாக இசை வரலாற்றில் கோபால கிருஷ்ண பாரதியும், மகாகவி பாரதியாரும், சங்கரதாஸ் சுவாமிகளும் விளங்கினர். பாரதியாருக்கு வெகுவாக நந்தனார் சரித்திரக் கீர்த்தனைகளும், சிந்து வகைகளும், சுவாமிகளுக்கு அவற்றுடன் கூட பார்சி மெட்டுகளும் துணைபுரிந்தன. இவர்களின் வழிவந்த படைப்பாளிகள் பலரும் அப் புதிய மரபைத் தொடர்ந்தனர். ஏறத்தாழ தமிழில் ஐம்பது ஆண்டுகாலம் (20ஆம் நூற்றாண்டின் முற்பகுதி) வர்ணமெட்டுகளில் பாடல் எழுதும் மரபு தொடர்ந்தது. வர்ண மெட்டுகளுக்கு மூலமாக விளங்கிய உருப்படிகளில் ஸ்ரீ தியாகராஜரின் கீர்த்தனைகளும் விதிவிலக்கல்ல. வர்ணமெட்டுப் பாடல்களுக்கு வளம் சேர்ப்பதாக பார்சி மெட்டுகள் விளங்கின.

பார்சி அரங்கு, தமிழ் நாடகங்களின் மீது மட்டுமின்றி பிற நிகழ்த்துக் கலைகளின் மீதும் அழுத்தமான தாக்கத்தை ஏற்படுத்தத் தவறவில்லை. குறிப்பாக நாடகக் கலையைக் காட்டிலும் இசைக் கலையின் மீதான அதன் செல்வாக்கு அதிகம் என்று கூற முடியும். அதன் காரணமாக தமிழகத்தின் தெருக்கூத்து, கதாகாலட்சேபம், நாட்டியம், அரங்கிசை எனப் பிற நிகழ்த்துக்கலை வடிவங்களிலும் பார்சி அரங்கு தன் செல்வாக்கைச் செலுத்தியது எனக் கூற முடியும். குறிப்பாக

சுவாமிகள் தமது அரங்கிற்கு பார்சிஅரங்கு மூலம் பெற்றது பார்சி மெட்டுகள் எனும் இவர்களின் இசை வடிவங்களே யாம். சுவாமிகளின் அரங்கிலிருந்து இச் செல்வாக்கு கர்நாடக இசையரங்குகளுக்கும் பரவியது வரலாறு.

இச் செல்வாக்கிலிருந்து நந்தன் சரித்திர நாடகம் கூடத் தப்ப முடியவில்லை என்பது கடந்தகால வரலாறு. நந்தனார் சரித்திரக் கீர்த்தனையின் முதல் பதிப்பு கோபால கிருஷ்ண பாரதியார் காலத்திலேயே காரைக்கால் பிரஞ்சு கவர்னரான லிஸே துரை என்பவரால் 1861இல் பதிப்பிக்கப்பட்டு வெளிவந்தது. அதில் பியாக், இந்துஸ்தான் காப்பி இரண்டு ராகங்கள் மட்டுமே அயல் வரவாக இடம்பெற்றுள்ளன. தம் படைப்பில் பல மராட்டியப் பாடல் வகைகளை அறிமுகப்படுத்தியவர் கோபால கிருஷ்ண பாரதியார். ஆயினும் அதில் ஜோன்புரி, சிந்துபைரவி ஆகிய ராகங்கள் இடம்பெறவில்லை. பிற்காலத்தில் 'எப்போ வருவாரோ' பாடல் ஜோன்புரி ராகத்தாலேயே பிரபலமானது. ஜோன்புரி ராகம் முதலில் பார்சிகளிட மிருந்து கதாகாலட்சேபத்திலும், நாமசங்கீர்த்தனத்திலும் இடம்பிடித்து, பின்னர் நாடக மேடைக்குள் நுழைந்தது. கர்நாடக இசைக்குப் பல புதிய படைப்புகளை யளித்த ஹரிகேச நல்லூர் முத்தையா பாகவதர் இயற்றி, எஸ்.ஜி. கிட்டப்பா நாடகத்தில் பாடிய '**ஆண்டவன் தரிசனமே** ' பாடல் மூலம் ஜோன்புரி இசையரங்க நிகழ்ச்சிகளிலும் இடம்பெறலானது.

பார்சி மெட்டுகளுக்கான சில எடுத்துக்காட்டுகள் :

கிராமபோன் சங்கீத கீர்த்தனாம்ருதம் *(அ.மதுரை முதலியார் பிரசுரித்தது. ஷண்முகானந்த புத்தக சாலை, பார்க்டவுன், மதராஸ், 1930.) நூல் தொகுதிகளில் காணப்படுபவை:*

சித்திரக் கவி சிவராம பாகவதர் பாடியது.

அடி தாழாது மாளவே - நந்தன் சரித்திரம் *(பார்சி மெட்டு). பிளேட் நெம்பர். P.1205*

(ஐந்தாம் பாகம், ப.93)

தஞ்சாவூர் சுதரிசன சபையார் பாடியது.

கனநய சிங்காராதி *(பார்சி மெட்டு). பிளேட் நெம்பர். P.3826 (மேலது. ப. 117)*

கே. டி.. நடராஜா பாடியது.

அடியே சகி மானே *(பார்சி மெட்டு). பிளேட் நெம்பர். P.3826 (மேலது. ப. 166)*

S.B. சேஷாத்திரி அய்யங்கார் பாடியது.

வானவர்கள் தான *(பார்சி மெட்டு)(மேலது. ப. 174)*

மிஸ்டர்.பி. ஸ்ரீ ராமுலு செட்டி பாடியது.

கபரி நஹீ மேரே - *டும்ரி - ஆதி . பிளேட் நெம்பர். P.4478 (மேலது. ப. 208)*

மிஸ். கோஹர் ஜான் பாடியது.

வாரி ஜாவுரே - *ஸோரை ஆதி. பிளேட் நெம்பர். P.26 (மேலது. ப. 209)*

மிஸ். துலாரி பாடியது.

அமாரே நபி ஆஜ் - *பஹாரி - ஆதி. பிளேட் நெம்பர். P.10064(மேலது. ப. 209)*

மிஸ். ஜானகி பாய் பாடியது.

மோரா ஜீயா ந மானே - *தாத்ரா - ஆதி - பிளேட் நெம்பர்.P.1787(மேலது.ப.210)*

திருச்செந்தூர் மிஸ். ஷண்முகவடிவு பாடியது.

பொன்னுலவு சென்னிகுள - *ஜம்ஜ௵டி ரூபகம் - பிளேட் நெம்பர். 3477*

(மேலது. இரண்டாம் பாகம், ப. 4)

இவை போன்று பார்சி மெட்டு என்றும் பார்சி நோட் என்றும் குறிப்பிடப்பட்டு பல்வேறு இசைக் கலைஞர்கள் பாடியிருக்கும்

பாடல்களை 1930ஆம் ஆண்டில் வெளியான **கிராம போன் சங்கீத கீர்த்தனாம்ருதம்** நூல் தொகுதிகளில் காணலாம்.

சங்கரதாஸ் சுவாமிகளின் நாடகங்களில் பார்சி மெட்டு என்றும் பல்வேறு பாடல்களின் தலைப்புகளில் அமைந்த வர்ணமெட்டு என்றும் நூற்றுக்கணக்கான பாடல்கள் இடம் பெற்றன. அவை பியாக், இந்துஸ்தான் காப்பி, சிந்துபைரவி, ஜோன்புரி, பீலு, பீம்ப்ளாஸ் போன்ற ராகங்களில் அதிகமாக மெட்டமைக்கப்பட்டவை. அவற்றை யொட்டி பிற நாடக ஆசிரியர்களும் படைப்புகளைச் செய்தனர். அதன் விளைவாக இசை நாடக மேடையிலிருந்து விரைவாக கர்நாடக இசை, கதாகாலட்சேபம். தெருக்கூத்து முதலான பிற அரங்கக் கலை வடிவங்களிலும் பார்சி மெட்டுகள் செல்வாக்குப் பெறத் தொடங்கின. ஆனாலும் இவை 'பார்சி மெட்டு' என்ற பெயராலேயே அக்காலத்தில் அறியப்பட்டுவந்தன. காலப்போக்கில் பல பாடல்கள் சுவாமிகளின் புகழ்பெற்ற பாடல்களின் வர்ணமெட்டுகளாகவே அறியப்படலாயின.

எ.கா. சுவாமிகளின் நாடகங்களில் **"கபரதரஹான்"** என்ற மெட்டு எனப் பல பாடல்கள் உள்ளன. குறிப்பாக, பவளக்கொடி நாடகத்தில் **'பவள மெங்கே விளைகிறது பாவையரே'** என்ற பாடல் மிகவும் புகழ்பெற்றது. இது சிந்துபைரவி ராகத்தில் அமைந்த பார்சி மெட்டு. ஆயினும், பிற்காலத்தில் பல்வேறு புலவர்களால் இதே மெட்டில் பல பாடல்கள் எழுதப்பட்ட போது அவை, **'பவள மெங்கே விளைகிறது'** மெட்டு என்றே குறிக்கப்பட்டன. இது சுவாமிகளின் பிற பாடல்களுக்கும் பொருந்தும். சிந்துபைரவி ராகம் சுவாமிகளின் பிரதிகளில் இந்துஸ்தானி தோடி, தேசிக தோடி என்ற பெயர்களிலோ, அல்லது

'கபரதரஹான்' மெட்டு என்றோ குறிக்கப்படுகிறது. சுவாமிகளின் நூற்றுக்கணக்கான பாடல்களின் பட்டியல் கட்டுரையின் அளவு கருதி இங்கு தவிர்க்கப்பட்டுள்ளது.(காண்க. அரிமளம் பத்மநாபன், சங்கரதாஸ் சுவாமிகளின் நாடகக் களஞ்சியம், 2008.)

ஒரு சிலவற்றை மட்டும் கீழே காண்போம்.

நாடகம்	பாடல்	மெட்டு
அல்லி சரித்திரம்	அம்பிகா! அம்பிகா!	பார்சி நோட்
அல்லி சரித்திரம்	இந்த நல்வேளை (அர்ச்சுனன்–குறத்தி – தர்க்கம்)	பார்சி நோட்
அரிச்சந்திர மயானகாண்டம்	விற்றுத் தருவாய்	கபரதரஹான்
பிரஹலாதன் சரித்திரம்	எங்கிருக்கிறான் - ஹரி	கபரதரஹான்
பிரஹலாதன் சரித்திரம்	உத்தம லீலாவதிக்கு	சும் சும் ப்யாரி (இந்துஸ்தானி)
பவளக்கொடி	கன்றுகொண்டு விளவெறிந்த	கஜல் (ஹமீர்கல்யாணி)
பவளக்கொடி	நானே அர்ச்சுனன்	பாலுங்கே நக்ராவ்
சத்தியவான் சாவித்திரி	இன்று காணும் நேர்த்தியைப் போல்	அச்சாமோரிலாகிஸே (பியாக்)
கோவலன் சரித்திரம்	கழுத்தில் கிடக்கும் மாலை	ஜப்தகலந்தரு (காப்பி)

அக்காலத்தில் இராமாயண நாடகத்தில் நாடக இசை உலகின் முடிசூடா மன்னனாக விளங்கிய **எஸ். ஜி. கிட்டப்பா** பாடிய **'தசரத ராஜ குமாரா'** என்ற இந்துஸ்தானி காப்பி ராகத்தில் அமைந்த பாடலின் வர்ணமெட்டில் பல பாடல்கள் இயற்றப்பட்டன.

நிறைவுரை :

பார்சி அரங்கும் கூட பல பின்னடைவுகளைச் சந்தித்து தான் தன் இருப்பைத் தக்கவைத்துக் கொண்டது. வெற்றி பெறுவதற்காகத் தொடக்க காலத்தில் ஆங்கில அரங்கின் கூறுகளான திரைச் சீலைகளையும் தந்திரக் காட்சிகளையும், அற்புதக் காட்சியமைப்புகளையுமே பின்பற்றினர். ஆனால் அவர்களுக்கு முழுமையான பயன் கிட்ட வில்லை. எனவே, இந்திய மரபு வழி யதார்த்தத்தை நோக்கி நகர ஆரம்பித்தனர். பாரசீகக் கதாநாயகர்களிலிருந்து நாடகக் கதைக் களம் ஹரிச்சந்திரனுக்கும், இராமாயணத்திற்கும், மஹாபாரதத்திற் கும், வரலாற்று நாயகர்களுக்கும் இடம் மாறியதைக் கவனிக்க வேண்டும். பார்சி அரங்கு இந்தியத் தன்மைக்கு மாறிய பிறகே முழுமையாக வெற்றி பெற்றதுடன், இந்திய நாடக வரலாற்றிலும் திரைப்பட வரலாற்றிலும் அசைக்கமுடியாத இடத்தைப் பெற்றது என்பதை மறுக்க இயலாது.

பார்சி நாடகங்கள் தமிழ்நாட்டு அரங்கக் கலைகளின் மீது ஏற்படுத்தியிருந்த தாக்கம், செல்வாக்கின் வீரியத்தை முழுமையாக உணர்ந்துகொள்ள அக்காலத்தில் வாழ்ந்து அதனை உணர்ந்த சிறந்த இசைக் கலைஞரும் மகாகவியுமான பாரதியாரின் கருத்துகள் துணை புரியும். தமிழ்நாட்டின் இசை பற்றியும் நாடகம் பற்றியும் பேசுமிடத்து அவர், “நம் ஸங்கீதத்திலிருந்து ஹார்மோனியப் பெட்டியும், நாடகங்களிலிருந்து பார்சி மெட்டுகளும் ஒழிந்தால் தான் இரண்டும் சுபிட்சமாக இருக்கும்” என்று கடுமையாகச் சாடுகிறார். இதற்கு அடிப்படையான காரணங்கள் உண்டு. பார்சிகள் ஆங்கிலேய ஆட்சியாளர்களால் ஆதரிக்கப் பட்டவர்கள்; அவர்களும் அன்னிய ஆட்சியாளர்களுக்கு உண்மையான விஸ்வாசிகளாகவே விளங்கினர். தங்களுடைய படைப்புகளிலும் அந்த விஸ்வாசத்தை வெளிப்படுத்தியவர்கள். எனவே, தலைசிறந்த சுதேசியான பாரதியார் பார்சிகளையும் அவர்களுடைய கலை வடிவங்களையும் முற்றிலுமாக நிராகரித்திருக்கக் கூடும்.

எவ்வாறாயினும் எந்தத் துறையிலும் மாற்றம் தவிர்க்க இயலாதது. பார்சி நாடகங்களின் வருகையால் தமிழக அரங்கக் கலைகளில் பல்வேறு வரவேற்கத்தக்க மாற்றங்கள் எற்பட்டதுடன், அக்கலை வடிவங்களை மேலும் மெருகூட்டி, வளப்படுத்தின என்பதும் வரலாற்று உண்மையாகும்.

★ ★ ★

பார்வை நூல்கள்

1. பம்மல் சம்பந்த முதலியார், நாடக மேடை நினைவுகள், உலகத் தமிழாராய்ச்சிநிறுவனம், சென்னை. 1998

2. முனைவர் அரிமளம் சு.பத்மநாபன், தவத்திரு சங்கரதாஸ் சுவாமிகளின் நாடகங்களில் இசைக் கூறுகள், இசைத்தென்றல், புதுச்சேரி. 2000, 2001.

3. முனைவர் அரிமளம் பத்மநாபன், சங்கரதாஸ் சுவாமிகளின் நாடகக் களஞ்சியம், காவ்யா, சென்னை 2008.

4. முனைவர் அரிமளம் சு.பத்மநாபன், பார்சி அரங்கு தோற்றமும் வளர்ச்சியும், காவ்யா, சென்னை, 2009.

5. **கிராமபோன் சங்கீத கீர்த்தனாம்ருதம்** , அ.மதுரை முதலியார் பிரசுரித்தது. ஷண்முகானந்த புத்தக சாலை, பார்க்டவுன், மதராஸ், 1930.

19. கு.சா.கிருஷ்ணமூர்த்தியின் முத்தமிழ்க் கொடை

இயல், இசை, நாடகம் என்னும் முத்தமிழில் இயல், இசை இரண்டையும் இசைத் தமிழும், இயல், இசை, நாடகம் என்னும் முத்தமிழையும் நாடகத் தமிழும் தன்னகத்தே கொண்டிருக்கின்றன. இயல் இன்றி இசைத் தமிழும், இயலும் இசையும் இன்றி நாடகத் தமிழும் இயங்க இயலாது. எனவே தான் தொன்று தொட்டு முத்தமிழ் என்றே தமிழ் மொழி பெருமையுடன் வழங்கப்பட்டு வருகிறது. அக்காலத்தில் தமிழ்ப் புலவர்கள் அனைவரும் முத்தமிழிலும் புலமை வாய்ந்தவர்களாகவே இருந்துவந்தார்கள். கடந்த 12ஆம் நூற்றாண்டு முதல் இந்திய நாடு விடுதலை பெறும் வரை தொடர்ச்சியாக தமிழகத்தில் நிகழ்ந்த அன்னிய ஊடுருவல்கள், அன்னியர் ஆட்சிகளால் முத்தமிழின் மாட்சி சிறிது சிறிதாகக் குறைந்து 20ஆம் நூற்றாண்டில் ஏறத் தாழ தமிழ் அறிஞர்கள் இயற்றமிழில் மட்டுமே புலமை பெற்றிருந்தால் போதும் என்ற நிலை உருவாகிவிட்டது. இதற்கு ஆங்கிலேயர் ஆட்சியால் தமிழ்க் கல்வியில் ஏற்பட்ட ஆங்கில மொழியின் ஆதிக்கமும் ஒரு காரண மாகும். அந் நிலையிலும், 20ஆம் நூற்றாண்டின் தொடக்கத்தில் முத்தமிழிலும் புலமை யுடைய மிகச் சில தமிழ்ப் புலவர்களும்

படைப்பாளிகளும் இருந்தார்கள் என்பதையும், அவர்கள் முத்தமிழிற்கும் தங்கள் அரிய படைப்புகளை வழங்கியதன் மூலம், தமிழ் இலக்கியப் பரப்பை வளர்த்தெடுத்தார்கள் என்பதையும் மறுக்க இயலாது. அத்தகைய மிகச் சில **முத்தமிழ் வித்தகர்களுள்** குறிப்பிடத் தக்கவர் **கவிஞர் கு.சா.கிருஷ்ணமூர்த்தி** அவர்கள் ஆவார். முத்தமிழ் வித்தகரான கு.சா.கி. தமிழில் ஒரு பன்முக ஆளுமை கொண்டவராக விளங்கினார் என்பதை அவருடைய வாழ்க்கை வரலாற்றிலிருந்து அறிந்துகொள்ள முடியும்.

இங்கு, அப் பெருங் கவிஞரின் இசைத் தமிழ்ப் படைப்புகள், பணிகள் நினைவுகூரப்படுகின்றன. கவிதை படைக்கும் ஆற்றல் உள்ளவர்கள் அனைவராலும் இசைப் பாடல்களை யும் நாடகப் பாடல்களையும் இயற்ற முடிவதில்லை. மிகச் சில கவிஞர்களுக்கு மட்டுமே அத்தகைய ஆற்றல் கைகூடுகிறது. இதற்கு இயற்கையான இசை ஞானமும், ஓரளவு பயிற்சியும், மொழி இலக்கணத்தில் தேர்ந்த அறிவும் அடிப்படையாக அமைகின்றன. இத்தகு ஆற்றல் முழுமையாக அமையப்பெற்றவராக கு.சா.கி. திகழ்வதை அவருடைய இசைப் பாடல்கள் சான்று பகர்கின்றன. மூன்றாம் வகுப்புக்கு மேல் பள்ளிப் படிப்பைத் தொடர முடியாத ஒருவர் முத்தமிழ் வித்தகராக உருவெடுத்த பின்னணியைக் கூற வேண்டியது இங்கு முக்கியமான தேவையாகும்.

பாய்ஸ் கம்பெனி என்னும் தொழில் முறை பாலர் நாடகக் குழுக்கள்:

20ஆம் நூற்றாண்டின் தொடக்கத்தில் தமிழ் நாடக மேடைகளும் நாடகக் கலையும் சிறப்பிழந்து, கட்டுப்பாடின்றி, சீரழிவினை நோக்கிச் சென்றுகொண்டிருந்தன. அதனை சீரழிவிலிருந்து மீட்டு, நாடகக் கலைக்குப் புத்துயிர் அளிக்கும் வண்ணம் தமிழ் நாடகத் தந்தையெனப் போற்றப்படும் சங்கரதாஸ் சுவாமிகள் சிறுவர்களைக் கொண்ட நாடகக் குழுக்களை உருவாக்கினார். தம்மால் இயற்றப்பட்ட இசை நாடகங்களையெல்லாம் அச்சிறுவர்களுக்கு சுவாமிகளே பயிற்சியளித்தார். தொடர்ந்து

பல நாடகக் குழுக்கள் சிறுவர்களைக் கொண்டே தொடங்கப் பெற்றன. இக் கம்பெனிகளில் பெரும்பாலும் சங்கரதாஸ் சுவாமிகளும் அவருடைய மாணவர்களுமே ஆசிரியர்களாக விளங்கினர். தமிழ் நாடக வரலாற்றில் இவை தாம் பின்னர், பாய்ஸ் கம்பெனி சகாப்தம் என்றும், பாய்ஸ் கம்பெனி மரபு என்றும் வழங்கப்படலாயின. “இந்த பாய்ஸ் கம்பெனிகள் வெறும் நாடகப் பயிற்சியை மட்டும் அளிப்பதில்லை; இவை ஒரு பல்கலைக்கழகம் போன்று பல்வகைக் கல்வியையும் பயிற்சிகளையும் அச்சிறுவர்களுக்கு அளித்தன. தமிழ்மொழிக் கல்வி, இலக்கியம், இசை, நாட்டியம், நடிப்பு, உடற்பயிற்சிகள் எனப் பல்வகைப் பயிற்சிகள் தொடர்ந்து அளிக்கப்படும்” என்று சுவாமிகளின் மாணவர் அவ்வை டி.கே. சண்முகம் குறிப்பிடுகிறார். 20ஆம் நூற்றாண்டில் தமிழ்த் திரைப்பட உலகில் கோலோச்சிய நடிகர், நடிகையர், இசையமைப்பாளர்கள், பாடலாசிரியர்கள், கதை வசனகர்த்தாக்கள், திரைக்கதை ஆசிரியர்கள், இயக்குநர்கள் எனப் பலரும் பாய்ஸ் கம்பெனி மரபு வழி வந்தவர்களே ஆவர். இத்தகைய பாய்ஸ் கம்பெனிகள் ஒன்றில் ஒன்பதாவது வயதில் சேர்ந்து தம் கலை பயணத்தைத் தொடங்கியவர்தான் கும்பகோணம் சாமிநாதன் கிருஷ்ணமூர்த்தி என்னும் கவிஞர் கு.சா.கி. ஆவார். பாய்ஸ் கம்பெனி நடிகர்கள் அனைவருமே சுவாமிகளின் மரபைச் சார்ந்தவர்கள் என்றே குறிப்பிடப்படுகின்றனர். இதனை உறுதிப்படுத்தும் வகையில் சுவாமிகள் பற்றிய கவிஞரின் பின்வரும் பாடல் அடிகள் அமைகின்றன.

நாடகத்திற்கான கதைக் கருவூலத்தை
நல்லபடி தேர்ந்தெடுத்தல் - தேர்ந்தவற்றைப்
பீடுபெறக் காட்சிகளாய் அமைத்தல் - காட்சிப்
பின்னலிடை நவரஸத்தைப் புகுத்தல் - ஆடல்
பாடல்வகை இடையிடையே வைத்தல் - மற்றும்
பாத்திரங்கட் கேற்ற உரையாடல் எல்லாம்
ஆடரங்கமின்றிதிரை அரங்கினுக்கும்
அவரளித்த வழிமுறையே மறுப்பார் யாரே”

இக் கவிதையில் ஆடரங்கத்திற்கும் திரையரங்கிற்கும் உரிய வழி முறைகளை உருவாக்கித் தந்தவர் சங்கரதாஸ் சுவாமிகள் என்று அவர் பணியைப் பதிவு செய்கின்றார்.

பாய்ஸ் கம்பெனியில் இவர் பெற்ற பயிற்சிகளும், இயற்கையில் அமைந்த ஞானமும், தொடர்ந்து இவர் மேற்கொண்ட படிப்பறிவும் இவருடைய படைப்பாற்றலுக்கான அடிப் படையாக விளங்கின என்பதை உணரலாம்.

இனி இவருடைய இசைத் தமிழுக்கான பங்களிப்பினைக் காண்போம்.

கவிஞரின் பாடல் கோட்பாடு :

முத்தமிழிலும் வல்லவரான கவிஞர் ஏராளமான கவிதைகளை எழுதி யிருப்பினும், இசைப்பதற்கான பாடல்களை இயற்றுவதில் தமக்கென சில இலக்கண நெறிமுறைகளைக் கடைப்பிடித்துள்ளார். தமிழ்க் கவிதை இசையோடு பாடப்பட வேண்டும். அதற்கேற்ற வகையில் எழுதப்படவேண்டும் என்பதுடன், சொல் வழுவில்லாமல் எதுகை, மோனையுடன் பொருள் விளங்க பண், சுருதி, லயம் ஆகியன இணையப் படைக்கப்படுவதே நல்ல கவிதை என்ற கருத்துடையவர் கு.சா. கிருஷ்ணமூர்த்தி.

> **"எதுகையோடு நல்ல மோனையும் எழில்சேர்**
> **இனியபொருள் சொரியும் எளிய தமிழில் பண்ணைச்**
> **சுதியுடன் இணைந்தே லயத்துணையோடு**
> **சொல் வழுவில்லாமல் சொல்லும் செழுந்தமிழ்"**

என்று அந் நெறிமுறைகள் குறித்து அவரே ஒரு பாடலில் பதிவு செய்கிறார். இதன் மூலம் கவிஞருடைய இசை நுட்பத்தைப் புரிந்துகொள்ள இயலும். 20ஆம் நூற்றாண்டில் உலகின் ஈடு இணையற்ற ஆங்கிலக் கவிஞர்களுள் ஒருவரும், சிறந்த இலக்கியத் திறனாய்வாளருமான டி.எஸ். எலியட், "இசையில்லாத கவிதை உயிரற்ற உடலுக்கு ஒப்பானது" என்று குறிப்பிடுவதை, இங்கு கு.சா.கி. கோட்பாட்டுடன் ஒப்புநோக்க வாய்ப்புண்டு. ஆயிரக்கணக்கான ஆண்டுகள்

தொன்மை வாய்ந்த தமிழ்ச் செய்யுள் மரபுக் கொள்கையின் அடி நாதமும் இதுவே. இசையோடு ஒன்றியிருப்பதே தமிழ்க் கவிதை மரபு. எனவே தான் தொல்காப்பிய காலம் தொட்டு, தமிழ்க் கவிதைகள், பாக்கள் என்றும் பாடல்கள் என்றும் குறிக்கப்படுகின்றன. சங்கப் பாடல்கள், கம்பராமாயணப் பாடல்கள், பெரிய புராணப் பாடல்கள், உரைப் பாட்டு என்றெல்லாம் இயற்றமிழ் நூல்களில் குறிப்பிடப்படுவது இங்கு நினைவுகூரத் தக்கது. எவ்விடத்தும் சங்க இலக்கியக் கவிதை என்று சொல்வது தமிழ் மரபில் இல்லை. அத் தொன்றுபடு மரபையே இவரும் தம் படைப்புகளில் செவ்வனே பின்பற்றி யிருப்பதைக் காணலாம்.

இசைப் பாடல்கள், இசை நூல்கள் :

அவருடைய இளமைக் காலத்தில் தமிழ் நாட்டில் இசை அரங்குகளை எல்லாம் பெரும்பாலும் தெலுங்கு, சமஸ்கிருதம் எனப் பிற மொழிப் பாடல்களே ஆக்கிரமித்துக்கொண்டிருந்தன. இசை நிகழ்ச்சியின் இறுதியில் ஒரு சில தமிழ்ப் பாடல்கள் இடம்பெறும். நாடக மேடைகளில் மட்டுமே தமிழ்ப் பாடல்களைக் கேட்க முடியும் என்ற சூழ்நிலை நிலவி வந்தது. இந்நிலையில் தான் தமிழ்நாட்டு இசை யரங்குகளில் தமிழ்ப் பாடல்களும் தமிழிசையும் மட்டுமே இடம்பெறல் வேண்டும் என்ற நோக்கத்தில் **'தமிழிசை இயக்கம்'** தோற்றுவிக்கப்பட்டது. இப் பின்னணியோடு கு.சா.கி.யின் வாழ்க்கையை அணுகவேண்டும். இவ் வியக்கத்திற்கு தம் இசைப் படைப்புகள் மூலம் மகத்தான தொண்டு புரிந்தவர் இக் கவிஞர். தாமே நூற்றுக் கணக்கான இசைப் பாடல்களை இயற்றியதுடன், வடலூர் இராமலிங்க வள்ளலின் திருவருட்பாவிலிருந்து இசை யரங்குகளில் பாடும்படியான 101 இசைப் பாடல்களைத் தெரிவு செய்து, தொகுத்து, அவற்றைத் தக்க கலைஞரைக் கொண்டு இசை யமைத்து நூலாகவும் வெளியிட்டார்.

1. இசையின்பம் :

இந் நூல் கவிஞரின் 102 இசைப் பாடல்களைக் கொண்டு தொகுக்கப்பெற்று, 1946ஆம் ஆண்டில் அவராலேயே

வெளியிடப்பட்டுள்ளது. 102 பாடல்களுக்கும் இராக, தாளங்கள் குறிக்கப்பட்டுள்ளன. இதன் மறு வெளியீடு 1949ஆம் ஆண்டில் வந்ததாகத் தெரிகிறது. கதிரவன் துதியோடு தொடங்கும் இந் நூலில் தமிழ், தமிழ் நாடு, தமிழிசை ஆகியவற்றின் சிறப்புகளைக் கூறுவதாக மட்டும் 30க்கும் மேற்பட்ட பாடல்கள் இடம்பெற் றுள்ளன. இதன் மூலம் அவர் ஒரு சிறந்த தமிழியக்கவாதியாக விளங்கியதை உணர முடிகிறது. சான்றாக ஒரு பாடலை மட்டும் இங்குக் காண்போம்.

நிகரற்ற தமிழ்

இராகம் : ஹேமாவதி தாளம் : ரூபகம்

பல்லவி

தமிழுக்கு நிகரான தோர் மொழி
தரணி மீதுண்டோ சொல்வீர்

சரணம் -1

அமிழ்தினும் இனிதாம் தமிழ் எங்கள்
ஆவியினும் பெரிதாம் தமிழ் பூவில்
ஆதிமுதல் உயர்வாய்த் தமிழ் மன்னர்
ஆதரித்தே வளர்த்த தமிழ் இன்பத் (தமிழுக்கு)

இப்பாடலில் தமிழின் பெருமை பேசும் 3 சரணங்கள் இடம் பெற்றுள்ளன.

இந்நூலில் பெரும்பாலும் அனைத்துப் பாடல்களுமே பல்லவி, அனுபல்லவி, சரணம் என்ற அமைப்பில் கீர்த்தனை வடிவிலேயே அமைத்துள்ளார். இசையரங்குகளில் கலைஞர்கள் தம் திறமைக் கேற்ப விரிவாக்கம் செய்து பாடும் வகையில், இவருடைய பாடல்கள் ஓசை நயத்துடன் கூடிய எளிய சொற்களால் அமைந்துள்ளன. முதுபெரும் கவிஞரும், ஏராளமான தமிழ்க் கீர்தனைகளை இயற்றியவருமான சுத்தானந்த பாரதியார் இந்நூலை சரிபார்த்து முகவுரையும் அளித்திருக்கிறார் என்பதிலிருந்து இந்நூலின் பெருமை விளங்கும். தம் முகவுரையில்,

"இந்நூல் பல மேள, ஜன்ய, அபூர்வ ராகங்களில் அமைந்துள்ளது. இசையின்பப் பாடல்களைப் படித்து மிக்க மகிழ்ச்சியடைந்தேன்" என்று சுத்தானந்த பாரதியார் குறிப்பிடுகின்றார்.

இந்நூலில் இயற்கை, தத்துவம், தேச பக்தி, வாழ்வியல் பற்றிய பொருண்மைகளுடன் பல தெய்வ வழிபாட்டுப் பாடல்களும் இடம்பெற்றுள்ளன. இதனையடுத்து முற்றிலும் இசைப் பாடல்களால் அமைந்த **அமுதத் தமிழிசை** என்னும் நூலை வெளியிட்டார்.

2. அமுதத் தமிழிசை :

நூறு இசைப் பாடல்களைக் கொண்ட இந்நூல் கவிஞரால் 'முத்தமிழ்ப் பண்ணை' மூலம் 1980ஆம் ஆண்டு வெளியிடப் பெற்று 1984இல் இரண்டாம் பதிப்பும் கண்டது. இந் நூலின் சிறப்பு யாதெனில், 100 பாடல்களுக்கும் இராகம், தாளம் குறிப்பிட்டதோடு நில்லாது, அனைத்துக்கும் சுர, தாளக் குறிப்புகளும் தரப்பட்டுள்ளன. இசையில் புலமையும், வல்லமையும் பெற்றிருந்த கலைஞர் **திருமதி குருவாயூர் பொன்னம்மாள்** இசை யமைத்து, சுர, தாளக் குறிப்புகளைத் தந்துள்ளார். பல புதிய பாடல்கள் இந் நூலில் இருப்பினும், சில பாடல்கள் கவிஞரின் முந்தையப் படைப்பான '**இசையின்பம்**' நூலிலிருந்தும் எடுத்தாளப்பட்டுள்ளன. எனவே, அக் காலத்தில் இப் பாடல்கள் இசைக் கலைஞர்கள், இரசிகர்கள், பொதுமக்கள் ஆகியோரிடையே பெரும் வரவேற்பினைப் பெற்றிருக்கக்கூடும்.

இந்நூல் உள்ளடக்கத்திலும் கவிஞரின் முதல் நூலான 'இசையின்ப'த்திலிருந்து மாறுபட்டு விளங்குகிறது. நாட்டில் மக்கள் வழிபட்டு வரும் அனைத்து தெய்வங்களின் மீதும் பாடல்கள் இடம்பெற்றுள்ளன. மேலும், தமிழ், தேசப் பற்று, பண்பு நலன்கள், அருளாளர்கள், தேசியத் தலைவர்கள் எனப் பல்வேறு பொருண்மைகளிலும் பாடப்பட்டு இந்நூல் ஒரு பன்முகத் தன்மையுடன் திகழ்கிறது. இந்நூலிலிருந்து ஒரே ஒரு பாடலை மட்டும் எடுத்துக்காட்டாகக் காண்போம்.

ராகம் - பைரவி　　　　　　　　　　தாளம் - ஆதி

எடுப்பு

கற்பகமே உனது பொற்பாத மல்லாது
கடைத் தேற வழி யேதம்மா - அம்மா

தொடுப்பு

தர்ப்பர யோக தபோதனர்கள் போற்றும்
ஒப்புயர் வில்லாத உத்தமியே தாயே (கற்பகமே)

சரணம்

அடித்தாலும் அணைத்தாலும் அன்னை உன்னை
ஆதரித் தாள்வது யாரம்மா - என்
அகத்தாலும் அறியாமை மனத்தாலும் நான் என்ன
அபராதம் செய்தாலும் பொறுத்தாளம்மா
படித்தாலும் தேடிய பணத்தாலும் உலகில்
பயன் ஏதும் காணேன் அம்மா - யார்
பழித்தாலும் என்னைப் பகைத்தாலும் கடைக்கண்
பார்ப்பதுன் பாரமம்மா - அம்மா (கற்பகமே)

(குறிப்பு : அக்காலத்தில் புகழ்பெற்ற திரைப்படப் பாடகரான டி.எம்.சௌந்தரராஜன் அவர்களால் இசைத் தட்டில் பாடப்பட்டு மக்களிடையே மிகவு பிரபலமாக விளங்கியது இப்பாடல் ஆகும்.)

3. அருட்பா இசையமுதம் :

'இராக - தாள - சுரக்குறிப்புடன் திருவருட்பிரகாச வள்ளலாரின் 101 பாடல்கள்' என்றும், **தொகுப்பாசிரியர், கலைமாமணி கவிஞர்**

கு.சா.கிருஷ்ணமூர்த்தி, இசை அமைப்பு, அருட்பா இசையரசி கலைமாமணி குருவாயூர் பொன்னம்மாள் என்றும் இந் நூலின் தலைப்பிலேயே, தெளிவாக அச்சிடப்பட்டுள்ளது. இதன் மூலம் இந் நூலில் கவிஞர்களின் பாடல்கள் இடம் பெறவில்லை என்று தெளிவாக்கப்படுகிறது. இந் நூல் 1983ஆம் ஆண்டில் 'முத்தமிழ்ப் பண்ணை' யின் மூலம் கவிஞர் வெளியிட்டுள்ளார். இந் நூலில் வள்ளலார் எழுதிய கீர்த்தனைகள், சிந்துப் பாடல்கள், பிற பாடல்கள் என அனைத்தும் இராக, தாளம் குறிக்கப்பட்டு,சுர தாளக் குறிப்புகளுடன்(*Notation*) இடம்பெற்றுள்ளன.

கவிஞரின் சொந்தப் படைப்பாக இல்லை யெனினும் அவருடைய இசைத் தமிழ்ப் பணிகளில் மிகுந்த முக்கியத்துவத்தை இந் நூல் பெற்றிருப்பதை எவரும் மறுக்க இயலாது. தமிழக இசை வரலாற்றுப் பின்னணியுடன் இந் நூலை அணுகினால் இவ்வுண்மை தெளிவாகும். இந் நூல் வெளிவந்த காலத்தில் கர்நாடக இசை மேடைகளிலோ, தமிழிசை என்ற பெயரில் வழங்கப்பட்ட தேவார இசையரங்குகளிலோ வள்ளலாரின் அருட்பாக்கள் பாடப்படவில்லை. இசை நாடக மேடைகளில் மட்டும் அரிதாக சில அருட்பாக்கள் இடம்பெறுவதுண்டு. கீர்த்தனைகள், பிற உருப்படிகள், சிந்துப் பாடல்கள் என நூற்றுக்கணக்கான இசைப் பாடல்களைக் கொண்ட திருவருட்பா குறித்து இசைக் கலைஞர்கள் பெரிதும் அறிந்திராத நிலையே அப்போது தமிழகத்தில் இருந்தது. அத்தகைய காலகட்டத்தில் 100 அருட்பாக்களை ஓர் இசை அமுதத் தொகுதியாக வெளிக் கொணர்ந்த கு.சா.கி.யின் பணி தமிழ் இசை உலகிற்கும் தமிழிசை இயக்கத்திற்கும் பெரும் கொடையாக அமைந்தது. இந்நூல் வெளிவந்ததையடுத்து அருட்பா இசையரங்குகள் தனியாகவே தமிழ்நாட்டில் நிகழத் தொடங்கின. அதற்குச் சான்றாக, இசைக் கலைஞரான இக் கட்டுரை ஆசிரியர் வடலூரிலும், தமிழகத்திலும் பிற மாநிலங்களிலும் 2 மணி நேரத்திற்கு 'அருட்பா இசை' அரங்கினைத் தொடர்ந்து நிகழ்த்தி வருவதைக் கூறலாம். வள்ளல் பெருமான் பல நாட்கள் வாழ்ந்த வடலூரில் கடந்த 25 ஆண்டுகளுக்கும் மேலாக 'திருவருட்பா இசை விழா' ஆண்டுதோறும் மூன்று நாட்களுக்கு முழுமையாக

நிகழ்த்தப்பட்டு வருகிறது. திருவையாறு தியாகராஜர் ஆராதனை விழா போன்று இந்த இசை விழாவிலும் தமிழகத்திலிருந்தும் அண்டை மாநிலங்களிலிருந்தும் முன்னணி இசை கலைஞர்கள் உள்பட நூற்றுக் கணக்கான இசைக் கலைஞர்கள் பங்குபெற்று வருகின்றனர். இந் நிகழ்வுகளுக்கு எல்லாம் கு.சா.கி.யின் இந் நூலே வித்திட்டது என்பதை மறுப்பதற்கில்லை. இந் நூல் இசைக் கலைஞர்களிடையே அருட்பா பற்றிய புதிய சிந்தனைகளை உருவாக்கியது என்பதில் ஐயமில்லை.

பின்னர் வந்த கவிஞரின் இரண்டு நூல்களுக்கு மட்டுமே குருவாயூர் பொன்னம்மாள் பண் அமைத்து சுர தாளக் குறிப்புகளைத் *(Music Notations)* தந்துள்ளார். அவை மிகவும் துல்லியமாகவும், நுணுக்கமாகவும், எளிமையாகவும் பாடகர்களுக்கும் இசைக் கருவிகள் இசைப்போர்க்கும் மிகவும் பயனுள்ள வகையில் அமைக்கப்பட்டுள்ளன. அதன் காரணமாக கவிஞரின் பாடல்கள் அக் காலத்திலிருந்து இசை அரங்குகளில் அதிகமாக இடம்பெறத் தொடங்கின எனக் கருத வாய்ப்புண்டு.

கு.சா.கி.யின் பாடல்கள், பொதுவாக, தோடி, சக்ரவாஹம், கீர்வாணி, கரஹரப்ரியா, கௌரிமனோஹரி, சாருகேசி, ஹரிகாம்போதி, பந்துவராளி, ஷண்முகப்ரியா, சிம்மேந்த்ர மத்யமம், ஹேமவதி, கல்யாணி முதலான மேளகர்த்தா ராகங்களும், காம்போதி, பைரவி, காப்பி, ஹிந்தோளம், உதய ரவிச்சந்த்ரிகா, ஆரபி, ஆபோகி, நீலாம்பரி, நாட்டை எனப் பழம் பண்களும், ரதிபதிப்ரியா, மனோலயம், பியாக், ஜோன்புரி, சிந்துபைரவி, தேஷ், மதுவந்தி முதலான அபூர்வ ராகங்களிலும் இவருடைய பாடல்கள் அமைந்துள்ளன. அதே போன்று ஆதி, ரூபகம், சாபு என மாறுபட்ட தாளங்களிலும், திஸ்ரம்(3), சதுஸ்ரம்(4), கண்டம்(5), மிஸ்ரம்(7) என மாறுபட்ட தாள நடைகளிலும் பொருந்தும் வகையில் பாடல்களை கு.சா.கி. இயற்றியுள்ளார். இராகமாலிகைகளாகவும் வேறுபட்ட நூற்றுக் கணக்கான இராகங்களிலும் பாடல்கள் இசையமைக்கப்பட்டுள்ளன. அன்றைய முன்னணி இசைக் கலைஞர்கள் இந் நூலுக்கு வழங்கியுள்ள அணிந்துரைகளே இதற்குச் சான்று பகர்கின்றன.

அறிஞர்களின் கருத்துகள் :

'அருட்பா இசையமுதம்' நூலுக்கு இசை யுலகின் முதுபெரும் கலைஞர்களான சங்கீத கலாநிதிகள், **திரு.செம்மங்குடி ரா. ஸ்ரீநிவாசய்யர், திருமதி. டி.கே பட்டம்மாள்** இருவரும் வாழ்த்துரை வழங்கியுள்ளார்கள். "இந் நூலில் அடங்கியுள்ள 101 கீர்த்தனைகளையும் பழமையான ரக்தியான பல ராகங்களிலும் பல தாளங்களிலும், அதிகமாகப் பிரச்சாரத்தில் இல்லாத வந்தனதாரிணி, சந்த்ரகௌன்ஸ், மதுவந்தி முதலான ராகங்களிலும் இசையமைத்திருப்பது பாராட்டுதற் குரியதாகும். பக்தி ததும்பும் இந்த இசை மலரை தமிழிசை யுலகம் பயன் படுத்திக்கொண்டு வரவேற்குமென நம்புகிறேன். இம் மஹத்தான ஸேவையை இசையுலகிற்குச் செய்துள்ள கு.சா. கிருஷ்ணமூர்த்தி அவர்களை எவ்வளவு பாராட்டினாலும் போதாது" என்று புகழ்ந்துரைக்கிறார் செம்மங்குடி.

"சாகித்திய கவனம் செய்யும் கலை எல்லோருக்கும் கைவரப்பெறுவதில்லை. இந்தக் கலை பூர்வ ஜன்மப் பயனால் சிலருக்கே வாய்க்கிறது. மற்றொரு கவி எழுதிய சாகித்தியங் களுக்கு நாம் உயிர் கொடுப்பது மிகவும் கடினமானது. இந்த விஷயத்தில் கு.சா. கிருஷ்ண மூர்த்தி அவர்கள் முயன்று சாதித்திருக்கும் 'அருட்பா இசையமுதம்' என்ற இந்நூல் மிகவும் பாராட்டத் தக்கதாகும். ஸ்ரீ ராமலிங்க ஸ்வாமிகளின் கீர்த்தனை வடிவமாக அமைத்துள்ள சாதனை மிகவும் போற்றத்தக்கது. அதிலும், எண்சீர், அறுசீர்களிலுள்ள விருத்தப் பண்களை கீர்த்தனை வடிவமாக்க அவர் எவ்வளவு சிரமப்பட்டிருப்பார் என்று சற்றுக் கூர்ந்து நினைத்தால், நம் கண்கள் சுழன்று, தலை சுற்றும். இந்தப் பணியில் அவருக்கு எவ்வளவு ஆர்வம் இருந்திருக்கும் என்பது நம் உணர்வுக்கு அப்பாற்பட்டது" என்று தமது ஆசியுரையில் வியந்து போற்றுகின்றார் டி.கே.பட்டம்மாள். *(29-7-80)*

கவிஞரின் மற்றொரு இசை நூலான 'அமுதத் தமிழிசை' நூலுக்கு ஆய்வுரை செய்த இசையறிஞர் **டாக்டர் எஸ்.இராமநாதன்** அவர்களின் கருத்தினைக் காண்போம்.

"கவிஞர் கு.சா.கிருஷ்ணமூர்த்தி அவர்கள் இயற்றிய அநேக பாடல்களை வானொலியிலும், பிற இசையரங்குகளிலும் கேட்டு மகிழ்ந்திருக்கிறேன். இப்போது அவரது நூறு பாக்கள் சுர தாளக் குறிப்புடன், நூல் வடிவில் வந்திருப்பது மகிழ்ச்சிக்குரியது. மக்கட் பண்பை உணர்த்தும் 'ஆணவம் கொண்டலையாதே' போன்ற பாடலும், வரதட்சிணைக் கொடுமை பற்றிய பாடலும், தாயின் பெருமையைப் பேசும் பாடலும் உள்ளன. தமிழின் மேன்மையை எடுத்துரைக்கும் பாடல்கள் நன்கு அமைந்துள்ளன. சொற்சுவையும், இசைச் சுவையும் நன்கு அமைந்த இந்த இசைப் பாடல்களை, இசையுலகம் விரும்பி வரவேற்கும் என்பது என் நம்பிக்கை."*(7-7-1980)*

இனி, மற்றொரு புகழ்பெற்ற இசை மேதையான **மதுரை எஸ். சோமசுந்தரம்(சோமு)** அவர்களின் மதிப்பீட்டினை காண்போம். "கு.சா.கிருஷ்ணமூர்த்தி அண்ணார் அவர்களை நாற்பது ஆண்டுகளாக நன்கு அறிவேன். 1946ஆம் ஆண்டில் அவர் எழுதி வெளியிட்ட 'இசையின்பம்' என்னும் பாடல் தொகுப்பு நூல் ஒன்றைப் பெற்று அதில் உள்ள அநேக பாடல்களை நான் கச்சேரி செய்யத் தொடங்கிய அந்தக் காலத்திலிருந்தே இசையரங்குகளில் தவறாது பாடுவேன். அப்பாடல்களுக்கு இசையுலகில் நல்ல வரவேற்பு இருந்தது. பாடல்கள் எழுதுவது மட்டு மின்றி, அவர்கள் அழகாகப் பாடும் திறமையும் பெற்றவர் என்பதையும் இசையுலகம் நன்கறியும்.

தற்சமயம் 'அமுதத் தமிழிசை' என்னும் பெயரில், சுர-தாளக் குறிப்புகளுடன் அவர்கள் எழுதிய நூறு பாடல்கள் உள்ள இசைத் தொகுப்பு நூல் ஒன்று வெளிவருதல் கண்டு அளவற்ற மகிழ்ச்சியடைகின்றேன். இப்புத்தகத்திலுள்ள ஒவ்வொரு பாடலையும் நான் நன்கு ஊன்றிக் கவனித்துப் படித்துப் பார்த்தேன். இதில் எல்லா அம்சமும் அழகாகப் பக்தியுடன், லயக் கட்டுப்பாட்டுடன், அதற்கு ஏற்ற ராகங்களுடன் மிகமிக ரசிக்கும்படி, பொருத்தமாக அமைந்திருக்கின்றன. இசை உலகிற்கு அரும்பணியாற்றிவரும், சாகித்ய சிரோன்மணி, அண்ணார் திரு. கு.சா.கி. அவர்களின் அருமையான தமிழிசைப் பாடல்களை இசைவாணர்கள் அனைவரும் இசை யரங்குகளில்

பெருவாரியாகப் பாடி அவர்களை ஊக்குவிக்கும் கடமை நம் அனைவரையும் சார்ந்தது என்பதை இசைவாணர்கள் அனைவருக்கும் தெரிவித்துக்கொள்கிறேன்."*(5 - 8 - 1980)*

பத்மஸ்ரீ சீர்காழி கோவிந்தராஜன் அவர்கள் தம் பாராட்டுரையில், 'அமுதத் தமிழிசை' என்னும் இந்த அருமையான இசைப் பாடல் தொகுப்பு நூல் இசைக் கலைஞர்களுக்கும் இசை ரசிகர்களுக்கும் ஒரு வரப்பிரசாதமாகும். கவிஞர் கு.சா. கிருஷ்ணமூர்த்தி அண்ணார் அவர்களின் அயராத உழைப்பிலே, தமிழ்க் கலைச் சோலையில் மலர்ந்துள்ள, வாடாத மலராகும் இந்நூல்! இந்நூலில் இடம்பெற்றுள்ள அத்துணைப் பாடல்களும் தேனமுதத் துளிகளே யாகும். குறிப்பாக அமீர்க்கல்யாணி ராகத்தில் அமைந்துள்ள, "**பிறவாதிருக்க வரம் அருள்வாய்**" என்ற பாடலின் நயத்தை என்னவென்பது? சங்கராபரணத்தில் அமைந்த '**கண்கள் செய்த தவப் பயனாலே கந்தனைக் கண்டேன் பழனி யிலே**' என்ற பாடல் கற்கண்டாய் இனிக்கின்றது!" என்று வியந்து போற்றுகின்றார்.*(3-7-1980)*

பத்ம பூஷன் டாக்டர் பாலமுரளி கிருஷ்ணா அவர்கள், *"I have gone through the book entitled "Amudha Thamizhisai" which contains one hundred songs. The lyrics are composed by 'Kalaimamani' Krishnamurthy and music by 'Kalaimamani' Guruvayur Ponnammal. The songs are devotional with the beauty of yathi Prasa maintained accurately compiled with meaning and music. The Ragas selected for the songs are apt and sweet. I have no doubt that these songs will become popular soon and trust that the musicians sing them in the concerts."* என்று மனமுவந்து பாராட்டுகின்றார்.

இசை யுலகின் முடிசூடா மன்னர்களாக விளங்கிய மேற்காணும் இசை அறிஞர்களின் கருத்துகள் கவிஞரின் இசைத் தமிழ் ஆற்றலை முழுமையாகப் புரிந்துகொள்ள நமக்குத் துணை புரிகின்றன.

இதன் காரணமாகவே இவருடைய பாடல்கள் பலவும் ஔவை டி.கே.சண்முகம், எம்.எம். தண்டபாணி தேசிகர்,

கே.பி. சுந்தராம்பாள், மதுரை சோமசுந்தரம், மதுரை எஸ். இராமநாதன், சிதம்பரம் சி.எஸ். ஜெயராமன், சீர்காழி எஸ். கோவிந்தராஜன் போன்ற உலகப் புகழ்பெற்ற இசைக் கலைஞர்களால் மேடைகளில் பாடப்பட்டு பிரபலமாயின. மேலும், கவிஞரின் சில பாடல்கள் மிகவும் புகழ் பெற்ற திரைப்பட இசைக் கலைஞரான டி.எம். சௌந்தரராஜன் பாடி இசைத் தட்டுகளாக வெளிவந்து மக்களிடையே பெரும் வரவேற்பைப் பெற்றன என்ற செய்தியும் இங்கு நினைவுகூரத் தக்கது.

குறிப்பாக, எம்.எம்.தண்டபாணி தேசிகர் பாடிய, **'அள்ளி உண்டிடலாம் வாரீர்' (இராகம் - பந்துவராளி), 'இன்பக் கனா ஒன்று கண்டேன்' (ராகமாலிகை)** போன்ற பாடல்கள் சாகா வரம் பெற்றுத் திகழ்பவை. இப் பாடல்கள் இசை மேடைகளில் பல முன்னணி இசைக் கலைஞர்களால் இன்றளவும் பாடப்பட்டு வருகின்றன. பல நாடகங்களை எழுதிய கு.சா.கி., பல திரைப்படங்களுக்கு திரைக்கதை, வசனம், பாடல்கள் எழுதியும் புகழ் பெற்றவர். **'குற்றம் புரிந்தவன் வாழ்க்கையில்', 'எளியோரைத் தாழ்த்தி வலியோரை வாழ்த்தும்'** போன்ற திரைப்படப் பாடல்கள் தலைமுறைகள் கடந்து மிகவும் புகழ்பெற்று விளங்குகின்றன.

நிறைவாக கு.சா.கி. அவர்களுடைய கருத்துகள் மூலமாகவே அவருடைய கவியுள்ளத்தையும் இசைத் தமிழுக்கான அவருடைய பங்களிப்பினையும் உணர முயற்சிப்பது பொருத்தமாக அமையும்.

புவியை அளக்கும் எம் உள்ளம்- காணும்
புன்மைகள் யாவையும் போக்கிடுதற்குக்
கவிதைப் பல்லாயிரங்கோடி செய்து
காரிருள் காயும் கதிரென நிற்போம்

என்று கவிஞர்க்கு இலக்கணம் வகுக்கும் கு.சா.கிருஷ்ணமூர்த்தி, "இதைப் போல் இன்னும் பல தொகுப்புகள் உருவாகும் அளவுக்கு நான் இயற்றியுள்ள பாடல்கள் உண்டு. அவைகளையெல்லாம் வெளியிட்டுப் பரப்பவேண்டுமென்ற பேராசையும் உண்டு.

ஆனால் அதற்கான வாய்ப்பும் வசதியும் வேண்டாமா?" என்று ஏக்கத்துடன் வினவுகிறார். 'அமுதத் தமிழிசை'ப் பாடல்கள் இசையரங்குகளிலெல்லாம் எதிரொலிக்கவேண்டுமென்பது எனது பேரவா. இசை உலக மேதைகளும், இளம் பாடகர்களும் இசைத்துறை மாணவ - மாணவியரும், இசைக் கல்லூரிகளும் இதிலுள்ள பாடல்களைப் பயன்படுத்தி, எனது முயற்சிக்கு ஆக்கமும் ஊக்கமும் அளிக்குமாறு கனிவோடு கைகூப்பி வேண்டுகின்றேன்." என்று நூலின் தம் உரையில் கவிஞர் அனைவரையும் வேண்டுகின்றார். இசைத் தமிழுக்குத் தம் உன்னதப் படைப்புகள் மேலும் பெரும் கொடை அளித்திருக்கும் இக் கவிஞரின் வேண்டுகோளை நிறைவேற்றுவது இசை யுலகினர்க்கு மட்டுமின்றி இச் சமூகத்திற்கும் உரிய கடமை யாகும். அதுவே தமிழையும் தமிழிசையையும் மேலும் முன்னெடுத்துச் செல்ல உதவும் என்பதில் ஐயமில்லை.

★ ★ ★

20. மங்கலம்

இந்த இயல் இந்நூலின் இறுதிப் பகுதியாகையால் **'மங்கலம்'** ஆனது. 'மங்கலம்' என்ற சொல்லுக்கு 'நன்மை' என்று பொருள் கொள்ளலாம். **"மங்கலம் என்ப மனைமாட்சி"** என்று திருவள்ளுவப் பெருந்தகையும், **"மங்கல வாழ்த்து"** என்று இளங்கோ அடிகளும் பாடியிருப்பதை இங்கு நினைவுகூரலாம். திருமணம், கோயில் விழாக்கள் முதலான மகிழ்ச்சியூட்டும் நிகழ்வுகளில் எல்லாம் இசைக்கப்படும் நாதஸ்வரம், தவில் கருவிகளுக்கு, **'மங்கல வாத்தியம்'** என்று பெயர். இதேபோன்று விழாக்கள் பெரும்பாலும் **'மங்கல இசை'**யுடன் தொடங்குவது தமிழ் மரபு. மேலும், **"உலகம் யாவையும் தாமுள வாக்கலும்"** என்னும் கம்பராமாயணப் பாடலில் 'உலகம்' என்பது **'மங்கலம்'** என்று பொருள்படும் என்று உரை யாசிரியர்கள் கூறுகிறார்கள். இன்றைய நிலையில் தமிழ்மொழி மீண்டும் பழைய உன்னத நிலையை அடைந்து, முத்தமிழாக உலக மொழிகளிலெல்லாம் முதன்மை பெற்று, **"எத்திசையும் புகழ் மணக்கும் தமிழணங்கிற்கு"** மங்கல வாழ்த்துப் பாடுவதாக இப்பகுதி அமைகிறது.

இனி, இன்றைய சூழலில் 'மங்கலம்' என்னும் இச்சொல் குறித்து சில கருத்துகள் இங்கு பகிர்ந்துகொள்ள வேண்டியுள்ளது.

இசையரங்குகள், நாட்டிய அரங்குகள், இசை நாடகங்கள், கதாகாலட்சேபங்கள், பஜனை உற்சவங்கள் போன்ற கலை நிகழ்ச்சிகளில் நிறைவாகப் பாடும் பாடலுக்கு ‘மங்களம்’ பாடுதல் என்று சொல்வார்கள். இக் கலைகள் தொடர்பான நூற் பிரதிகளிலும்கூட இறுதியாக ‘மங்களம்’ அல்லது ‘சுபம்’ என்னும் சொற்கள் காணப்படுவது பெரு வழக்காகும். தொடக்க கால திரைப்படங்களில்கூட முடிவில் ‘மங்களம்’ அல்லது ‘சுபம்’ என்று திரையில் தோன்றும்.

தமிழகத்தின் தஞ்சாவூரில் தெலுங்கு நாயக்கர்களின் ஆட்சியைத் தொடர்ந்து, மராத்திய சரபோஜி மன்னர்கள் ஆட்சி ஏற்பட்ட காலத்தில்தான் கர்நாடக இசை உள்பட அனைத்து அரங்கக் கலைகளிலும் மராத்தியக் கலை வடிவங்கள் மிகுந்த செல்வாக்குச் செலுத்தத் தொடங்கின. குறிப்பாக ஹரிகதா என்னும் கதாகாலட்சேபம், நாம சங்கீர்த்தனம் என்னும் பஜனை சம்பிரதாயம் முதலான நிகழ்த்துக் கலை வடிவங்கள் நம்முடைய தெருக்கூத்து உள்பட அனைத்துக் கலை வடிவங்களிலும் குறிப்பிடத்தக்க மாற்றங்கள் ஏற்பட்டன. 12ஆம் நூற்றாண்டுக்குப் பின் தமிழகத்தில் ஏற்பட்ட ஆட்சி மாற்றங்களின் விளைவாக, ‘தமிழிசை’ என்பது ‘கர்நாடக இசை’யாக திரிபடைந்ததும் இக்காலகட்டத்தில்தான் என்பதையும் நினைவில்கொள்ள வேண்டும். இவையன்றி, பார்சி நாடகங்களின் வருகையால் ஏற்பட்ட மாற்றங்கள் பற்றியும் முன்னரே கண்டோம்.

தமிழின் முதல் கீர்த்தனை நாடகமான ‘இராம நாடக’த்தில், “ஸ்ரீ ராமச்சந்த்ரனுக்கு செய மங்களம்” என்ற பாடலைக் காணலாம். இதேபோன்று பஜனை சம்பிரதாயம், ஹரிகதா, இசை நாடகங்கள், தெருக்கூத்து நிகழ்வுகளிலும் ‘மங்களம்’ பாடப்பட்டுவருகிறது. தொடக்கத்தில் ‘தோடையம்’ அல்லது ‘தோடயம்’ அல்லது ‘தோடைய மங்களம்’ என்ற பாடல் பகுதியைக் குறவஞ்சி, தெருக்கூத்து உள்ளிட்ட நாடகத் தமிழ் இலக்கியப் பிரதிகளில் காணலாம். இலக்கியத்தில் காப்புச் செய்யுள் என்பது போல இந்நிகழ்வுகளில், ‘தோடையம்’ இசைப் பாடலாக அமைந்திருக்கும். இதனை ‘நாட்டை’ அல்லது ‘கம்பீர

நாட்டை' இராகத்தில் பாடுவது மரபு. இந்த இராகத்திற்கு சங்க காலத்தில் 'நைவளம்' என்று பெயர்.

இன்று இந்த 'மங்களம்' என்னும் சொல் ஒரு தமிழ்ச் சொல்லாகவே கலை, இலக்கியத்திலும் வழக்காற்றிலும் நிரந்தரமாக இடம்பெற்றிருக்கிறது. மங்கலம், மங்களம் என்னும் இவ்விரண்டு சொற்களும் 'நன்மை' என்னும் ஒரே பொருளைக் கொண்டிருந்தாலும் இரண்டும் வெவ்வேறு சொற்கள் என்னும் ஒரு பொதுவான கருத்து நிலவுகிறது. அதாவது நிகழ்ச்சியின் தொடக்கத்தில் வருவது 'மங்கலம்'; இறுதியில் இடம்பெறுவது 'மங்களம்' என்றும் விளக்கம் தருவோரும் உண்டு.

இந்நூலாசிரியர் கருத்து: 17ஆம் நூற்றாண்டுக்குப் பின்னர் வெளிவந்த தமிழ்ப் படைப்புகளில் மட்டுமே **மங்களம்** என்ற சொல் பரவலாகக் காணப்படுகிறது. இதற்கான சூழல்கள் மேலே விவரிக்கப்பட்டுள்ளன. இதற்கு முந்தைய காலத் தமிழ் இலக்கியப் பரப்பில் இச்சொல் பயன்பாட்டில் இருந்ததா என்பது ஐயப்பாட்டிற்கும் ஆய்விற்கும் உரியது. முன்னரே குறிப்பிட்டுள்ள வண்ணம் **மங்கலம்** என்பது மங்கல இசை, மங்கல வாத்தியம், மங்கல வாழ்த்து, மங்கல நாண், மங்கலப் பூண் எனப் பல்வேறு சூழல்களில் சங்க காலம் தொட்டு இன்று வரை பயன்பாட்டில் இருப்பது உள்ளங்கை நெல்லிக்கனி. எனவே, மங்கலம் என்ற சொல்லின் திரிபாகவோ, அல்லது பொது வழக்கில் மருவியோ 'மங்களம்' என்ற சொல் பொது வழக்காக உருவாகியிருக்கிறது. எனவே இரண்டும் ஒரு சொல் என்பதே எமது கருத்தாகும். இல்லையேல், மங்களம் என்னும் சொல் தெலுங்கு அல்லது மராத்தியிலிருந்து தமிழ் வழக்கில் கலந்திருக்கக்கூடும். எவ்வாறாயினும் தமிழுக்கும் உலகெலாம் பரவி வாழும் தமிழ்ச் சமூகத்திற்கும் மங்கலம் உண்டாகட்டும்!

இதுகாறும் தமிழின் பல்வேறு சிறப்புக் கூறுகளையும், தொன்றுதொட்டு முத்தமிழாகத் திகழ்ந்த தமிழின் சில கூறுகளைப் பற்றி இந்நூலில் 19 தலைப்புகளில் விளக்கப்பட்டுள்ளது. 'சொல்லில் உயர்வு தமிழ்ச் சொல்லே' என்பதை நிறுவுவதற்கான ஓர் அறிமுகமே இந்நூல்.

ஏறத்தாழ 2500 ஆண்டுகளுக்கும் முன்பே தொல்காப்பியம் தொடங்கி சங்க இலக்கியம், சிலப்பதிகாரம், சீவகசிந்தாமணி, தேவாரம், திருமுறைகள், திவ்வியப்ரபந்தம், கம்ப இராமாயணம், பெரியபுராணம் முதலான நூல்களிலும் மூன்று தமிழ்களும் இணையாக வளர்ந்து வந்ததைக் காண முடியும். இவ்வளர்ச்சி 19 ஆம் நூற்றாண்டு வரை தொடர்ந்து கொண்டிருந்ததைத் தமிழ் இலக்கிய வரலாறு நமக்கு உணர்த்துகிறது. ஆனால், இருபதாம் நூற்றாண்டுத் தொடக்கத்திலிருந்து முத்தமிழ், முத்தமிழ் என்ற முழக்கங்கள் வானை முட்டிக் காதுகளைக் கிழிக்க, தமிழெனப் படுவது இயல் தமிழ் மட்டுமே என்று சுருங்கத் தொடங்கியது. இன்றைய நிலையோ இன்னும் கவலைக் கிடமானது;

இளைத்துப் போனதெப்படி?

இவ்வாறு முத்தமிழாக விளங்கிய தமிழ் 19 ஆம் நூற்றாண்டிலிருந்தே இளைக்கத் தொடங்கியது. தமிழில் உரைநடையின் வீச்சு அதிகரிக்கத் தொடங்கியதன் விளைவாக நாடகங்களின் போக்கு மாறத் தொடங்கியது. மேற்கத்திய நாடகக் கோட்பாடுகள் சிறிது சிறிதாகத் தமிழில் செல்வாக்குச் செலுத்தத் தொடங்கின. இசைப் பாடல்களின் அமைப்பிலும் மாற்றங்கள் ஏற்பட்டன. பார்சி நாடகக் கம்பெனி, ஆங்கில நாடகங்கள் மொழி பெயர்ப்பு, மேற்கத்தியப் பாணி நாடக அரங்குகள் எனச் சிறிது சிறிதாக தமிழ் மரபு வழிக் கூத்துகளும் நாடகங்களும் நலிவுறத்தொடங்கின. ஒரு காலகட்டத்தில் தமிழ் நாடகக் கலை வடிவங்கள் பண்டிதர்களால் ஏளனம் செய்யப்பட்டும் வந்தன. 20ஆம் நூற்றாண்டுத் தொடக்கத்தில் அறிவியல் படைத்த அதிசயமான திரைப்படத்தின் வருகையால் நாடகம் மேலும் இளைக்கத் தொடங்கியது. காலப்போக்கில் இசைத் தமிழுக்கும் இதே நிலை ஏற்பட்டது. 20ஆம் நூற்றாண்டின் முற்பகுதி வரை தெருக்கூத்தும் சங்கரதாஸ் சுவாமிகள் வழிவந்த பாய்ஸ்கம்பெனி நாடகங்களும் தடம்புரளாமல் தத்தளித்த போதிலும் முற்றிலுமாக மரபுவழிப்பட்ட நாடகங்கள் அழிந்துவிடாமல் காத்துவந்தன. சுதந்திர இந்தியாவில் தமிழ்த் திரைப்படங்கள், நாடகங்கள், பிற மேடைகள் எல்லாவற்றிலும் ஏராளமான மாற்றங்கள்

ஏற்பட்டன. அவற்றில் மிகவும் முக்கியமான ஒன்று தமிழில் மேடைப் பேச்சு ஒரு கலையாகப் பரிணமித்ததாகும். இதன் விளைவாக இசை விழாக்களும் நாடகவிழாக்களும் இலக்கிய விழாக்களாக உருவாகத் தொடங்கின. இசையரங்குகளில் தெலுங்குக் கீர்த்தனைகள் கோலோச்சிக் கொண்டிருந்த போது கூத்து நாடக மேடைகளில் மட்டுமே தமிழிசை முழங்கிக் கொண்டிருந்தது. கூத்தும் இசை நாடகமும் பெருவாரி மக்களையும் கோயில் திருவிழாக்களையும் சார்ந்தே நடந்து வருகின்றன. தொடக்கத்தில் இலக்கியத்தரம் மிக்க நிகழ்வாக விளங்கிய பட்டிமன்றங்கள் காலப்போக்கில் நகைச்சுவை என்ற பெயரில் இலக்கியச் சுவை குறைந்ததுடன் திரைப்பட மசாலா நகைச்சுவையுடன் ஒரு கேளிக்கையாக மாறியது. இக்கேளிக்கை கூத்தும் நாடகமும் இடம்பெற்று வந்த கோயில் திருவிழாக் களையும் ஆக்கிரமித்து நாடகமும் இசையும் மேலும் இளைக்கக் காரணமாயின. 1980களில் வேகமாக வளர்ச்சியடைந்த தொலைக்காட்சிப் பெட்டிகள் திருவிழாக்களில் இரவு முழுதும் நடத்தப்படும் நாடகத்தின் இடத்தைப் பிடித்துக்கொண்டது.

இவை தவிர நம்முடைய தமிழ்க் கல்விக்கான பாடதிட்டத்திலும் கடந்த 50 ஆண்டுகளுக்கும் மேலாக இசைத் தமிழுக்கும் நாடகத்தமிழுக்கும் எந்தவிதமான முக்கியத்துவமும் தரப்படவில்லை. தமிழிலேயே உயர்கல்வி படித்து முனைவர் பட்டம் பெற்ற ஒருவருக்குப் பெரும்பாலும் தமிழ் நாட்டிலுள்ள இசை வகைகள், கூத்துகள், ஆட்டங்கள் பற்றிய அடிப்படைச் செய்திகள் கூடத் தெரிவதில்லை. அதேபோன்று, தமிழ் நாடகங்கள், கூத்துகள் பற்றிய அறிமுகம் கூட பாடதிட்டங்களில் கிடையாது. ஷேக்ஸ்பியர் பற்றிப் படிக்காமல் ஒருவர் ஆங்கில இலக்கியத்தில் பட்டம் பெற இயலாது; ஆனால், தமிழ்நாடகத் தந்தை எனப் போற்றப்படும் சங்கரதாஸ் சுவாமிகள், பம்மல் சம்பந்த முதலியார் போன்ற பெயர்களைக் கேள்விப்படாமலே கூட தமிழில் முனைவர் பட்டமே பெற முடியும். இந் நிலையைப் போக்கத் தமிழ்க் கல்வியாளர்கள் சிந்திக்க வேண்டும்.

நம்பிக்கைத் துளிகள்: இத்தகைய வருந்தத்தக்க சூழ்நிலைகளுக் கிடையிலும் அண்மைக் காலத்தில் இன்றைய இளைஞர்களில் பலர் தமிழ் படிக்க வருவதும், குறிப்பாக இசை, நாடகம், நாட்டுப்புறக் கலைகள் பற்றிய ஆய்வுகளை மேற்கொள்ள முன்வருவதும் நம்பிக்கையைத் துளிர்விடச் செய்கின்றன. இவர்கள் முறையாக வழி நடத்தப்பட்டால் இவ்விரு தமிழ்களும் வளர வாய்ப்புகள் உண்டு. கலை, இலக்கிய வளர்ச்சியில் பல தன்னார்வ அமைப்புகள் அக்கறையோடு செயல்படுகின்றன. இச்செயல்பாடுகளும் மேலும் முறைப்படுத்தப்பட்டு அவற்றிற்கு அரசிடமிருந்தும் சமூகத்திலிருந்தும் ஆதரவும் ஊக்குவிப்பும் பெருக வேண்டும்.

இளைப்பைப் போக்க . . . .

தமிழறிஞர்களும் பேராசிரியர்களும் இசைத்துறை, நாடகத்துறை ஆய்வாளர்களையும் தமிழறிஞர்களாக ஏற்க முன்வரவேண்டும். தமிழ்த் துறைகளில் இசை, நாடகம், நாட்டுப்புறக் கலைகள் ஆகியவற்றிற்கான சிறப்புப் பாட வகுப்புகள் பாட திட்டத்தில் சேர்க்கப்பட வேண்டும், அதற்கான தேர்வுகளும் தனித் தாள்களாக அமைய வேண்டும். கம்பன் விழா போன்ற இலக்கிய விழாக்களில் இசைத் தமிழுக்கும் நாடகத் தமிழுக்கும் உரிய இடம் அளிக்கப்பட வேண்டும். ஊடகங்கள் திரைப்படக் கலைஞர்களைப் பற்றி மட்டுமே கவலைப்பட்டுக் கொண்டிருக்காமல் பிற கலைஞர்களையும் சமூகத்தில் முன்னிறுத்த வேண்டும்.

நிறைவுரை:

இயற்றமிழ், இசைத்தமிழ், நாடகத்தமிழ் என்னும் மூன்றையும் உள்ளடக்கிய சொல்தான் தமிழ் என்பதை மனத்திலிருத்த வேண்டும். ஏறத்தாழ பல நூற்றாண்டுகளுக்குத் தமிழ் இந்த நிலையிலேயே சிறப்புடன் விளங்கியது. 19ஆம் நூற்றாண்டு வரை, காலந்தோறும் மூன்று தமிழ்களிலும் எண்ணற்ற படைப்புகள் உருவாகி தமிழுக்கு வளம் சேர்த்தன. ஆனால் தமிழின் மறுமலர்ச்சிக் காலமாகக் கருதப்பட்ட 20ஆம்

நூற்றாண்டின் இறுதியில் முத்தமிழ், இயல் என்னும் ஒரே தமிழாக சுருங்கிப் போனது மிகவும் கவலைகொள்ளத் தக்கது. இந்த ஒரு இயற்றமிழையும் தமிழ் நாட்டில் காப்பாற்றிக்கொள்ளப் போராட வேண்டிய காலமாக 21ஆம் நூற்றாண்டு மாறிவிடுமோ என்று அச்சப்பட வேண்டிய நிலை தற்போது நிலவுவதை மறுப்பதற்கில்லை.

"தமிழோடு இசை பாடல் மறந்தறியேன்" என்பதே நம் நீண்ட நெடிய தமிழ் மரபாகும். அதுவே முத்தமிழ் வளர்ச்சிக்கும் அடிப்படை என்பதில் ஐயத்திற்கு இடமில்லை.

"இறவாத புகழுடைய புதுநூல்கள் தமிழ்மொழியில் இயற்றல் வேண்டும்

திறமான புலமையெனில் வெளிநாட்டார் அதை வணக்கம் செய்தல் வேண்டும்" என்னும் மகாகவி பாரதியின் வாக்கு என்றென்றும் நிரந்தரமாக நினைவில்கொள்ளத் தக்கது.

"என்னை நன்றாக இறைவன் படைத்தனன்
தன்னை நன்றாகத் தமிழ் செய்யுமாறே" *(திருமந்திரம்)*

என்னும் திருமூலரின் வாக்கினை ஒவ்வொரு தமிழரும் மனத்திலிறுத்தி, 'நன்றாகத் தமிழ்செய்யும் பணி'யில் ஈடுபடுவதே இந் நூலின் பயனாக அமையும்.

★ ★ ★

புதுச்சேரியைச் சேர்ந்த முனைவர் அரிமளம் பத்மநாபன் ஒரு இசைக் கலைஞர், இசைத்தமிழ், நாடகத்தமிழ், நாட்டுப்புறவியல் வல்லுநர், இசை அமைப்பாளர், நூலாசிரியர், சொற்பொழிவாளர், மொழிபெயர்ப்பாளர், கல்வியாளர் எனப் பன்முக ஆற்றல் பெற்றவர்.

நாடகத் தமிழில் இசை ஆய்வு செய்து புதுவை மத்திய பல்கலைக்கழகத்தில் முனைவர் பட்டம் பெற்றவர். பல்கலைக்கழக நாடகத் துறையிலும், பிற பல்கலைக்கழகங்களின் இசைத் துறைகளிலும் வருகைதரு பேராசிரியராகப் பணிபுரிந்தவர். செம்மொழித் தமிழாய்வு மத்திய நிறுவனத்தில் ஆய்வறிஞராகவும், 'தமிழின் தொன்மை' – பெருந் திட்ட ஒருங்கிணைப்பாளராகவும் பணிபுரிந்தவர். 'சங்கரதாஸ் சுவாமிகளின் நாடகக் களஞ்சியம்', 'சங்கரதாஸ் சுவாமிகளின் நாடக இசைக் கருவூலம்,' 'கம்பனில் இசைத் தமிழ்', 'சிந்துக்குத் தந்தை' உள்ளிட்ட 8 ஆய்வு நூல்களை எழுதியவர். 80க்கும் மேற்பட்ட ஆய்வுக் கட்டுரைகள் எழுதியவர். தமிழின் முதல் 'இசைத் தமிழ்க் கலைச் சொல் அகராதி'யின் தொகுப்பு ஆசிரியர். இசைத்தமிழ், நாடகத்தமிழ் தொடர்பாக நூற்றுக்கும் மேற்பட்ட ஆய்வரங்குகளில் உரை இடையிட்ட இசை நிகழ்ச்சிகளை வழங்கியிருப்பவர்; தொடர்ந்து வழங்கிவருபவர். செவ்விசை அரங்கக் கலைஞராக 50 ஆண்டுகளை நிறைவு செய்தவர். புதுச்சேரி அரசின் 'தமிழ் மாமணி', 'கலைமாமணி' விருதுகளுடன் சென்னை கம்பன் கழகம், SRM தமிழ்ப் பேராயம், சென்னை நாடகக் கழகம் எனப் பல நிறுவனங்கள் வழங்கியுள்ள 20க்கும் மேற்பட்ட மதிப்புறு விருதுகள் பெற்றவர்.

பேரறிஞர்கள் பார்வையில் நூலாசிரியர் :

தமிழில் தளராத தாகமும் தக்க தகுதியும் கொண்டவர் அரிமளம் பத்மநாபன். நாடகத் தமிழில் பல்வேறு இருள் கருத்தையும் இருட்டடைப்பையும் நீக்குவதால், அவரை 'நாடக நற்றமிழ் ஞாயிறு' எனப் போற்றி மகிழ்கின்றேன். (2002)

- தமிழிசைக் கலைக்களஞ்சிய ஆசிரியர் டாக்டர் வீ.ப.கா.சுந்தரம்

அரிமளம் பத்மநாபன் சிறந்த இசைப் பேரறிஞர். மேடையில் கேட்போர் உள்ளம் கொள்ளை கொள்ளும் வகையில் பாடக் கூடியவர். இசைத் துறையில் ஆழ்ந்து அகன்ற ஆராய்ச்சி செய்தவர். (2017)

- மூதறிஞர் சிலம்பொலி செல்லப்பனார்

இசை இவருக்குக் குடும்பவழித் தாயம். இசைத்தமிழ், நாடகத்தமிழ் தொடர்பான பல ஆய்வுக் கட்டுரைகளையும் நூல்களையும் படைத்துள்ளார். தமிழில் சிலம்பு முதலாய நூல்களைக் கற்றவர். கடின மான செய்திகளையும் எளிதாகக் கேட்பவர்க்குப் பதியும் வண்ணம் விளங்கவைக்கும் ஆற்றல் பெற்றவர்.

- முத்தமிழறிஞர் பேராசிரியர் மா.வயித்தியலிங்கன் (2017)

Dr. Arimalam is Well versed in the theory and practice of Music. He has the required intellectual background and enough experience in giving learned lectures and writing Articles and Books on chosen subjects drawn from the three major areas of Iyal,Isai and Nadagam. He deserves our unqualified praise . (2017)

Prof. P. Marudanayagam
Veteran Scholar in Tamil & English

www.ingramcontent.com/pod-product-compliance
Lightning Source LLC
LaVergne TN
LVHW060211051026
849517LV00005B/1378